अ डेडली अफेअर

ॲगाथा ख्रिस्ती

अ डेडली अफेअर

रहस्यकथांच्या सुप्रसिद्ध लेखिकेच्या अनपेक्षित प्रेमकथा

भाषांतर : रमा हर्डीकर–सखदेव

MANJUL
मंजुल पब्लिशिंग हाउस

First published in India by

MANJUL

Manjul Publishing House

Corporate and Editorial Office

• 2nd Floor, Usha Preet Complex, 42 Malviya Nagar, Bhopal 462 003 – India

Sales and Marketing Office

• C-16, Sector 3, Noida, Uttar Pradesh 201301, India

Website: www.manjulindia.com

Distribution Centres

Ahmedabad, Bengaluru, Kochi, Kolkata, Chennai, Hyderabad, Mumbai, New Delhi, Pune

Marathi edition first published in 2025

ISBN 978-93-5543-388-6

Translated by: Rama Hardikar-Sakhadeo

Printed and bound in India by Repro India Ltd.

अनुक्रमणिका

किल्वर राजा

१

डेली न्यूजमाँगर बाजूला ठेवत मी म्हणालो, ''सत्य हे तर कल्पितापेक्षाही विचित्र असतं!''

माझी टिप्पणी कदाचित मूळची माझी नव्हती, त्यामुळे माझ्या मित्राला राग आलेला दिसत होता. आपलं अंडाकृती डोकं एका बाजूला तिरकं करत, त्या लहानखुऱ्या मनुष्याने नीट इस्त्री केलेल्या आपल्या पँटवरून एक नसलेला धुळीचा कण उगाचच झटकला आणि म्हणाला, ''काय विचारांची खोली आहे! माझा मित्र हेस्टिंग्ज किती मोठा विचारवंत आहे!''

काही गरज नसताना मारलेल्या त्याच्या या टोमण्यावर मी वैतागाचं कोणतंही चिन्ह न दाखवता, वर्तमानपत्रावर बोट टेकवलं.

''तू आजचं वर्तमानपत्र वाचलंयस?''

''हो आणि वाचून झाल्यावर मी त्याची पुन्हा नीट घडी केली होती. तुझ्यासारखं जमिनीवर फेकलं नव्हतं. तुझ्याकडे तर शिस्त आणि पद्धतशीरपणाच नाहीये.''

(ही प्वारोची सर्वांत वाईट गोष्ट. शिस्त आणि पद्धतशीरपणा हे तर जणू त्याचे देवच आहेत. इतके की, त्याला मिळालेलं सगळं यश त्यांच्यामुळेच आहे, असं तो म्हणतो.)

''मग तू नाटकांचा निर्माता हेन्री रीडबर्नच्या खुनाची बातमी वाचली असशील. ती वाचतानाच मी मगाशी तसा उद्‌गार काढला. सत्य हे कल्पितापेक्षा नुसतं विचित्रच नाही, तर जास्त नाट्यमयही असतं. त्या ऑग्लँडर्स नावाच्या मध्यमवर्गीय कुटुंबाला आठव. आई-वडील, मुलगा-मुलगी. या देशात अशी हजारो सर्वसामान्य कुटुंबं असतील. त्यातले पुरुष रोज शहरात कामाला जातात आणि बायका घर सांभाळतात. त्यांची आयुष्यं अत्यंत शांतपणे व्यतीत होतात, ती खरंतर एकसुरीच असतात. काल रात्री ते स्ट्रीथॅममधील डेझीमीडमधल्या त्यांच्या नीटनेटक्या बैठकीच्या

खोलीत ब्रिज खेळत बसले होते. अचानक कोणत्याही पूर्वसूचनेशिवाय फ्रेंच विंडो धाडकन उघडली आणि एक बाई धडपडत त्यांच्या खोलीत शिरली. तिच्या करड्या सॅटिनच्या झग्यावर लाल डाग पडला होता. जमिनीवर बेशुद्धावस्थेत पडण्यापूर्वी तिने एकच शब्द उच्चारला, 'खून!'. सध्या लंडनमध्ये आपल्या कार्यक्रमांनी लोकांना वेडावून सोडणारी सुप्रसिद्ध नर्तिका व्हॅलेरी सेंटक्लेर होती ती, त्यामुळे कदाचित त्यांनी तिला ओळखलं असेल.''

''हे सगळे तुझे शब्द आहेत की *डेली न्यूजमाँगरमधले?*'' प्वारोने विचारलं.

''*डेली न्यूजमाँगरला* वर्तमानपत्र छापायची घाई असल्याने त्यांनी केवळ घटना आणि तथ्यं सांगितली आहेत; पण या गोष्टीतल्या नाट्यमय शक्यता लगेचच माझ्या मनात फेर धरू लागल्या.''

प्वारोने विचार करत मान डोलावली. जिथे जिथे मानवी स्वभाव येतो तिथे तिथे नाट्य येतंच; *पण...* पण तुम्हाला जिथे नाट्य असेल, असं वाटतं तिथेच ते सापडेल असं नाही, हे लक्षात ठेव. तरीही, मलाही या केसमध्ये रस आहेच. कारण, माझा याच्याशी संबंध असण्याची शक्यता आहे.''

''खरंच?''

''हो. एका गृहस्थांचा मला सकाळी फोन आला होता आणि त्यांनी मॉरानियाचा राजपुत्र पॉल याच्या वतीने माझ्या भेटीची वेळ घेतली आहे.''

''पण त्याचा याच्याशी काय संबंध?''

''इंग्लिश लोकांची लफडी वगैरे बातम्या देणारं वृत्तपत्र तू वाचत नाहीस. त्यात नाही का त्या गमतीशीर गोष्टी असतात आणि आम्हाला एका लहानशा उंदराने असं सांगितलं किंवा एका लहानशा चिमणीला असं ऐकू आलं... वगैरे प्रकारच्या बातम्या असतात. हे बघ इथे.''

प्वारोने त्याचं लहानसं जाड बोट जिथे टेकवलं होतं तिथे मी पाहिलं. त्या परिच्छेदात लिहिलं होतं : ''...*खरोखरच* तो परदेशी राजपुत्र आणि ती सुप्रसिद्ध नर्तिका यांच्यात जवळचे संबंध आहेत का! आणि तिला तिची नवी हिऱ्याची अंगठी आवडली आहे का!''

''आणि आता तुझ्या त्या नाट्यमय गोष्टीकडे वळू,'' प्वारो म्हणाला. ''मिस सेंटक्लेर डेझीमीडमधल्या त्या खोलीत बेशुद्ध होऊन पडली.''

मी खांदे उडवले. ''ती शुद्धीवर आली, तेव्हा तिने जे शब्द पुटपुटले, ते ऐकून ऑग्लँडर्सच्या घरातले दोन्ही पुरुष बाहेर पडले. एक जण तिच्यासाठी डॉक्टरला बोलवायला निघाला. कारण, तिला फारच धक्का बसला होता आणि दुसरा पोलीस स्टेशनला निघाला. तिथे घडलेल्या प्रसंगाचं वर्णन करून तो मॉ देसीर या रीडबर्नच्या सुंदर बंगल्याकडे निघाला. तो बंगला डेझीमीडपासून जवळच आहे. तिथे त्यांना तो गृहस्थ त्याच्या घरच्या वाचनालयात पडलेला दिसला. त्याचं डोकं

अंड्यासारखं फुटलं होतं आणि हो, या गृहस्थाविषयी लोकांचं फार काही चागलं मत नव्हतं बरं का.''

''माझ्यामुळे तू घाईघाईत, भराभर वर्णन केलेलं दिसतंयस. माफ करं हं,'' प्वारो म्हणाला, ''अरे, हे बघ, आपला राजपुत्र आलाच.''

आमच्या प्रतिष्ठित पाहुण्याचं नाव काउंट फिओडोर असं सांगितलं गेलं. तो काहीसा विचित्रच दिसणारा तरुण होता. उंच, उतावीळ भाव असलेला, लहानशी हनुवटी, खास मॉरानियाच्या लोकांचं असतं तसं तोंड आणि वेडसर झाक असलेले करडे, तापट डोळे.

''मिस्टर प्वारो?''

माझ्या मित्राने अभिवादन केलं.

''मिस्टर, मी फार फार अडचणीत आहे. मी सांगूही शकणार नाही इतक्या...''

प्वारोने हातानेच त्याला थांबवलं. ''मला तुमची चिंता समजते आहे. मिस सेंटक्लेर तुमची खूप जवळची मैत्रीण आहे ना?''

राजपुत्र साधेपणाने म्हणाला, ''मला तिच्याशी लग्न करायची इच्छा आहे.''

प्वारो खुर्चीत ताठ बसला. त्याने डोळे उघडले.

राजपुत्र पुढे बोलू लागला, ''राजघराण्याच्या नियमांविरुद्ध म्हणजे प्रतिलोम विवाह करणारा मी आमच्या कुटुंबातला पहिलाच मुलगा नाहीये. माझा भाऊ अलेक्झांडर यानेही सम्राटाची अवज्ञा केली होती. आपण आता आधुनिक काळात राहतो आहोत. पूर्वीच्या जातीपातीच्या पूर्वग्रहांपासून आता आपण मुक्त आहोत. शिवाय मिस सेंटक्लेर ही रँकमध्ये माझ्या जवळपास बरोबरीचीच आहे. तुम्ही तिच्या इतिहासाविषयी काही ऐकलं असेल?''

''तिच्याविषयी अनेक कल्पनारम्य गोष्टी आहेत. प्रसिद्ध नर्तिकांच्या बाबतीत बऱ्याचदा तशा असतातच. मी ऐकलंय की, ती एका आयरिश सफाई कामगार स्त्रीची मुलगी आहे, तर दुसऱ्या एका कहाणीनुसार तिची आई रशियन ग्रँड डचेस होती असंही ऐकलंय.''

''पहिल्या गोष्टीला अर्थातच काहीही अर्थ नाहीये,'' तो तरुण म्हणाला. ''पण दुसरी खरी आहे. व्हॅलेरीला गुप्तता बाळगावी लागत असली तरी मला अंदाज करता येईल इतपत तिने मला सांगितलं आहे. शिवाय ती नकळतपणे अनेक गोष्टींतून ते सिद्धच करत असते. मिस्टर प्वारो, माझा आनुवंशिकतेवर विश्वास आहे.''

''माझाही आहे,'' विचार करत प्वारो म्हणाला. ''त्याच्याशी संबंधित काही चित्रविचित्र गोष्टी मी बघितल्या आहेत; पण आपण कामाकडे वळू या. तुम्हाला माझ्याकडून काय करून हवं आहे? या गुन्हाशी मिस सेंटक्लेरचा संबंध जोडला जाईल, असं काही आहे का? ती रीडबर्नला तर अर्थातच ओळखत होती.''

‘‘हो. त्याचं तिच्यावर प्रेम असल्याचा त्याचा दावा होता.’’

‘‘आणि तिचं?’’

‘‘तिला त्याच्याशी काही देणंघेणं नव्हतं.’’

प्वारोने त्याच्याकडे नीट निरखून पाहिलं. ‘‘तिला त्याची भीती वाटेल, असं काही झालं होतं का?’’

तो तरुण जरा अडखळला. मग म्हणाला, ‘‘एक घटना घडली होती. तुम्हाला झारा माहीत आहे का? तिला भविष्य दिसू शकतं. ती अंतर्ज्ञानी आहे.’’

‘‘नाही माहीत.’’

‘‘ती फारच अद्‌भुत आहे. तुम्ही कधीतरी तिच्याकडे सल्ला घ्यायला जरूर जा. व्हॅलेरी आणि मी गेल्या आठवड्यात तिच्याकडे गेलो होतो. तिने आमच्याकरता ‘पत्ते वाचून’ भविष्य सांगितलं. व्हॅलेरीला ती म्हणाली की, काहीतरी अडचण येणार आहे. काळे ढग दाटून आले आहेत. मग तिने शेवटचा पत्ता उचलला. त्याला ते कव्हरिंग कार्ड म्हणतात. तो किल्वर राजा होता. ती व्हॅलेरीला म्हणाली : ‘सावधान. एक पुरुष तुला त्याच्या मुठीत ठेवतो आहे. तुला त्याची भीती वाटते. त्याच्यापासून तुला खूप धोका आहे. तुला माहीत आहे का, मी कोणाविषयी बोलतेय?’ व्हॅलेरीचा चेहरा पांढराफटक पडला होता. ती होकार देत म्हणाली : ‘हो, हो, मला माहीत आहे.’ त्यानंतर काही वेळातच आम्ही तिथून निघालो. जाताना झारा व्हॅलेरीला शेवटी म्हणाली : ‘किल्वरच्या राजापासून सावध राहा. तुला धोका आहे!’ मी व्हॅलेरीला खोदून खोदून विचारलं; पण तिने मला काहीही सांगितलं नाही. सगळं काही ठीक असल्याची तिने माझी खात्री पटवली; पण काल रात्रीनंतर मला असं फारच वाटू लागलंय की, व्हॅलेरीने किल्वर राजामध्ये रीडबर्नचाच चेहरा पाहिला असणार आणि त्याच पुरुषाची तिला भीती वाटत होती.’’

राजपुत्र अचानक थांबला. ‘‘आज मी जेव्हा वर्तमानपत्र उघडलं, तेव्हा मला किती अस्वस्थ वाटलं असेल ते तुम्हाला समजेल. जर व्हॅलेरीनेच रागाच्या भरात... अरे देवा! हे शक्य नाही!’’

प्वारो उठला आणि त्याने प्रेमळपणे त्या तरुणाच्या खांद्यावर थोपटलं. ‘‘कृपया चिंता करू नकोस. सगळं माझ्यावर सोपव.’’

‘‘तुम्ही स्ट्रीथॅमला जाल? मला कळलंय की, ती अजूनही तिकडेच आहे. डेझीमीडमध्ये. धक्क्यामुळे तिला खूप अशक्तपणा आलाय.

‘‘मी लगेचच जातो.’’

‘‘मी व्यवस्था केली आहे. वकिलातीतून. तुम्हाला सगळीकडे हवं ते मिळू शकेल.

‘‘मग आम्ही निघतोच. हेस्टिंग्ज, तू येशील माझ्याबरोबर? गुडबाय, मिस्टर!’’

२

मॉ देसीर ही अत्यंत सुंदर हवेली होती. अत्यंत आधुनिक आणि आरामदायी. रस्त्यापासून घोडागाडीतून गेलं की, थोड्या अंतरावर ती हवेली होती. हवेलीमागे काही एकरांवर बाग पसरली होती.

राजपुत्र पॉलचं नाव सांगितल्यावर दार उघडणाऱ्या बटलरने लगेचच खून झाल्याच्या जागी आम्हाला नेलं. ते वाचनालय फारच भव्य आणि सुंदर होतं. संपूर्ण हवेलीच्या लांबीइतकं ते मोठं होतं. दोन्ही बाजूला एकेक खिडकी होती. एका बाजूच्या खिडकीतून समोरचा घोडागाडीचा रस्ता दिसत होता, तर मागच्या बाजूच्या खिडकीतून बाग दिसत होती. याच खिडकीच्या कोनाड्यात त्याचं शव सापडलं होतं. काही वेळापूर्वीच. पोलिसांचा तपास झाल्यावर ते तिथून हलवण्यात आलं होतं.

''काय वैताग आहे,'' मी प्वारोच्या कानाशी पुटपुटलो. ''काय माहीत त्यांनी किती पुरावे चुकून नष्ट करून टाकले असतील?''

माझा मित्र हसला. ''अंहं! किती वेळा सांगू तुला की, पुरावे आणि क्लू हे *आपल्याच* मेंदूतून येतात. प्रत्येक रहस्याचं उत्तर मेंदूच्या करड्या पेशींमध्येच दडलेलं असतं.''

तो बटलरकडे वळला. ''ते प्रेत वगळता या खोलीतल्या कशालाही हात लावण्यात आलेला नाही ना?''

''नाही, सर. पोलीस काल रात्री आले, तेव्हा जशी खोली होती तशीच ठेवलेली आहे.''

''आता हे पडदे. हे या खिडकीच्या कोनाड्यावरून सारले जातात असं मला दिसतंय. दुसऱ्या खिडकीतही ते तसेच आहेत. काल रात्री पडदे सारून बंद केलेले होते का?''

''हो सर. मीच रोज रात्री ते बंद करतो.''

''म्हणजे रीडबर्ननेच ते पुन्हा उघडले असणार?''

''असं वाटतंय, सर.''

''तुझ्या मालकाला भेटायला रात्री कोणीतरी येणार होतं हे तुला माहीत होतं का?''

''तसं ते काही म्हणाले नाहीत; पण रात्रीच्या जेवणानंतर कोणताही व्यत्यय नको, असं ते म्हणाले होते. सर, या वाचनालयातून बाहेरच्या एका गच्चीवर उघडणारं एक दार बाजूला आहे. तिथून त्यांनी कोणालाही आत घेतलेलं असू शकतं.''

''तसं ते नेहमी करायचे का?''

बटलरने सूचकपणे घसा खाकरला. ''हो, मला वाटतं.''

प्वारो त्या दारापाशी गेला. त्याला कुलूप नव्हतं. ते उघडून तो गच्चीवर गेला. गच्ची उजव्या बाजूला फाटकातून आत येणाऱ्या रस्त्याला मिळत होती, तर डावीकडे एक लाल विटांची भिंत होती.

''फळबाग, सर. पुढे फळबागेत जाणारं एक दार आहे; पण त्याला नेहमी सहा वाजल्यानंतर कुलूप लावलेलं असायचं.''

प्वारोने मान डोलावली आणि तो पुन्हा वाचनालयात आला. बटलर त्याच्या मागोमाग आला.

''तुला काल रात्री जे काही घडलं त्यातलं काहीच ऐकू आलं नाही?''

''अं... सर, रात्री नऊच्या जरासं आधी आम्हाला वाचनालयातून बोलण्याचा आवाज आला. तो एका बाईचा होता, त्यामुळे त्यात वेगळं काही वाटलं नाही. ते तसं नेहमीचंच होतं; पण अर्थातच जेव्हा आम्ही सगळे हवेलीच्या दुसऱ्या बाजूला असलेल्या नोकरांच्या राहायच्या ठिकाणी गेलो, त्यानंतर आम्हाला काही ऐकू आलं नाही आणि मग अकराच्या सुमारास पोलीस आले.''

''तू किती जणांचे आवाज ऐकलेस?''

''ते नाही सांगता येणार, सर. मी फक्त एका बाईचा आवाज ऐकला.''

''ओह!''

''माफ करा, सर; पण डॉ. रायन अजूनही इथेच आहेत. जर तुम्हाला त्यांना भेटायचं असेल तर...''

आम्ही लगेचच होकार दिला आणि काही मिनिटांतच एक हसरा, मध्यमवयीन डॉक्टर आम्हाला भेटायला आला. त्याने प्वारोला हवी ती सगळी माहिती सांगितली. रीडबर्न खिडकीजवळ पडला होता. त्याचं डोकं खिडकीतल्या संगमरवरी कट्ट्यापाशी होतं. त्याच्या अंगावर दोन जखमा होत्या. दोन्ही डोळ्यांच्या मध्ये एक आणि दुसरी प्राणघातक जखम डोक्याच्या मागे होती.

''तो उताणा पडला होता?''

''हो. तो पाहा तिथे डाग दिसतोय,'' त्याने जमिनीवरच्या एका लहानशा गडद डागाकडे बोट दाखवलं.

''तो जमिनीवर पडल्यामुळे डोक्याच्या मागच्या बाजूला जखम झालेली असू शकते का?''

''शक्यच नाही. कारण, जे काही शस्त्र होतं, ते त्याच्या कवटीत थोडं आतपर्यंत घुसल्यासारखी जखम होती.''

प्वारो विचारात हरवला. तो समोर बघत होता. प्रत्येक खिडकीच्या मधल्या जागेत संगमरवरी कोरीव आसन होतं आणि दोन्ही बाजूला हात ठेवायला सिंहांची डोकी कोरलेली होती. प्वारोचे डोळे चमकू लागले. तो म्हणाला, ''तो जर या सिंहाच्या डोक्यावर मागच्या मागे आपटला असेल आणि नंतर जमिनीवर कोसळला असेल, तर तशी खोल जखम होऊ शकते ना?''

''हो, होऊ शकते; पण तो ज्या कोनात जमिनीवर पडला होता, ते पाहता हे शक्य नाही. शिवाय तसं झालं असतं, तर या संगमरवरी आसनावर रक्ताचे डाग असायलाच हवे होते.''

''जर ते धुतले नसतील तरच.''

डॉक्टरने खांदे उडवले. ''तशी शक्यता कमी वाटते. कारण, जर अपघात घडला, तर त्याला मुद्दामहून खून भासवणं हे कोणाच्या फायद्याचं असणार आहे?''

''ते तर आहेच,'' प्वारो म्हणाला. ''दोन्ही जखमांपैकी कोणतीही जखम एखाद्या स्त्रीने केलेली असू शकते, असं तुम्हाला वाटतं का?''

''नाही, अजिबातच नाही, असं मी म्हणेन. तुम्ही मिस सेंटक्लेरचा विचार करताय ना?''

''माझी खात्री पटेपर्यंत मी कोणाचाही एकाचा वेगळा विचार करत नाही,'' प्वारो शांतपणे म्हणाला.

मग त्याने उघड्या फ्रेंच विंडोकडे आपलं लक्ष वळवलं. डॉक्टर पुढे बोलू लागला. ''इथूनच मिस सेंटक्लेर पळाली. तुम्हाला झाडांच्या मधून डेझीमीड अस्पष्टसं दिसू शकेल. खरंतर हवेलीच्या पुढच्या रस्त्याच्या बाजूला, इतर अनेक घरं जास्त जवळ आहेत; पण या बाजूने पाहता फक्त डेझीमीडच दिसू शकतं.''

''तुमच्या सौजन्याबद्दल थँक्यू, डॉक्टर,'' प्वारो म्हणाला. ''चल हेस्टिंग्ज, आपण मिस सेंटक्लेर गेली त्या रस्त्याने जाऊन पाहू.''

३

प्वारो आणि मी बागेतून चालत गेलो, एका लोखंडी फाटकातून बाहेर पडलो, हिरवळीवरून काही अंतर चालत गेलो आणि मग डेझीमीडच्या फाटकातून आत शिरलो. अर्ध्या एकरावर बांधलेलं ते एक साधंसुधं घर होतं. फ्रेंच विंडोकडे जाणाऱ्या काही पायऱ्या दिसत होत्या. त्यांच्याकडे बघत प्वारोने मान डोलावली.

''मिस सेंटक्लेर तिथून आत गेली; पण आपल्याला काही तिच्यासारखी तातडी नसल्याने आपण मुख्य दारातूनच जाऊ.''

एका नोकर बाईने दार उघडलं आणि आम्हाला बैठकीच्या खोलीत नेलं. मग ती मिसेस ऑग्लँडरला बोलवायला गेली. आदल्या रात्रीनंतर खोलीतल्या कशालाही स्पर्श केला गेलेला नव्हता हे उघड दिसत होतं. शेकोटीची राख तशीच होती आणि अजूनही खोलीच्या मध्यभागी ब्रिज खेळाचं टेबल ठेवलेलं होतं. त्यावर डमी खेळाडूचे पत्ते उघड केलेले होते. ते घर स्वस्तातल्या दिखाऊ वस्तूंनी खचाखच भरलेलं होतं आणि भिंतींवर त्या कुटुंबाचे एकापेक्षा एक वाईट फोटो लटकवलेले होते. माझ्यापेक्षा प्वारो त्यांच्याकडे सौम्यपणे बघत होता. त्याने तर तिरक्या झालेल्या एक-दोन फोटोंना सरळही केलं. ''कुटुंबाचे बंध किती घट्ट असतात ना? इथे भावना या सौंदर्याची जागा घेतात.''

मी होकार दिला. मी त्यांच्या कुटुंबाचा एक फोटो बघत होतो. त्यात एक मिशीवाला मनुष्य, उंच केशरचना केलेली एक बाई, एक दणकट मुलगा आणि भरपूर रिबिनींचे बो बांधलेल्या दोन लहान मुली दिसत होत्या. ऑग्लँडर कुटुंबाचा तो जुना फोटो असणार. मी तो कुतूहलाने निरखत होतो.

तेवढ्यात दार उघडून एक तरुणी आत आली. तिचे गडद केस नीट बांधलेले होते आणि तिने कंटाळवाण्या रंगाचा कोट आणि स्कर्ट घातला होता.

तिने प्रश्नार्थक नजरेने आमच्याकडे पाहिलं. प्वारो पुढे झाला. ''मिस ऑग्लँडर? व्यत्ययाबद्दल माफ करा... आधीच तुम्हाला बरंच सहन करावं लागलंय. जे काही घडलं त्याने तुम्ही नक्कीच अस्वस्थ झाला असाल.''

''हो, ते तसं त्रासदायक होतं,'' ती सावधपणे म्हणाली. मला असं वाटू लागलं की, कोणतीही नाट्यमय घटना मिस ऑग्लँडरसमोर वायाच गेल्यासारखी असेल. कारण, तिच्याकडे शून्य कल्पनाशक्ती असेल, असं वाटत होतं. माझ्या मतावर शिक्कामोर्तबच झालं. कारण, ती पुढे म्हणाली, ''या खोलीच्या अवस्थेबद्दल माफ करा. नोकर फारच उत्तेजित होतात असं काही घडलं की.''

''तुम्ही काल रात्री इथे बसला होतात ना?''

''हो. जेवण झाल्यावर आम्ही ब्रिज खेळत होतो, तेव्हाच...''

''एक मिनिट हं. तुम्ही किती वेळ खेळत होतात?''

''अं...'' मिस ऑग्लँडरने विचार केला. मग ती म्हणाली, ''नक्की सांगता येणार नाही मला; पण दहा वाजले असतील कारण आमचे बरेच डाव झाले होते.''

''आणि तुम्ही स्वतः कुठे बसला होतात?''

''खिडकीकडे तोंड करून. मी माझ्या आईबरोबर खेळत होते आणि ब्रिजमध्ये ज्याला 'वन नो ट्रम्प' म्हणतात ती बोली मी केली. तेवढ्यात अचानक ती खिडकी धाडकन उघडली आणि मिस सेंटक्लेर धडपडत खोलीत शिरली.''

''तुम्ही ओळखलं तिला?''

''तिचा चेहरा कुठेतरी पाहिल्यासारखा वाटत होता.''

''ती अजूनही इथेच आहे ना?''

''हो; पण ती कोणालाही भेटायला तयार नाहीये. ती अजून धक्क्यातून सावरली नाहीये.''

''मला वाटतं ती भेटेल मला. मॉरानियाचा राजपुत्र पॉल याच्या विनंतीवरून मी आलो आहे हे तुम्ही तिला सांगाल का?''

राजपुत्राचा उल्लेख ऐकून मिस ऑग्लँडरच्या एरवी निर्विकार असलेल्या चेहऱ्यावर धक्का बसल्याचे भाव उमटले असा मला भास झाला; पण ती काहीही न बोलता खोलीतून बाहेर पडली आणि जवळपास लगेचच परतली. मिस सेंटक्लेर आम्हाला भेटायला तयार असल्याचं तिने सांगितलं.

आम्ही तिच्या मागोमाग वरच्या मजल्यावर गेलो. ती झोपली होती ती खोली चांगली मोठी होती. खिडकीजवळच्या कोचावर एक बाई आडवी पडली होती. आम्ही आत शिरताच तिने वळून पाहिलं. त्या क्षणी मला त्या दोन तरुणींमधला टोकाचा फरक जाणवला म्हणजे खरंतर त्यांच्या त्वचेचा रंग आणि चेहरेपट्टी यात फार फरक नव्हता; पण तरी किती वेगळ्या होत्या त्या! व्हॅलेरी सेंटक्लेरच्या प्रत्येक हावभावातून, हालचालीतून नाट्य ओसंडून वाहत होतं. जणू तिच्या शरीरातून एक वेगळीच प्रभा फाकली असावी. तिच्या अंगावर एक फ्लॅनेलचा ड्रेसिंग गाऊन होता. तो खरंतर घरात घालायचा साधासाच गाऊन होता; पण तिच्या व्यक्तिमत्त्वातल्या सौंदर्याने तो अतिशय उंची, परदेशी कापडाचा सुंदर गाऊन असल्यासारखा भासत होता.

तिने आपले टपोरे गडद डोळे प्वारोवर रोखले होते.

''तुम्हाला पॉलने पाठवलंय?'' तिने मधाळ आवाजात विचारलं. तिचा आवाज तिच्या रूपाला शोभत होता.

''हो, मिस. मी इथे त्यांच्या आणि तुमच्या सेवेकरता हजर आहे.''

''तुम्हाला काय जाणून घ्यायचंय?''

''काल रात्री घडलेलं सगळं. *अगदी सगळंच्या सगळं.*''

तिने थकल्यासारखं स्मित केलं.

''मी खोटं बोलत असेन असं तुम्हाला वाटतंय का? मी मूर्ख नाहीये. मला हे नीटच कळलंय की, काही लपवता येणार नाहीये. जो माणूस मेला, त्याला माझं एक गुपित माहीत होतं आणि त्यावरून तो मला धमकी देत होता. पॉलसाठी मी त्याच्या अटी मान्य करायचा प्रयत्न केला. कारण, काही झालं तरी मला पॉलला गमवायचं नव्हतं... आता तो मेल्यामुळे मी सुरक्षित आहे; पण हे सगळं असलं, तरी मी त्याला मारलं नाहीये.''

प्वारोने हसून मान हलवली. ''मिस, मला हे सांगायची काहीच गरज नाहीये. आता काल रात्री काय काय घडलं ते सगळं सांगा.''

''मी त्याला पैसे देऊ केले. तो चर्चेने तोडगा काढायला तयार आहे असं दिसत होतं. त्याने मला रात्री नऊला बोलावलं. मी मॉ देसीरला जाणं अपेक्षित होतं. मला ती हवेली माहीत होती, मी तिथे आधीही गेले होते. बाजूच्या दाराने मी वाचनालयात जाणं अपेक्षित होतं, जेणेकरून नोकरांना मी दिसले नसते.''

''एक मिनिट, मिस; पण तुम्ही तिथे रात्री एकट्या जायला घाबरला नाहीत?''

ती उत्तर देण्यापूर्वी क्षणभर थांबली की मलाच तसा भास झाला?

''कदाचित मी घाबरले होतेही; पण माझ्याबरोबर यायला कोणीच नव्हतं आणि मी अशा परिस्थितीत होते की, काहीही करायला तयार होते. रीडबर्नने मला वाचनालयात घेतलं. काय माणूस आहे तो! तो मेला ते फार बरं झालं! एखादी मांजर कशी उंदराला मारण्यापूर्वी खेळवते, तसं तो माझ्याशी खेळत होता. त्याने मला टोमणे मारले. मी गुडघे टेकून अक्षरशः त्याच्या विनवण्या केल्या. माझ्याकडे असलेले सगळे दागिने त्याला देऊ केले; पण व्यर्थ! मग त्याने त्याच्या स्वतःच्या अटी सांगितल्या. त्या काय असतील कदाचित तुमच्या लक्षात आलंच असेल. मला त्याच्याविषयी काय वाटतं ते मी त्याला सांगितलं. मी रागाने बेभान होऊन त्याला वाट्टेल ते बोलले; पण तो शांतपणे हसत उभा होता आणि मी शेवटी शांत झाले, तेव्हा एक आवाज ऐकू आला. खिडकीच्या पडद्यामागून. त्यालाही तो ऐकू आला. तो तरातरा चालत पडद्यापाशी गेला आणि त्याने ते खसकन उघडले. तिथे एक माणूस लपला होता. भयंकर दिसणारा, भिकाऱ्यासारखा एक माणूस. त्याने रीडबर्नवर वार केला. मग पुन्हा एकदा आघात केला आणि तो खाली पडला. त्या भिकाऱ्यासारख्या दिसणाऱ्या माणसाने त्याच्या रक्ताने भरलेल्या हातांनी मला पकडलं. मी कशीबशी सुटका करून घेतली, खिडकीतून बाहेर पडले आणि जीव खाऊन धावत सुटले. मग मला या घरातले दिवे दिसले आणि मी इथेच आले. खिडक्यांचे पडदे उघडे होते. काही लोक मला ब्रिज खेळताना दिसले. मी जवळपास त्या खोलीत जाऊन पडलेच. 'खून' असं कसंबसं माझ्या तोंडून बाहेर पडलं आणि मी बेशुद्ध झाले.''

''थँक्यू मिस. तुम्हाला खूप मोठा धक्का बसला असणार. मला या भिकाऱ्याचं वर्णन सांगू शकाल का? त्याने काय कपडे घातले होते?''

''नाही... सगळं इतकं पटकन घडलं; पण मी त्या माणसाला पुन्हा कुठेही पाहिलं तरी ओळखू शकेन. त्याचा चेहरा माझ्या मनावर कोरला गेलाय.''

''आणखी एकच प्रश्न, मिस. खोलीतल्या, रस्त्याच्या बाजूच्या दुसऱ्या खिडकीचे पडदे उघडे होते का बंद?''

पहिल्यांदाच त्या नर्तकीच्या चेहऱ्यावर गोंधळाचे भाव उमटले. ती आठवायचा प्रयत्न करत होती.

"हं, मग?"

"मला वाटतं... माझी खात्री आहे की... ते बंद केलेले *नव्हते!*"

"हे गमतीशीर आहे. कारण, पहिल्या खिडकीचे पडदे तर बंद होते. जाऊ दे. ते काही महत्त्वाचं नाहीये. तुम्ही इथे बरेच दिवस असणार आहात का?"

"डॉक्टर म्हणाले की, मी उद्या शहरात जाऊ शकते." तिने खोलीत इकडे-तिकडे पाहिलं. मिस ऑग्लँडर बाहेर गेली होती. "हे लोक... ते खूप प्रेमळ आहेत; पण ते माझ्या जगातले नाहीत. त्यांना माझ्या वागणुकीने धक्का बसतो! आणि माझं म्हणाल तर... मला *मध्यमवर्गीय* फारसे आवडत नाहीत!"

तिच्या आवाजात किंचित कडवटपणा आला होता.

प्वारोने मान डोलावली. "मी समजू शकतो. मी माझ्या प्रश्नांनी तुम्हाला उगाचच दमवलं नाही ना?"

"अजिबात नाही, मिस्टर. पॉलला सगळं लवकरात लवकर समजावं, अशीच माझी इच्छा आहे."

"मी निघतो. गुड डे मिस."

प्वारो खोलीतून बाहेरच पडत होता, इतक्यात त्याने चामड्याच्या एका चपलेच्या जोडावर जवळपास झडपच घातली. "या तुमच्या आहेत?"

"हो. आत्ताच धुऊन, स्वच्छ करून वर आणून ठेवल्या आहेत."

"अच्छा!" असं म्हणून प्वारो माझ्याबरोबर जिना उतरू लागला. "असं दिसतंय की, नोकरांना बूट स्वच्छ करण्यात फारसा रस नाहीये; पण ते शेकोटी मात्र साफ करायला विसरतायत. *मित्रा,* मला एक-दोन गोष्टींत जरा कुतूहल वाटत होतं; पण आता मला वाटतंय की, ही केस संपल्यातच जमा आहे. सगळं काही साधंसरळ आहे."

"आणि तो खुनी?"

"एर्क्युल प्वारो भिकाऱ्यांचा माग काढायला जात नाही," माझा मित्र मोठ्या टेचात उत्तरला.

४

मिस ऑग्लँडर आम्हाला हॉलमध्ये भेटली. "तुम्ही बैठकीच्या खोलीत एक मिनिट थांबता का, आईला तुमच्याशी काही बोलायचंय."

ती खोली अजूनही आवरलेली नव्हती. प्वारोने शांतपणे सगळे पत्ते गोळा केले आणि आपल्या लहानशा बोटांनी नीट पिसले.

''मी काय विचार करतोय माहितेय का तुला?''

''नाही,'' मी उतावीळपणे म्हणालो.

''मला वाटतं मिस ऑग्लँडरने वन नो ट्रम्पची बोली करून चूक केली. तिने तीन इस्पिकचे पत्ते टाकायला हवे होते.''

''प्वारो! तू केवळ अशक्य आहेस!''

''*अरे!* मी काय नेहमी फक्त रक्त आणि खुनांबद्दलच बोलायचं की काय!''

अचानक तो ताठरला. म्हणाला, ''हेस्टिंग्ज, *हेस्टिंग्ज*, हे बघ! या पत्त्यांमध्ये किल्वर राजा नाहीये!''

''झारा!'' मी ओरडलो.

''अं?'' त्याला बहुधा माझा संदर्भ लक्षात आला नाही. त्याने यांत्रिकपणे त्या पत्त्यांचा एक गठ्ठा केला आणि ते त्यांच्या पाकिटात ठेवून दिले. त्याचा चेहरा फारच गंभीर झाला होता.

शेवटी तो म्हणाला, ''हेस्टिंग्ज, मी, एर्क्युल प्वारो, एक मोठी चूक करणार होतो. फार मोठी चूक.''

मी प्रभावित होऊन त्याच्याकडे पाहिलं; पण मला समजलं काहीच नव्हतं.

''हेस्टिंग्ज, आपल्याला पुन्हा सुरुवात करायला हवी. हो, पुन्हा सुरुवात केली पाहिजे; पण या वेळी आपण काहीही चूक करणार नाही.''

एक देखणी मध्यमवयीन स्त्री खोलीत आल्याने त्याचं बोलणं अर्धवट राहिलं. तिच्या हातात काही वह्या होत्या. प्वारोने तिच्यासमोर मान झुकवली.

''अं, सर, तुम्ही... मिस सेंटक्लेरचे मित्र आहात का?''

''त्यांच्या एका मित्राच्या विनंतीवरून मी आलो आहे.''

''ओह, अच्छा. मला वाटलं की कदाचित...''

अचानक प्वारोने खिडकीकडे इशारा केला.

''तुमच्या खिडकीचे पडदे रात्री बंद केलेले नव्हते का?''

''नाही म्हणूनच मिस सेंटक्लेरला दिव्याचा उजेड इतका नीट दिसला असणार.''

''काल रात्री चंद्रप्रकाश भरपूर होता. तुम्ही खिडकीकडे तोंड करून बसला होतात, तर तुम्हाला बाहेरून येणारी मिस सेंटक्लेर कशी दिसली नाही, याचंच मला आश्चर्य वाटतंय.''

''मला वाटतं आम्ही सगळे खेळण्यात गुंगलो होतो. असं काही आमच्यासोबत कधीच घडलं नाहीये.''

''हो, मी समजू शकतो मॅडम आणि तुम्ही आता काळजी करू नका. उद्या मिस सेंटक्लेर इथून निघेल.''

''ओह!'' त्या बाईच्या चेहऱ्यावरील मळभ दूर झालेलं दिसलं.

''आम्ही निघतो. गुड मॉर्निंग मॅडम.''

आम्ही पुढच्या दाराने बाहेर पडलो, तेव्हा एक नोकर बाई पायऱ्या साफ करत होती. प्वारो तिला म्हणाला, ''वरच्या मजल्यावरच्या त्या तरुणीच्या चपला तूच स्वच्छ केल्यास का?''

तिने नकारार्थी मान हलवली. ''नाही, सर. मला नाही वाटत त्या चपला स्वच्छ केल्यायत.''

''पण मग त्या स्वच्छ केल्या कोणी?'' पायऱ्या उतरून जाता जाता मी प्वारोला विचारलं.

''कोणीच नाही. त्यांना धुवायची गरजच नव्हती.''

''एखाद्या रात्री रस्त्यावरून चाललं, तर चपला इतक्या खराब होणार नाहीत, मान्य आहे; पण बागेतल्या उंच गवतातून पळत आल्यावर तर त्या नक्कीच मातीने भरतील ना.''

''हो,'' प्वारो गूढ हसत म्हणला. ''तसं झालं असतं तर नक्कीच त्या मळल्या असत्या.''

''पण...''

''जरा अर्धा तास कळ काढ, मित्रा. आपण पुन्हा मॉ देसीरला चाललोय.''

५

आम्हाला पुन्हा आलेलं बघून तो बटलर आश्चर्यचकित झाला; पण त्याने काहीही खळखळ न करता आम्हाला वाचनालयात नेलं.

प्वारो रस्त्याच्या दिशेने उघडणाऱ्या खिडकीकडे जाऊ लागला, तसं मी मोठ्याने म्हणालो, ''अरे, ती चुकीची खिडकी आहे.''

''मला नाही वाटत. इथे बघ, मित्रा.'' त्याने त्या दुसऱ्या खिडकीच्या आसनावरच्या सिंहाच्या डोक्याकडे निर्देश केला. त्यावर एक फिकट लालसर डाग दिसत होता. तसाच आणखी एक डाग जमिनीवरही होता.

''कोणीतरी रीडबर्नला आवळलेल्या मुठीने डोळ्यांच्या मधोमध जोरात ठोसा मारला. तो मागे या संगमरवरी सिंहाच्या डोक्यावर आपटला आणि मग जमिनीवर पडला. नंतर त्याला ओढत ओढत दुसऱ्या खिडकीपाशी नेलं गेलं आणि तिथे ठेवलं गेलं; पण डॉक्टरांच्या सांगण्यानुसार तो जमिनीवर वेगळ्याच कोनात पडलेला सापडला.''

"पण का? हे तर पूर्णपणे अनावश्यक वाटतंय."

"उलट. तेच अत्यंत महत्त्वाचं होतं. शिवाय खुन्याच्या ओळखीकरता ते अत्यंत गरजेचं होतं. हां; पण त्याला मुद्दाम काही रीडबर्नचा खून करायचा नव्हता, त्यामुळे त्याला खरंतर खुनी नाही म्हटलं पाहिजे. तो खरोखर खूपच दणकट मनुष्य असणार!"

"त्याने रीडबर्नला ओढत दुसऱ्या खिडकीपर्यंत नेलं म्हणून?"

"तेवढंच नाही. ही एक अत्यंत रंजक केस आहे. मी स्वतःच जवळपास मूर्ख बनत होतो."

"म्हणजे तुला असं म्हणायचंय की, आता सगळं संपलंय आणि तुला सगळं समजलंय?"

"हो."

अचानक मला काहीतरी आठवलं. "नाही! एक गोष्ट तुला अजूनही माहीत *नाहीये!*"

"कोणती?"

"हरवलेला किल्वर राजा कुठे आहे ते तुला माहीत नाहीये!"

"अं? फारच गंमत करतोस बुवा तू. फारच गंमत."

"का?"

"कारण, तो माझ्या खिशात आहे!" त्याने झर्रकन खिशातून किल्वर राजा काढला.

"अरेच्चा!" मी जरा निराश होत म्हणालो. "तुला कुठे सापडला? इथे?"

"नाही, या पत्त्याच्या बाबतीत काहीही सनसनाटी नाहीये. तो खेळताना चुकून पाकिटातच राहिला होता."

"हं, हं; पण त्यामुळे तुला काहीतरी कल्पना सुचली. हो ना?"

"हो, मित्रा. त्याबद्दल या किल्वर राजाचे आभार."

"आणि मॅडम झाराचेही."

"अरे हो, तिचेही."

"मग आता आपण काय करणार आहोत?"

"आपण आता परत जायचं; पण त्यापूर्वी मला डेझीमीडमधल्या एका मॅडमशी जरा बोलायचं आहे."

मागच्या वेळेच्याच नोकर बाईने दार उघडलं.

"सगळे जेवायला बसलेत, सर आणि मिस सेंटक्लेरला भेटायचं असेल, तर त्या आराम करतायत."

''फक्त काही मिनिटांसाठी मला मिसेस ऑग्लँडरना भेटायचं आहे. त्यांना सांगाल का?''

आम्ही बैठकीच्या खोलीत वाट बघत थांबलो. तिथे जाता जाता मला जेवणाच्या खोलीत ते कुटुंब दिसलं. आता तिथे दोन दणकट पुरुषही बसलेले होते. एकाला मिशी होती आणि दुसऱ्याला मिशी व दाढीसुद्धा होती.

काही मिनिटांतच मिसेस ऑग्लँडर खोलीत आल्या. त्या प्रश्नार्थक मुद्रेने प्वारोकडे पाहत होत्या.

मान तुकवत तो म्हणाला, ''मॅडम, आपल्या देशात, आईला फार प्रेमाची आणि आदराची वागणूक दिली जाते. *कोणत्याही कुटुंबातली आई ही सर्वस्व असते!''*

प्वारोच्या अशा बोलण्याने मिसेस ऑग्लँडर चकितच झाल्या.

''आणि त्याच कारणासाठी मी एका आईची चिंता मिटवायला आलो आहे. मिस्टर रीडबर्नचा खुनी सापडणार नाही. तुम्ही भीती बाळगू नका. मी, एर्क्युल प्वारो तुम्हाला तसा शब्द देतो. माझं म्हणणं बरोबर आहे ना? की मला एका पत्नीची समजूत काढायची आहे?''

काही क्षण कोणीच बोललं नाही. मिसेस ऑग्लँडर प्वारोचा अंदाज घ्यायचा प्रयत्न करत होत्या. शेवटी त्या शांतपणे म्हणाल्या, ''तुम्हाला कसं कळलं मला माहीत नाही; पण हो. तुमचं बरोबर आहे.''

प्वारोने गंभीरपणे मान डोलावली. ''मला इतकंच म्हणायचं होतं, मॅडम; पण काळजी करू नका. तुमच्या इंग्लिश पोलिसांची नजर प्वारोइतकी तीक्ष्ण नाहीये!'' असं म्हणून त्याने भिंतीवरच्या त्यांच्या एका फोटोकडे बोट दाखवलं.

''तुमची आणखी एक मुलगी होती ना, मॅडम? ती वारली का?''

पुन्हा त्या लगेच काही बोलल्या नाहीत. पुन्हा प्वारोच्या विचारांचा अंदाज घेत त्या म्हणाल्या, ''हो, ती वारलीये.''

''ओह!'' प्वारो उद्गारला. ''ठीके तर मग. आम्हाला शहरात परतायला हवं. तुमच्या पत्त्यांच्या पाकिटात हा किल्वर राजा पुन्हा ठेवून देऊ ना? तुमची ही एकच लहानशी चूक झाली. कळलं ना, तुम्ही तासाभरापेक्षा जास्त वेळ ब्रिज खेळत होतात, तेही फक्त एकावन्न पत्ते घेऊन. या खेळाबद्दल थोडी माहिती असलेली व्यक्तीसुद्धा यावर विश्वास ठेवणार नाही! *गुड डे!''*

''आणि मित्रा, आता सगळं तुझ्यासमोर स्पष्ट आहे!'' तो मला म्हणाला.

''मला काहीही कळलं नाहीये. रीडबर्नला कोणी मारलं?''

''जॉन ऑग्लँडर ज्युनियरनी. त्याला यांच्यापैकी वडलांनी मारलं की मुलाने हे मला नीट कळत नव्हतं; पण मुलगा दोघांमध्ये जास्त बळकट आणि तरुण असल्याने

तोच असावा असा मी अंदाज बांधला. त्या खिडकीमुळे मला कळलं की, या दोघांपैकीच एक जण असणार.''

''कसं काय?''

''वाचनालयातून बाहेर पडायला चार मार्ग होते. दोन दारं आणि दोन खिडक्या; पण त्यांना एकाचीच गरज होती. तीन मार्ग या ना त्या प्रकारे पुढच्या बाजूकडे जात होते. व्हॅलेरी डेझीमीडमध्ये योगायोगाने आली असं भासवण्याकरता ही घटना मागच्या बाजूच्या खिडकीपाशीच घडणं गरजेचं होतं. ती बेशुद्ध पडली हे खरंच आहे आणि जॉन ऑग्लँडरने खांद्यावरून तिला उचलून आणलं म्हणून मी म्हणालो की तो खूपच दणकट असणार.''

''म्हणजे ते दोघं तिथे एकत्र गेले होते?''

''हो. तुला आठवतं, मी जेव्हा व्हॅलेरीला विचारलं की, ती एकटी जायला घाबरली नाही का, तेव्हा ती क्षणभर अडखळली. जॉन ऑग्लँडर तिच्यासोबत गेला आणि त्यामुळे रीडबर्न जास्तच चिडला असणार. त्यांच्यात भांडण झालं आणि तो कदाचित व्हॅलेरीला काहीतरी अपमानास्पद बोलला असणार, त्यामुळे ऑग्लँडरने त्याला ठोसा मारला असणार. बाकी तुला माहीतच आहे.''

''पण मग ब्रिजच का?''

''ब्रिज खेळायला चार लोक लागतात हे कोणीही गृहीत धरणार ना. अशी एखादी साधीशी गोष्ट लोकांना सहज पटते. पूर्ण संध्याकाळभर तिथे तीनच लोक बसले होते असं कोणाला वाटणारच नाही.''

मी अजूनही गोंधळलेलो होतो.

''मला एक गोष्ट समजत नाही. या ऑग्लँडर्सचा नर्तिका व्हॅलेरी सेंटक्लेरशी काय संबंध?''

''हं, हे तुझ्या लक्षात कसं काय आलं नाही? आणि तरी तू त्या भिंतीवरच्या फोटोकडे बराच वेळ निरखून बघत होतास. माझ्यापेक्षाही जास्त वेळ. मिसेस ऑग्लँडरची दुसरी मुलगी त्या कुटुंबाकरता मेलेली असेल; पण जग तिला व्हॅलेरी सेंटक्लेर म्हणून ओळखतं.''

''काय!!''

''त्या दोन बहिणींना एकत्र पाहिलंस, तेव्हा तुला त्यांच्यातलं साम्य जाणवलं नाही?''

''नाही,'' मी कबूल केलं. ''मला तर उलट वाटलं की, त्या दोघी किती वेगवेगळ्या आहेत.''

''कारण, माझ्या प्रिय मित्रा, तू बाह्य गोष्टींनी फार प्रभावित होतोस. त्यांची चेहरेपट्टी जवळपास सारखीच आहे. त्वचेचा रंगही. यातली रंजक गोष्ट अशी की,

व्हॅलेरीला तिच्या कुटुंबाची लाज वाटते आणि तिच्या घरच्यांना तिची लाज वाटते, तरीही अशा संकटाच्या वेळी ती आपल्या भावाकडे मदतीसाठी आली आणि जेव्हा असं काहीतरी भयंकर घडून गेलं, तेव्हा ते सगळे एकमेकांसोबत भक्कमपणे उभे राहिले. कुटुंबाची शक्ती मोठी असते ती अशी. खरोखरच. हे तर अख्खंच कुटुंब चांगलं नाटक वठवू शकतं. तिथूनच तर व्हॅलेरीला तिचं कौशल्य मिळालंय. राजपुत्र पॉलप्रमाणेच माझाही आनुवंशिकतेवर विश्वास आहे! त्यांनी तर *मला* फसवलंच; पण नशिबाने तो एक लहानसा अपघात घडला आणि मिसेस ऑग्लँडर आणि त्यांची मुलगी ब्रिज खेळायला कुठे बसल्या होत्या या त्यांच्या सांगण्यात तफावत आढळली म्हणून नाहीतर त्यांनी एर्क्युल प्वारोला हरवलंच होतं!''

''आता तू राजपुत्राला काय सांगणार आहेस?''

''हेच की, व्हॅलेरीने हा खून केलेला असणं शक्य नाही आणि तो भिकारी सापडण्याची काहीच शक्यता नाही. शिवाय मी त्याला झाराला माझ्याकडून शुभेच्छाही द्यायला सांगणार आहे. काय योगायोग आहे बघ! मला वाटतं मी या प्रकरणाला किल्वर राजाचं रहस्य म्हणणार आहे. तुला काय वाटतं, मित्रा?''

हेलनचा चेहरा

मिस्टर सॅटर्थवाइट ऑपेराला गेला होता आणि पहिल्या मजल्यावरच्या मोठ्या बॉक्समध्ये एकटाच बसला होता. त्याच्या बॉक्सच्या दाराबाहेर त्याच्या नावाचं छापील कार्ड होतं. सर्व प्रकारच्या कलांचा जाणकार आणि रसिक असलेल्या मिस्टर सॅटर्थवाइटला चांगलं संगीत खासकरून आवडायचं आणि तो दरवर्षी 'कॉव्हेंट गार्डन'चा नेहमीचा सदस्य असायचा. तो संपूर्ण हंगामभर दर मंगळवारी आणि शुक्रवारी एक बॉक्स राखीव करून ठेवायचा.

पण तो फार वेळा तिथे एकटा बसायचा नाही. तो अत्यंत समाजप्रिय गृहस्थ होता आणि तो ज्या जगाचा भाग होता, त्यातल्या उच्चभ्रूंना आणि कला जगतातल्या अभिजात वर्गालाही तो आपल्या बॉक्समध्ये नेहमी आमंत्रित करायचा. एका काउंटेसने त्याला निराश केल्यामुळे आज तो एकटाच बसला होता. ही काउंटेस सुंदर आणि सुप्रसिद्ध तर होतीच, शिवाय ती एक चांगली आईही होती. तिच्या मुलांना सर्वसामान्यपणे होणारे आणि काळजीत पाडणारे गालगुंड झाले होते आणि काउंटेस उगाच रडत, कडक इस्त्रीचे कपडे घातलेल्या परिचारिकांसोबत घरीच थांबली होती. तिच्या पतीने तिला केवळ ही मुलं आणि हे पद दिलं होतं; पण एकंदरीत तो अगदीच क्षुल्लक होता. त्याने ही संधी साधून यायचं टाळलं होतं, कारण त्याला संगीताचा अत्यंत कंटाळा यायचा.

तर, अशा प्रकारे मिस्टर सॅटर्थवाइट एकटाच बसला होता. *कॅव्हॅलेरिया रस्टिकाना* आणि *पॅग्लिआची* त्या रात्री कार्यक्रम करत होते. पहिलं गाणं त्याला आवडत नसल्याने पडदा पडल्यानंतर तो आला, तेव्हा मंचावर नुकताच सॅन्टुझाचा मृत्यू होऊन पडदा खाली येत होता. लोक एकमेकांना भेटायला किंवा कॉफी-सरबतं घ्यायला गर्दी करत बाहेर पडण्यापूर्वी त्याने सराईतपणे प्रेक्षकांत नजर फिरवली. मिस्टर सॅटर्थवाइटने आपला ऑपेरासाठीचा चष्मा ठीकठाक केला आणि पुन्हा लोकांमध्ये नजर फिरवून आपलं भक्ष्य ठरवलं. मग पुढे काय करायचं याची योजना त्याने नक्की केली. मात्र ती प्रत्यक्षात काही उतरली नाही. कारण, त्याच्या बॉक्सच्या बाहेरच तो एका उंच, गडद वर्णाच्या मनुष्यावर जाऊन आदळला. त्याने त्याला ओळखलं आणि अत्यंत आनंदाने आणि उत्साहाने उद्गारला, ''मिस्टर क्विन!''

त्याने आपल्या मित्राचा हात हातात घेतला. जणू काही तो पकडला नसता, तर तो मित्र पुढच्याच क्षणी हवेत अदृश्य झाला असता.

''तू माझ्याच बॉक्समध्ये आलं पाहिजेस,'' मिस्टर सॅटर्थवाइटने ठरवूनच टाकलं. ''तू कोणाच्या बरोबर आला नाहीयेस ना?''

''नाही, मी एकटाच खाली स्टॉल्समध्ये बसलो होतो,'' मिस्टर क्विन हसून म्हणाला.

''मग ठरलं तर,'' सुटकेचा निःश्वास टाकत मिस्टर सॅटर्थवाइट म्हणाला.

जर कोणी त्याचं तेव्हाचं वागणं पाहिलं असतं, तर त्याला ते हास्यास्पदच वाटलं असतं.

''तू फार चांगला आहेस,'' मिस्टर क्विन म्हणाला.

''काही नाही रे. मला आनंदच झालाय. मला माहीत नव्हतं तुला संगीतात रस आहे ते?''

''मी *पॅग्लिआचीकडे* आकर्षित होण्यामागे काही कारणं आहेत.''

''ओह, अच्छा! अर्थातच,'' मिस्टर सॅटर्थवाइट म्हणाला आणि त्याने मोठ्या गंभीरपणे मान डोलावली. खरंतर त्याने तसं का म्हटलं हे त्यालाही स्पष्ट करून सांगता आलं नसतं. ''हो, अर्थातच तसं असणार,'' तो पुन्हा म्हणाला.

पहिली घंटा झाल्यावर ते दोघंही बॉक्समध्ये गेले. तिथल्या कठड्यावरून खाली ते इतर लोकांकडे पाहू लागले.

''ते डोकं काय सुंदर आहे बघ,'' अचानक मिस्टर सॅटर्थवाइट म्हणाला.

त्याने त्यांच्या थेट खालच्या खुर्च्यांपैकी एकीकडे चश्म्याने निर्देश केला. तिथे एक मुलगी बसली होती; पण तिचा चेहरा दिसत नव्हता. जणू एखादी घट्ट टोपी घालावी तसे तिचे सोनेरी केस डोक्यावर चापूनचोपून बसले होते आणि त्याखाली तिची गोरीपान मान दिसत होती.

''हे एखाद्या ग्रीक मुलीचं डोकं आहे,'' मिस्टर सॅटर्थवाइट आदराने म्हणाला. ''अगदी शुद्ध ग्रीक,'' तो आनंदाने सुस्कारत म्हणाला. ''जर असा विचार केला, तर आश्चर्यच वाटेल; पण खरंच, किती कमी जणांचे केस खरोखर त्यांच्या डोक्याला *व्यवस्थित बसणारे* असतात. आता बायका केस छोटे कापायला लागल्यापासून तर ते जास्तच जाणवतं.''

''तू किती बारीक निरीक्षण करतोस,'' मिस्टर क्विन उद्गारला.

''हो, मला असल्या गोष्टी फार दिसतात,'' मिस्टर सॅटर्थवाइटने कबूल केलं. ''उदाहरणार्थ, या मुलीचं डोकं माझ्या लगेचच लक्षात आलं. आपण आत्ता नाही तर नंतर तरी तिचा चेहरा बघायलाच हवा; पण माझी खात्री आहे की, तो त्या केसांना शोभेलसा नसेलच. कारण, हजारात एखाद्याच वेळी तसं घडतं.''

तो हे बोलतो न बोलतो तोच दिवे बंद झाले आणि ऑपेरा सुरू झाला. एक नवीन टेनर, जो दुसरा कॅरूसो असल्याचं बोललं जात होतं, तो त्या रात्री गात होता. वर्तमानपत्रांनी तो युगोस्लाव्ह, झेक, अल्बानियन, मॅग्यार आणि बल्गेरियन असल्याचं अतिशय निष्पक्षपातीपणे म्हटलं होतं. अल्बर्ट हॉलमध्ये त्याने त्याच्या मूळ गावातल्या टेकड्यांमधली लोकगीतं सादर करून अत्यंत सुंदर कार्यक्रम केला होता. त्यासाठी खास ट्यून केलेला ऑर्केस्ट्राही होता. ती वाद्यं एका वेगळ्याच प्रकारे म्हणजे अर्ध्या स्वराच्या फरकाने लावलेली होती आणि होऊ घातलेल्या संगीतिकेने त्यांना 'फारच अद्‌भुत' असं म्हटलं होतं. खऱ्या संगीतकारांनी मात्र अजून आपलं मत जाहीर केलं नव्हतं. त्यांच्या मते काहीही समीक्षा करण्यापूर्वी त्या प्रकारच्या संगीतासाठी कान तयार होणं गरजेचं होतं. या संध्याकाळी मात्र योआशबिम हा सर्वसामान्य इटालियन पात्राप्रमाणे सर्व प्रसंगात रडून, हुंदके देऊन गाऊ शकत होता, ते पाहून बऱ्याच लोकांनी सुटकेचा निःश्वास टाकला होता.

पडदा पडला आणि टाळ्यांचा कडकडाट झाला. मिस्टर सॅटर्थवाइटने मिस्टर क्विनकडे पाहिलं. क्विन मात्र त्यानेच पहिल्यांदा मतप्रदर्शन करण्यासाठी थांबला होता, असं त्याच्या लक्षात आलं. कारण, शेवटी त्याला यातलं *ज्ञान* होतं. एक समीक्षक म्हणून तो जवळपास कायमच भरवशाचा होता.

शेवटी त्याने हळूहळू मान डोलावली.

''खरं आहे,'' तो म्हणाला.

''असं वाटतं तुला?''

''खरोखरच कॅरूसोइतका चांगला आवाज आहे त्याचा. लोकांच्या ते लगेच लक्षात येणार नाही. कारण, त्याचं गाण्याचं तंत्र अजून तेवढं परिपूर्ण झालेलं नाहीये. काही ठिकाणी किंचित कणसूर आहे, काही ठिकाणी आत्मविश्वास जरा कमी आहे; पण त्याचा आवाज... अप्रतिम आहे!''

''मी अल्बर्ट हॉलला त्याच्या कार्यक्रमाला गेलो होतो,'' मिस्टर क्विन म्हणाला.

''हो? मला नव्हतं जमलं जायला.''

''धनगरांचं एक गाणं फारच छान झालं होतं.''

''मी वाचलं त्याबद्दल. ध्रुवपदानंतर एक उच्च स्वर येतो, एखाद्या किंकाळीसारखा. ए आणि बी फ्लॅट नोट्सच्या अधलामधला. फारच इंटरेस्टिंग आहे हे,'' मिस्टर सॅटर्थवाइट म्हणाला.

योआशबिमने हसत, खाली झुकून तीन वेळा अभिवादन केलं. दिवे पुन्हा लागले आणि लोक बाहेर पडू लागले. मिस्टर सॅटर्थवाइट सोनेरी केस असलेली मुलगी बघायला खाली वाकला. ती उठली, तिने आपला स्कार्फ नीट केला आणि ती वळली.

मिस्टर सॅटर्थवाइटला धक्काच बसला. त्याला माहीत होतं की, जगात असे चेहरे असतात, जे इतिहास रचतात.

ती मुलगी खुर्च्यांच्या रांगांपलीकडच्या जागेतून जाऊ लागली. तिच्यासोबत एक तरुणही होता. मिस्टर सॅटर्थवाइटच्या लक्षात आलं की, आजूबाजूचे सगळे पुरुष कसे तिच्याकडे पुन्हा पुन्हा चोरून कटाक्ष टाकत होते.

''सौंदर्य!'' मिस्टर सॅटर्थवाइट स्वतःशीच पुटपुटला. ''सौंदर्य अशी एक गोष्ट असते. मोहिनी नाही, आकर्षण नाही किंवा चुंबकासारखं खेचून घेणंही नाही. हे केवळ सौंदर्य आहे. चेहऱ्याचा आकार, भुवईची रेषा, जिवणी... द फेस दॅट *लाँचूड अ थाउजंड शिप्स...*'' तो पुटपुटला आणि त्याला त्या ओळींचा अर्थ पहिल्यांदाच नीट समजला.

त्याने मिस्टर क्विनकडे पाहिलं. तो सगळं समजल्याच्या अविर्भावात त्याच्याकडे असा काही बघत होता की दोघांना काही बोलायची गरजच पडली नाही.

''मी नेहमी विचार करतो की, अशा बायका खऱ्या कशा असतील,'' मिस्टर सॅटर्थवाइट म्हणाला.

''म्हणजे?''

''म्हणजे सगळ्या हेलन्स, क्लिओपॅट्राज, मेरी स्टुअर्ट्स...''

मिस्टर क्विनने विचार करत मान डोलावली.

''जर आपण बाहेर पडलो, तर आपल्याला दिसू शकेल.''

ते दोघं एकत्रच बाहेर पडले आणि आपल्या शोधात त्यांना यशही आलं. जिन्याच्या मध्यातल्या लाउंजवर ते जोडपं बसलं होतं. पहिल्यांदाच मिस्टर सॅटर्थवाइटचं त्या तरुणाकडे लक्ष गेलं. गडद वर्णाचा तो तरुण फार देखणा नव्हता; पण त्याच्या आत एक अस्वस्थपणाची आग धुमसत असल्यासारखं वाटत होतं. त्याच्या चेहऱ्याला विचित्रच कोन होते. उंच आलेली गालफडं, किंचित वाकडी जिवणी आणि छपरासारख्या भुवयांच्या खाली खोल खोबणीतले घारे डोळे.

''इंटरेस्टिंग चेहरा आहे याचा,'' मिस्टर सॅटर्थवाइट स्वतःशीच म्हणाला. ''या चेहऱ्यात काहीतरी खरंखुरं आहे. त्याला काहीतरी अर्थ आहे.''

तो तरुण पुढे वाकून बोलण्यात गुंग होता. ती मुलगी ऐकत होती. ते दोघंही मिस्टर सॅटर्थवाइटच्या जगतातले नव्हते. त्या मुलीने हिरव्या रंगाचा, स्वस्तातल्या सिल्कचा झगा घातला होता. त्याला फारसा चांगला आकारउकारही नव्हता. पांढऱ्या सॅटीनचे तिचे बूट मळलेले होते. त्या तरुणाने कार्यक्रमाला येण्यासाठी म्हणून जे कपडे घातले होते, त्यात तो अस्वस्थ वाटत होता.

त्या दोघांच्या जवळून हे दोघं कितीतरी वेळा इकडून तिकडे चालत गेले. तिसऱ्या वेळेला ते जात असताना त्या जोडप्यापाशी आणखी एक तरुण येऊन बसला होता. एखादा कारकून वाटावा असा एक गोरटेला तरुण. त्याच्या येण्याने

तिथे एक प्रकारचा तणाव निर्माण झाला. नवीन आलेला तरुण अस्वस्थ वाटत होता आणि सारखा आपल्या टायशी चाळा करत होता. ती सुंदर मुलगी गंभीर चेहऱ्याने त्याच्याकडे पाहत होती आणि पहिला तरुण संतापाने धुमसत होता.

''नेहमीचीच कहाणी,'' मिस्टर क्विन जाता जाता हळूच म्हणाला.

''हो,'' मिस्टर सॅटर्थवाइट सुस्कारा सोडत म्हणाला. ''मला वाटतं ते अटळच आहे... एका हाडकासाठी दोन कुत्र्यांनी गुरगुरणं. असं कायमच घडत आलंय आणि पुढेही घडत राहील आणि तरीही आपण वेगळं काहीतरी होण्याची इच्छा करतो. सौंदर्य...'' तो अचाक थांबला. त्याच्या मते सौंदर्य ही काहीतरी फार अद्‌भुत गोष्ट होती. त्याला सौंदर्याबद्दल बोलायला अवघड वाटायचं. त्याने क्विनकडे पाहिलं. क्विनने गंभीरपणे मान डोलावली.

ते दुसऱ्या प्रवेशासाठी पुन्हा आपल्या जागी जाऊन बसले.

कार्यक्रम संपल्या संपल्या मिस्टर सॅटर्थवाइट आपल्या मित्राकडे वळला.

''आज पाऊस आहे. माझी गाडी आणली आहे. मी तुला हवं तिथे सोडतो.''

त्याने मुद्दामच 'घरी सोडतो' न म्हणता सफाईदारपणे 'हवं तिथे सोडतो' असा शब्दप्रयोग केला होता. घरी म्हटलं असतं, तर उगाच उत्सुकता दाखवल्यासारखं झालं असतं. कारण, मिस्टर क्विन अत्यंत मितभाषी होता. मिस्टर सॅटर्थवाइटला त्याच्याबद्दल फारसं काहीच माहीत नव्हतं.

''पण कदाचित तुझीही गाडी असेलच बाहेर थांबलेली...?'' तो पुढे म्हणाला.

''नाही, माझी गाडी नाहीये,'' मिस्टर क्विन म्हणाला.

''मग...''

पण मिस्टर क्विनने नकारार्थी मान हलवली.

''तू फार चांगला आहेस; पण मला माझं माझंच जायला आवडेल,'' असं म्हणून तो वेगळंच हसला. ''जर काही घडलंच... तर तुलाच काहीतरी करावं लागेल. गुडनाइट आणि थँक्यू. पुन्हा एकदा आपण एकत्र नाटक पाहिलं.''

तो इतक्या पटकन निघून गेला की, मिस्टर सॅटर्थवाइटला उत्तरही देता आलं नाही; पण त्याचं मन किंचित अस्वस्थ मात्र झालं. मिस्टर क्विन म्हणाला ते नाटक नक्की कोणतं? *पॅग्लिआची* की दुसरं?

मिस्टर सॅटर्थवाइटच्या गाडीचा चालक मास्टर्स याला जवळच्याच एखाद्या गल्लीत थांबायची सवय होती. ऑपेरा हाउसच्या बाहेर गाड्यांच्या रांगा लागायच्या ते त्याच्या मालकाला मुळीच आवडायचं नाही. आत्ताही नेहमीप्रमाणे तो भराभर चालत मास्टर्सने गाडी लावलेल्या गल्लीपाशी चालत आला. त्याच्या समोर एक मुलगी आणि एक तरुण चालत होते. त्याने त्यांना ओळखलं, तेवढ्यात आणखी एक तरुण त्यांच्याजवळ आला.

एक मिनिटभरात सगळं काही सुरू झालं. एक तरुण संतापून मोठ्याने काहीतरी म्हणाला. दुसरा दुखावला जाऊन विरोध करू लागला आणि मग झटापट सुरू झाली. ठोसे, संतापाने धुमसणं, मोठमोठ्याने श्वास घेणं, आणखी ठोसे, मग एक पोलीस अचानक कुठूनतरी अवतरला... आणि पुढच्या मिनिटाला भिंतीलगत घाबरून उभ्या असलेल्या मुलीपाशी मिस्टर सॅटर्थवाइट पोहोचला.

''तुम्ही इथे थांबलं नाही पाहिजे. कृपया चला,'' तो तिला म्हणाला.

त्याने तिचा दंड धरून तिला भर्रकन रस्त्यावरून पुढे नेलं. एकदा तिने मागे वळून पाहिलं.

''मी तिकडे जायला हवं...'' ती अडखळत म्हणाली.

मिस्टर सॅटर्थवाइटने नकारार्थी मान हलवली.

''तुम्ही असल्या गोष्टीत मध्ये पडणं चांगलं नाही. नाहीतर कदाचित तुम्हालाही त्यांच्याबरोबर पोलीस स्टेशनला जावं लागेल. मला नाही वाटत की तुमच्या दोन्ही... मित्रांना ते आवडेल.''

तो थांबला.

''ही माझी गाडी. तुम्ही परवानगी दिलीत तर मी तुम्हाला तुमच्या घरी सोडतो.''

त्या मुलीने त्याच्याकडे पाहिलं आणि अंदाज घेतला. मिस्टर सॅटर्थवाइटचा गंभीर प्रतिष्ठितपणा पाहून तिचं समाधान झालं. तिने होकार दिला.

''धन्यवाद,'' असं म्हणून ती गाडीत बसली. मास्टर्स दार उघडून उभाच होता.

तिने मिस्टर सॅटर्थवाइटला चेल्सीमधला एक पत्ता सांगितला. तोही तिच्यासोबत गाडीत बसला.

ती मुलगी खिन्न असल्याने बोलण्याच्या मनःस्थितीत नव्हती आणि तिच्या विचारांत व्यत्यय न आणण्याइतका मिस्टर सॅटर्थवाइट शहाणा होता; पण काही वेळाने ती स्वतःहूनच बोलू लागली.

''लोक इतका वेडेपणा का करतात, मला कळत नाही,'' ती वैतागून म्हणाली.

''हो ना. ते खरंच त्रासदायक असतं,'' मिस्टर सॅटर्थवाइटने तिची री ओढली.

त्याच्या थेट साधेपणाच्या बोलण्याने तिचं अवघडलेपण गळून पडलं. जणू तिला कोणापाशी तरी सगळं बोलायचं असल्यागत ती सांगू लागली.

''असं नव्हतं की... म्हणजे खरंतर असं झालं... मिस्टर ईस्टनी आणि मी बऱ्याच काळापासून मित्र आहोत. मी लंडनला आल्यापासून मित्र आहोत. त्याने माझ्या गात्या गळ्यासाठी फार केलंय. त्याने मला काही चांगल्या लोकांशी ओळखी करून दिल्या आणि तो फारच प्रेमळ आहे. तो खरोखर संगीताचा वेडा आहे. आजही त्याने मला इथे आणलं ते चांगलं झालं. मला माहीत आहे की, खरंतर

त्याला ते परवडण्यासारखं नव्हतं. मग मिस्टर बर्न्स आला आणि आमच्याशी बोलू लागला. मला वाटतं तो नीटच बोलत होता आणि फिल म्हणजे मिस्टर ईस्टनी त्यावरून रुसला. मला कळत नाही असं रुसायची काय गरज आहे. स्वतंत्र देशात राहतो आपण! आणि मिस्टर बर्न्स नेहमीच छान बोलतो, कधी चिडचिड करत नाही. मग नंतर आम्ही ट्यूबच्या दिशेने निघालो होतो, तेव्हा तो आमच्यापाशी आला. तो दोन शब्दही बोलला नव्हता तर अचानक फिलिपने वेड्यासारखा त्याला ठोसा मारला आणि... देवा रे! मला असं अजिबात आवडत नाही!''

''खरंच आवडत नाही?'' मिस्टर सॅटर्थवाइटने हळूच विचारलं.

ती लाजली; पण अगदी किंचितच. तिला मुद्दामहून पुरुषांना वश करायचं नव्हतं; पण हां, आता दोन पुरुष आपल्याकरता लढत आहेत म्हटल्यावर एक प्रकारचा छुपा आनंद होणारच; पण ते नैसर्गिक आहे. मिस्टर सॅटर्थवाइटला वाटलं की, तिच्या बाबतीत चिंता आणि मनाचा गोंधळच जास्त दिसत होता. त्याचं कारणही त्याला क्षणभराने मिळालं. कारण ती पुढे म्हणाली, ''त्याने त्याला फार मारायला नको.''

''यातला 'त्याला' म्हणजे नक्की कोण आहे?'' मिस्टर सॅटर्थवाइट अंधारात स्वतःशीच हसत पुटपुटला.

मग स्वतःच्या अंदाजानुसार त्याने विचारलं, ''म्हणजे... मिस्टर ईस्टनीने मिस्टर बर्न्सला फार मारायला नको असं तुम्ही म्हणताय का?''

तिने मान डोलावली.

''हो, तेच म्हणाले मी. किती भयंकर ना. मला माहीत असायला हवं होतं.''

गाडी पोहोचली होती.

''तुमच्याकडे फोन आहे?''

''हो.''

''मग तुम्हाला हवं तर नक्की काय घडलं ही माहिती काढून मी तुम्हाला फोन करून कळवू शकतो.''

तिचा चेहरा उजळला.

''खरंच! फार बरं होईल; पण तुम्हाला फार त्रास नाही ना पडणार?''

''अजिबातच नाही.''

तिने पुन्हा त्याचे आभार मानले आणि तिचा फोन नंबर दिला. मग जरा लाजून ती म्हणाली, ''माझं नाव गिलियन वेस्ट.''

तिच्या घरून निघून तिचं काम करण्यासाठी गाडीतून जाताना मिस्टर सॅटर्थवाइटच्या चेहऱ्यावर एक गूढ स्मित पसरलं होतं.

त्याच्या मनात आलं, 'म्हणजे इतकंच असतं तर... *चेहऱ्याचा आकार, जिवणीचा आकार...*'

पण त्याने दिलेलं वचन पूर्ण केलं.

पुढच्या रविवारी मिस्टर सॅटर्थवाइट क्यू गार्डन्सला ऱ्होडोडेंड्रॉन्सची फुलं बघायला गेला. बऱ्याच काळापूर्वी (मिस्टर सॅटर्थवाइटला तर खूप खूप काळ लोटल्यासारखं वाटत होतं) तो एका तरुणीसोबत तिथे ब्लूबेल्सची फुलं बघायला गेला होता. मिस्टर सॅटर्थवाइटला तिला लग्नाची मागणी घालायची होती आणि काय बोलायचं हे नेमके शब्दही त्याने आधीच ठरवलेले होते. ती ब्लूबेल्सची फुलं पाहून आनंदोद्‌गार काढत होती, त्याकडेही त्याचं फारसं लक्ष नव्हतं. कारण, तो मनातल्या मनात मागणी कशी घालायची याची उजळणी करत होता; पण तेव्हाच तो धक्का बसला. अचानक तिने फुलांबद्दल बोलायचं थांबवलं आणि मिस्टर सॅटर्थवाइटकडे (एक चांगला मित्र म्हणून) आपल्याला दुसऱ्या एकाविषयी वाटणाऱ्या प्रेमाची कबुली दिली. मिस्टर सॅटर्थवाइटने ठरवलेले शब्द मनात मागे सारले आणि आयत्या वेळी सुचेल तसा तो मित्रत्वाच्या भावनेने प्रेमळपणे सहानुभूतीचे दोन शब्द बोलला.

असा होता मिस्टर सॅटर्थवाइटचा रोमान्स. खरंतर तो व्हिक्टोरियन काळातला अतिशय कोमट असाच रोमान्स होता; पण तरी त्या प्रसंगामुळे त्याला क्यू गार्डन्सविषयी एक वेगळीच आपलेपणाची भावना होती. तो बरेचदा तिथे ब्लूबेल्स बघायला जायचा किंवा परदेशातून परतायला उशीर झाला, तर पुढच्या मोसमातली ऱ्होडोडेंड्रॉन्स बघायला जायचा. तिथे जाऊन तो सुस्कारे टाकायचा, भावनिक व्हायचा आणि जुन्या काळातल्या रोमँटिक पद्धतीने स्वतःचं मन रिझवायचा.

त्या दिवशी तो असाच फिरत फिरत टी हाउसेसच्या जवळून चालत होता, तेव्हा त्याला हिरवळीवरच्या एका टेबलाशी एक ओळखीचं जोडपं दिसलं. ती गिलियन वेस्ट आणि तो गोरटेला तरुण होता. त्याने त्या दोघांकडे पाहिलं त्याच क्षणी त्यांनीही त्याला ओळखलं. त्याने पाहिलं की, गिलियन लाजली आणि तिने पटकन आपल्या जोडीदाराला काहीतरी सांगितलं. दुसऱ्याच मिनिटाला तो मिस्टर सॅटर्थवाइटशी हस्तांदोलन करायला आला. त्यांनी त्याला चहा प्यायचं आमंत्रण दिलं आणि त्यानेही ते स्वीकारलं.

''सर, मी तुम्हाला सांगू शकत नाही की, तुम्ही त्या रात्री गिलियनची काळजी घेतलीत म्हणून मी तुमचा किती ऋणी आहे. तिने मला सांगितलं सगळं,'' मिस्टर बर्न्स म्हणाला.

''हो खरंय. तुम्ही फारच चांगले आहात,'' गिलियन म्हणाली.

मिस्टर सॅटर्थवाइटला छान वाटलं आणि त्या जोडीत रसही निर्माण झाला. त्यांचा निरागस भाबडेपणा, प्रामाणिकपणा त्याला स्पर्शून गेला. शिवाय त्यांच्याशी ओळख झाल्यास त्याला एका वेगळ्या जगात डोकवायची संधी मिळणार होती, जे जग त्याला फारसं माहीतच नव्हतं. हे लोक ज्या वर्गातले होते तो वर्ग त्याला पूर्णतः अपरिचित होता.

त्याच्या त्याच्या पद्धतीने का होईना; पण मिस्टर सॅटर्थवाइट दुसऱ्याशी सहानुभूतीपूर्वक बोलू शकायचा. त्यामुळे काही वेळातच ते दोघं त्याला सगळं काही सांगू लागले होते. मिस्टर बर्न्सचं नाव चार्ली होतं हे त्याला समजलं आणि त्या दोघांचं लग्न ठरलं असल्याचं ऐकून त्याला काहीच आश्चर्य वाटलं नाही.

''खरं सांगायचं, तर ते आजच दुपारी ठरलं, हो ना गिल?'' उत्साहाने मिस्टर बर्न्स म्हणाला.

तो एका शिपिंग कंपनीत कारकून होता. त्याला बरे पैसे मिळत होते, थोडेफार त्याने साठवलेलेही होते आणि त्या दोघांनी लवकरच लग्न करायचं ठरवलं होतं.

मिस्टर सॅटर्थवाइटने त्यांचं ऐकून घेतलं आणि त्यांचं अभिनंदनही केलं.

''एक सामान्य तरुण,'' मिस्टर सॅटर्थवाइट स्वतःशीच म्हणाला. ''अगदी सामान्य तरुण. छान, सरळसाधा आहे, स्वतःबद्दल भरभरून बोलतोय, स्वतःबद्दल फाजील आत्मविश्वास नाही; पण चांगलं मत नक्की आहे, फार देखणा नसला तरी दिसायला चांगला आहे; पण पाण्यालाही आग लागेल असं विलक्षण त्याच्यात काहीच नाही आणि त्या मुलीचं त्याच्यावर प्रेम आहे...''

मोठ्याने मात्र तो म्हणाला, ''आणि मिस्टर ईस्टनी...''

इतकं बोलून तो मुद्दामच थांबला; पण त्याच्या त्या शब्दांनी असं काहीतरी झालं की, जे त्याला अपेक्षितच नव्हतं. चार्लीचा चेहरा झाकोळला आणि गिलियनचा चेहरा त्रासलेला दिसू लागला. खरंतर त्रासलेलाही नाही, घाबरलेला दिसू लागला असं मिस्टर सॅटर्थवाइटच्या लक्षात आलं.

''मला आवडत नाहीये हे,'' ती मिस्टर सॅटर्थवाइटला हळू आवाजात म्हणाली, जणू तिच्या भावना त्याला समजल्या असत्या; पण तिच्या प्रियकराला कळल्या नसत्या. ''तुम्हाला माहितेय, त्याने माझ्यासाठी खूप काही केलंय. त्याने मला गाण्यासाठी प्रोत्साहन दिलं. आणि.. आणि त्यासाठी मदतही केली; पण मला आधीपासूनच माहीत होतं की माझा आवाज तितका चांगला नाहीये. अगदी गोड गळा म्हणतात तसा नाहीये. अर्थात माझ्या आयुष्यात काही मुली येऊन गेल्या आहेत...''

ती थांबली.

''तुला त्रासही सहन करावा लागलाच आहे,'' मिस्टर बर्न्स म्हणाला. ''प्रत्येक मुलीला तिची काळजी घेणारं कोणीतरी लागतं. गिलियनला बराच त्रास सहन करावा

लागलाय, मिस्टर सॅटर्थवाइट. ती दिसायला सुंदर आहे, हे तुम्ही पाहताच आहात आणि... खरंतर त्यामुळे बरेचदा मुली कोणत्या तरी वाईट गोष्टींत फसतात.''

मिस्टर सॅटर्थवाइटला त्याने बऱ्याच गोष्टी सांगितल्या ज्या त्याच्या मते वाईट किंवा तिला झालेला त्रास या सदरात मोडत होत्या. एका तरुणाने गोळी घालून आत्महत्या केली होती, एका बँक मॅनेजरने (ज्याचं लग्न झालेलं होतं!) गैरवर्तन केलं होतं, एक हिंसक अनोळखी माणूस (जो नक्कीच वेडा असणार!), एका वयस्कर कलाकाराचं वाईट वर्तन... गिलियनच्या मार्गावर हिंसक घटना आणि वाईट प्रसंगाचा जणू खच पडला होता. शेवटी मिस्टर बर्न्स म्हणाला, ''माझं मत विचाराल, तर मला वाटतं की हा ईस्टनी मनुष्य जरा वेडाच आहे. मी जर आलो नसतो, तर त्याने नक्कीच गिलियनला त्रास दिला असता.''

यावर तो असा हसला की, मिस्टर सॅटर्थवाइटला ते जरा मूर्खपणाचंच वाटलं. शिवाय त्यावर त्या मुलीने साधं स्मितही केलं नाही. ती गंभीरपणे मिस्टर सॅटर्थवाइटकडे पाहत होती.

''फिल ठीकठाक आहे,'' शेवटी ती म्हणाली. ''त्याला माझ्याबद्दल काळजी वाटते हे मला माहितीये आणि मलाही त्याच्याविषयी एखाद्या मित्राप्रमाणे काळजी वाटते; पण तेवढंच. त्यापेक्षा जास्त काहीच भावना मला त्याच्याविषयी नाहीत. चार्लीबद्दल समजल्यावर तो काय करेल मला माहीत नाही. मला भीती वाटतेय की तो...''

तिच्या मनात ज्या धोक्याच्या सावल्या फेर धरत होत्या त्या तिने बोलून दाखवल्या नाहीत.

''मी काहीही मदत करू शकत असेन तर नक्की सांगा,'' मिस्टर सॅटर्थवाइट प्रेमळपणे म्हणाला.

यावर चार्ली बर्न्स त्याला काहीसा रागावलेला वाटला; पण गिलियन म्हणाली, ''थँक्यू.''

पुढच्या गुरुवारी गिलियनसोबत चहा प्यायला जाण्याचं वचन दिल्यानंतर मिस्टर सॅटर्थवाइट निघाला.

गुरुवार आला तेव्हा मिस्टर सॅटर्थवाइटला भेटीची थोडी ओढ लागून रोमांचित वाटू लागलं. त्याने विचार केला, ''मी म्हातारा झालोय हे खरंय; पण इतकाही म्हातारा नाही की एखादा चेहरा पाहायची ओढही मला लागू नये... तो चेहरा...'' जणू काहीतरी संकट येऊ घातलं असल्यागत त्याने मान हलवली.

गिलियन एकटीच होती. चार्ली बर्न्स नंतर येणार होता. ती जास्त आनंदी दिसत होती असं मिस्टर सॅटर्थवाइटला वाटलं. जणू तिच्या मनावरून कसलं तरी मोठं ओझं उतरलं असावं. खरंतर तिनेच नंतर ते कबूल केलं.

''मला चार्ल्सबद्दल फिलला सांगायची फार भीती वाटत होती. खरंतर माझाच वेडेपणा होता तो. मी फिलला नीट ओळखायला हवं होतं. तो नाराज झाला हे खरंच आहे; पण तो खूप चांगला वागला. फारच गोड. हे बघा, त्याने मला आज सकाळी काय पाठवलं ते... लग्नाची भेट! किती छान ना?''

फिलिप ईस्टनीच्या परिस्थितीत असलेल्या तरुणाने अशी सुंदर भेट पाठवणं खरोखरच फार वाखाणण्याजोगं होतं. त्याने अगदी नुकताच बाजारात आलेला चार झडपा असलेला वायरलेस सेट तिला दिला होता.

''तुम्हाला माहितीये, आम्हाला दोघांना संगीत इतकं आवडतं ना... फिल म्हणाला की, जेव्हा जेव्हा मी यावर संगीत ऐकेन, तेव्हा मला त्याची थोडीशी तरी आठवण येईल आणि नक्कीच तसं होईल. कारण, आम्ही इतके चांगले मित्र होतो,'' ती म्हणाली.

''तुला तुझ्या मित्राचा अभिमान वाटला पाहिजे. त्याने खऱ्या खिलाडू वृत्तीने हा धक्का पचवला आहे,'' मिस्टर सॅटर्थवाइट हळुवारपणे म्हणाला.

गिलियनने मान डोलावली. त्याला दिसलं की, तिचे डोळे पाण्याने डबडबले होते.

''त्याने मला त्याच्याकरता एक गोष्ट करायला सांगितली आहे. आम्ही पहिल्यांदा भेटलो तीच तारीख आहे आज. त्याने मला विनंती केली की, आज रात्री मी चार्लीसोबत बाहेर न जाता घरीच शांतपणे या वायरलेस सेटवर संगीत ऐकत बसावं. मी म्हणाले की, मी नक्कीच तसं करेन. माझ्या मनाला त्याची इच्छा फारच स्पर्शून गेली आणि मी म्हणाले की, मी त्याची ऋणी आहे. मी स्नेहभावनेनेचे त्याचा विचार करेन.''

मिस्टर सॅटर्थवाइटने मान डोलावली; पण तो गोंधळला होता. एखाद्याच्या व्यक्तिमत्त्वाचा अंदाज बांधण्यात त्याची कधी चूक होत नसे आणि फिलिप ईस्टनी अशी भावनिक विनंती करेल, असं त्याला मुळीच वाटत नव्हतं. त्याला वाटलं होतं, त्यापेक्षा फिलिप फारच सामान्य निघाला असं त्याला वाटलं. गिलियनला मात्र ती कल्पना तिच्या मित्राच्या व्यक्तिमत्त्वाला साजेशीच वाटत होती, असं दिसत होतं. मिस्टर सॅटर्थवाइटची किंचित निराशा झाली. खरंतर तो स्वतः असा भावुक होता; पण इतर जग तसं नसेल, अशी त्याची अपेक्षा असायची. शिवाय असा भावुकपणा हा त्याच्या वयाला साजेसा होता. आधुनिक जगात त्याला काही थारा नव्हता.

त्याने गिलियनला गाणं म्हणून दाखवायला सांगितलं आणि तिने म्हटलं. तिचा आवाज गोड आहे, असं तो म्हणाला खरा; पण त्याला मनातून माहीत होतं की, तो सुमार दर्जाचा होता. तिला या क्षेत्रात जे काही यश मिळालं असतं ते तिच्या आवाजामुळे नाही तर चेहऱ्यामुळेच मिळालं असतं.

त्याला मिस्टर बर्न्सला भेटायची फारशी इच्छा नव्हती, त्यामुळे तो जायला उठला. त्याच क्षणी समोरच्या टेबलावरच्या एका वस्तूने त्याचं लक्ष वेधून घेतलं. जणू धुळकट अडगळीच्या ढिगावर एखादा हिरा उठून दिसावा, तशा स्वस्तातल्या शोभेच्या वस्तूंमध्ये ती वस्तू उठून दिसत होती.

पातळ हिरव्या काचेचं ते एक वक्राकार चंचूपात्र होतं. ते निमुळतं आणि सुंदर होतं. त्याच्या टोकाशी भलामोठा साबणाचा फुगा असावा, असा सप्तरंगी चमकता काचेचा गोल होता. त्याचं निरखून बघणं पाहून गिलियन म्हणाली, ''फिलने आणखी एक लग्नाची भेट दिली. तीच आहे ती. सुंदर आहे ना. तो काचेच्या वस्तू बनवण्याच्या कारखान्यात काम करतो.''

''खूप सुंदर आहे,'' मिस्टर सॅटर्थवाइट आदरपूर्वक म्हणाला. ''म्यूरानोमधल्या काच कारागिरांना हे पाहून अभिमान वाटला असता.''

तो तिथून निघाला, तेव्हा फिलिप ईस्टनीमधला त्याचा रस जास्तच वाढला होता. हा फारच रंजक तरुण होता आणि तरीही त्या अद्‌भुत सुंदर चेहरा असलेल्या मुलीने त्याच्याऐवजी चार्ली बर्न्सची निवड केली होती. किती विचित्र आणि अनाकलनीय आहे हे विश्व!

मिस्टर सॅटर्थवाइटच्या लक्षात आलं की, गिलियन वेस्टच्या अद्‌भुत सौंदर्यामुळे मिस्टर क्विनसोबतच्या त्याच्या संध्याकाळचा उद्देशच सफल झाला नव्हता. कारण, मिस्टर क्विन या गूढ गृहस्थाला तो जेव्हा जेव्हा भेटला होता, तेव्हा तेव्हा नंतर काहीतरी विचित्र आणि अनपेक्षित घटना घडल्या होत्या. या रहस्यमय मनुष्याला पुन्हा भेटण्याच्या उद्देशाने असावं कदाचित; पण मिस्टर सॅटर्थवाइट आर्लेचिनो रेस्तराँकडे वळला. इथे तो पूर्वी मिस्टर क्विनला भेटला होता आणि मिस्टर क्विन तिथे नेहमी जायचा.

मिस्टर सॅटर्थवाइट *आर्लेचिनोच्या* प्रत्येक खोलीत मोठ्या आशेने डोकावत फिरत होता; पण मिस्टर क्विनच्या गडद वर्णाच्या, हसऱ्या चेहऱ्याची झलक काही त्याला दिसत नव्हती; पण तिथे दुसरंच कोणीतरी बसलं होतं. एका लहानशा टेबलाशी फिलिप ईस्टनी एकटाच बसला होता.

रेस्तराँमध्ये बरीच गर्दी होती. मिस्टर सॅटर्थवाइट फिलिपच्या समोरच्या खुर्चीवर जाऊन बसला. त्याला अचानक विचित्रपणे उल्हसित वाटलं. जणू काही तो एका सनसनाटी घटनांच्या साखळीत अडकून त्याचा हिस्सा झाला असावा. हे जे काही चाललं होतं, त्याचा तो भाग होता. ऑपेराच्या वेळी मिस्टर क्विन काय म्हणाला होता, त्याचा अर्थ आता त्याच्या लक्षात आला. हे एक नाटक चालू होतं आणि त्यात एक महत्त्वाची भूमिका मिस्टर सॅटर्थवाइटला मिळाली होती. त्याने तो इशारा लक्षात घेऊन आपली वाक्यं अचूक म्हणायला हवी होती.

एखादी अटळ गोष्ट साध्य केल्याच्या भावनेने तो फिलिप ईस्टनीसमोर जाऊन बसला. त्याच्याशी संभाषण सुरू करणं अगदीच सोपं होतं. कारण, ईस्टनी बोलायला उत्सुकच होता. मिस्टर सॅटर्थवाइट नेहमीप्रमाणेच एक चांगला, सहानुभूतीपूर्वक ऐकणारा श्रोता होते. ते युद्धाबद्दल, स्फोटकांबद्दल, विषारी वायूंबद्दल बोलले. ईस्टनीकडे विषारी वायूंबद्दल सांगण्यासारखं बरंच होतं. कारण, युद्धाच्या काळातला बराचसा भाग तो या वायूंच्या उत्पादनाच्या कारखान्यांत कामाला होता. मिस्टर सॅटर्थवाइटला तो खूप इंटरेस्टिंग वाटला.

ईस्टनी म्हणाला की, एक वायू असा होता, जो कधीच वापरून पाहिला गेला नाही. कारण, आधीच युद्धविराम झाला. त्या वायूने अनेक महान गोष्टी साध्य करता आल्या असत्या असं बोललं गेलं. तो वायू एकदा केवळ हुंगला तरी प्राणघातक ठरणार होता. तो बोलता बोलता हातवारे आणि हावभावही करून दाखवत होता.

संभाषणाची गाडी पुढे गेली, तसा मिस्टर सॅटर्थवाइटने हळुवारपणे संगीताचा विषय काढला. ईस्टनीचा चेहरा त्यामुळे उजळला. खऱ्याखुऱ्या संगीतप्रेमीसारखा तो भरभरून बोलू लागला. त्यांनी योआशबिमचीही चर्चा केली. एका चांगल्या टेनर आवाजाला कोणीही मागे टाकू शकत नाही, यावर त्या दोघांचं एकमत झालं. ईस्टनीने लहानपणी कॅरूसोला ऐकलं होतं आणि तो ते कधीच विसरला नव्हता.

''तुम्हाला माहितेय, तो वाइन ग्लाससमोर गायला लागला की ग्लास फुटायचा!''

''मला तर ही दंतकथाच वाटायची,'' मिस्टर सॅटर्थवाइट म्हणाला.

''नाही, हे खरं आहे. माझा विश्वास आहे त्यावर. असं करणं शक्य आहे. फक्त प्रश्न अनुनादाचा आहे.''

त्याने तांत्रिक मुद्देही सांगितले. त्याचा चेहरा लालेलाल झाला होता आणि डोळे चमकत होते. संगीत विषयात त्याला भलताच रस दिसत होता आणि तो त्या विषयातला चांगलाच तज्ज्ञही होता, असं मिस्टर सॅटर्थवाइटच्या लक्षात आलं. त्याच्या लक्षात आलं की, आपण एका असामान्य डोकं असलेल्या तरुणाशी बोलत आहोत. तो अत्यंत बुद्धिमान होता. अजून त्याने त्या बुद्धिमत्तेला कदाचित योग्य वाट करून दिली नसावी; पण तो खरोखरच फार हुशार होता.

मग मिस्टर सॅटर्थवाइटच्या मनात चार्ली बर्न्स आणि गिलियन वेस्टचा विचार आला.

अचानक त्याच्या लक्षात आलं की, फारच उशीर होत होता आणि म्हणून त्याने वेटरला बिल आणायला सांगितलं. ईस्टनी काहीसा ओशाळला.

''माफ करा, मी बोलत सुटलो असा... पण चांगलं नशीबच म्हणायचं की, तुम्ही मला आज भेटलात. आज मला कोणाशी तरी बोलावंसं फार वाटत होतं,'' तो म्हणाला.

असं म्हणून तो वेगळंच काहीसं हसला. त्याचे डोळे अजूनही कसल्यातरी उत्तेजनाने चमकत होते; पण तरीही त्याच्याकडे पाहिल्यावर काहीतरी उदास वाटत होतं.

''मला छान वाटतं तुला भेटून. आपल्या संभाषणातून मलाच कितीतरी रंजक माहिती मिळाली,'' मिस्टर सॅटर्थवाइट म्हणाला.

मग तो निरोप घेऊन रेस्तराँमधून बाहेर पडला. बाहेर हवा उबदार होती. तो हळूहळू रस्त्याने चालत निघाला असताना त्याला काहीतरी वेगळंच जाणवलं. जणू तो एकटा चालत नव्हता. कोणीतरी त्याच्या शेजारून चालत होतं. तो भास असणार असं त्याने स्वतःला समजावलं, तरी त्याला ती जाणीव होतच राहिली. त्या अंधाऱ्या सुनसान रस्त्यावरून कोणीतरी त्याच्या बाजूने चालत होतं आणि कोण ते त्याला दिसत नव्हतं. त्याच्या मनात मात्र मिस्टर क्विनचा चेहरा उभा राहिला. त्यामागचं कारण त्यालाही कळलं नाही; पण मिस्टर क्विन त्याच्या शेजारून चालत होता, असं त्याला अगदी खरोखरच वाटत होतं; पण डोळ्यांना मात्र दिसत होतं की, तो एकटाच आहे.

त्याच्या डोक्यात मात्र मिस्टर क्विनचा विचार चालूच राहिला आणि त्याबरोबर आणखी एक विचार आला. काहीतरी करायची तातडीची गरज... जणू एखादी आपत्ती येणार होती. त्याने काहीतरी करायलाच हवं होतं आणि तेही पटकन. काहीतरी वाईट घडणार होतं आणि ते घडू न देणं त्याच्या हातात होतं.

ही भावना इतकी प्रबळ होती की, त्याने तो विचार झटकायचा प्रयत्न सोडून दिला. उलट त्याने डोळे मिटले आणि मिस्टर क्विनची ती प्रतिमा डोळ्यांसमोर आणायचा प्रयत्न केला. त्याला जर फक्त मिस्टर क्विनला प्रश्न विचारता आले असते..; पण तेवढ्यातही त्याच्या लक्षात आलं की, मिस्टर क्विनला प्रश्न विचारण्याचा काहीच फायदा नसतो. काही विचारलं असतं, तर तो म्हणाला असता, ''सगळे धागेदोरे तुझ्याच हातात आहेत की.''

धागेदोरे. कशाचे धागेदोरे? त्याने स्वतःच्या भावना आणि विचारांचं विश्लेषण केलं. धोक्याची घंटा वाजत होती. कोणाला बरं धोका होता?

अचानक त्याच्या डोळ्यांसमोर गिलियन वेस्ट उभी राहिली. एकटीच बसून वायरलेसवर संगीत ऐकणारी.

मिस्टर सॅटर्थवाइटने रस्त्याने जाणाऱ्या, एका वर्तमानपत्र विकणाऱ्या मुलाकडे एक पेनी फेकली आणि झटकन एक वर्तमानपत्र खेचून घेतलं. तो लगेचच लंडन रेडिओ प्रोग्रॅम दिलेल्या पानाकडे वळला. आज रात्री योआशबिमचा कार्यक्रम होता. तो साल्व्ह डीमोरा हे गाणं गाणार होता आणि त्यानंतर त्याच्या लोकगीतांतली निवडक गाणी सादर करणार होता. शेफर्ड्स साँग, द फिश, द लिट्ल डियर वगैरे.

मिस्टर सॅटर्थवाइटने वर्तमानपत्र चुरगाळलं. गिलियन आज काय ऐकणार हे त्याला समजल्याने तिची प्रतिमा अधिकच ठळकपणे त्याच्या मनात उमटली. एकटीच बसलेली...

फिलिप ईस्टनीने तिला केलेली विनंती विचित्रच नव्हती का? त्याच्या व्यक्तिमत्त्वाला साजेशी नव्हती. ईस्टनी अजिबातच असा भावुक वाटत नव्हता. त्याच्या तर भावना उत्कट, हिंसक होतील अशा होत्या... तो धोकादायकही ठरू शकला असता. कदाचित...

पुन्हा तो हडबडला. धोकादायक माणूस... या विचारात काहीतरी दडलं होतं. *'तुझ्याच हातात सगळे धागेदोरे आहेत.'* त्याला आठवलं. फिलिप ईस्टनीसोबतची भेट तशी विचित्रच होती. ईस्टनी म्हणाला होता की, नशिबानेच तुम्ही भेटलात. खरोखरच तो योगायोग होता का? की मिस्टर सॅटर्थवाइटला ज्या एकमेकांत गुंतलेल्या घटनांच्या साखळीचा भाग असल्याची जाणीव झाली होती, त्यातलाच हा एक प्रसंग होता?

त्याने पुन्हा नीट विचार केला, आठवलं. ईस्टनीच्या संभाषणात असं *काहीतरी* नक्कीच असणार, काहीतरी सुगावा लागण्यासारखं. नाहीतर त्याला ही अशी तातडीची भावना का जाणवत होती? तो काय बोलला होता? संगीत, युद्ध, कॅरूसो.

कॅरूसो. मिस्टर सॅटर्थवाइट विचार करू लागला. योआशबिमचा आवाज जवळपास कॅरूसोसारखाच होता. आत्ता गिलियन त्याचाच आवाज रेडिओवर ऐकत असेल. तोच शक्तिशाली, उच्चारवातला नाद, जो खोलीभर घुमून त्याने काचही फुटू शकते...

अचानक त्याचा श्वासच अडकला. काच फुटू शकते! कॅरूसो गाणं म्हणून वाइन ग्लास फोडू शकायचा. योआशबिम लंडनच्या स्टुडिओत गात असेल, मैलभर दूरवर आणि त्याच्या रेडिओवरच्या आवाजाने वाइनचा ग्लास तर नाही; पण पातळ, हिरवं काचेचं चंचूपात्र फुटेल... त्यामुळे तो सप्तरंगी बुडबुड्यासारखा गोल फुटेल. तो कदाचित रिकामा नसेलच...

त्याच क्षणी रस्त्याने जाणाऱ्या-येणाऱ्या लोकांनी पाहिलं की, मिस्टर सॅटर्थवाइट वेड लागल्यासारखा करू लागला. त्याने गर्रकन पुन्हा वर्तमानपत्र उघडलं. रेडिओच्या कार्यक्रमांची यादी पुन्हा एकदा वाचली आणि मग तो जीव खाऊन पळू लागला. रस्त्याच्या टोकाला त्याला एक टॅक्सी मिळाली आणि त्याने जोरात ओरडून टॅक्सीचालकाला पत्ता सांगितला. त्याने जोरात गाडी पळवून तिथे लवकरात लवकर पोहोचणं कसं गरजेचं आहे, जीवन-मृत्यूचा प्रश्न आहे असंही त्याला सांगितलं. चालकाला वाटलं की, हा म्हातारा वेडा दिसतोय; पण तरी तो श्रीमंत दिसत असल्याने त्याने सूचनेप्रमाणे केलं.

मिस्टर सॅटर्थवाइट मागे टेकून बसला. त्याच्या डोक्यात विचारांचा गुंता झाला होता. वेगवेगळ्या विचारांचे तुकडे, शाळेत शिकलेल्या विज्ञानाचे भाग, ईस्टनीच्या

बोलण्यातले तुकडे, असं सगळं त्याच्या डोक्यात फिरत होतं. अनुनाद... नैसर्गिक स्वरसमूह... जर बलाचा स्वरसमूह आणि नैसर्गिक स्वरसमूह समान असतील तर... तो झुलत्या, अधांतरी पुलाबद्दल काहीतरी शिकला होता. त्या पुलावरून सैनिक जात असतात आणि जर त्यांच्या पावलांचा ताल आणि पुलाचा स्वरसमूह सारखाच असेल. ईस्टनी हा विषय शिकलेला होता. त्याला याचं ज्ञान होतं आणि ईस्टनी अत्यंत हुशार होता.

१०.४५ वाजता योआशबिम गाणार होता. आता तितकेच वाजले होते; पण आधी दुसरी गाणी वाजणार होती. शेफर्ड्स साँग या गाण्यात मुखड्यानंतर तो उच्चारवात गाणार होता, ज्यामुळे... ज्यामुळे काय?

मिस्टर सॅटर्थवाइटच्या डोक्यात पुन्हा विचारांचा गुंता झाला. टोन्स, हाफ टोन्स, ओव्हर टोन्स, त्याला यातलं फारसं समजायचं नाही; पण ईस्टनीला मात्र ते सगळं माहीत होतं. आपण वेळेवर पोहचायला पाहिजे म्हणजे मिळवलं! त्याच्या मनात आलं.

टॅक्सी थांबली. मिस्टर सॅटर्थवाइट दार उघडून बाहेर झेपावला आणि एखाद्या तरुण धावपटूसारखा धावतच दुसऱ्या मजल्यावरच्या पायऱ्या चढून गेला. तिच्या घराचं दार बंद नव्हतं. त्याने ते ढकलून उघडलं आणि त्याच क्षणी तो महान उच्चारवातला आवाज त्याला ऐकू आला. त्याला या शेफर्ड्स साँगमधले शब्द माहीत होते.

'शेफर्ड, सी द हॉर्सेस फ्लोइंग मेन...'

तो वेळेत पोहोचला होता तर! त्याने धाडकन बैठकीच्या खोलीचं दार उघडलं. गिलियन शेकोटीजवळच्या उंच खुर्चीत बसली होती.

'बायरा मिशाज डॉटर इज टू बी वेड टुडे :
टू द वेडिंग आय मस्ट हेस्ट अवे'

तिला तो नक्कीच वेडा वाटला असणार. त्याने तिला घट्ट पकडलं, काहीतरी ओरडला जे तिला समजलंच नाही आणि तिला अर्धवट खेचत, अर्धवट ओढत तो जिन्यापर्यंत घेऊन आला.

'टू द वेडिंग आय मस्ट हेस्ट अवे...
या-हा!'

एक सुंदर उच्चारवातली तान, संपूर्ण मोकळ्या गळ्याने गायलेली, कोणत्याही गायकाला अभिमान वाटेल अशी शक्तीशाली तान तिथे घुमली आणि पुढच्याच क्षणी नाजूक काच फुटल्याचा बारीकसा आवाज आला.

एक रस्त्यावरची मांजर धावत त्यांच्या पुढून घरात शिरली. गिलियनने काहीतरी हालचाल करायचा प्रयत्न केला; पण मिस्टर सॅटर्थवाइटने मिला मागेच ओढून धरलं. तो असंबद्ध बोलत होता.

''नाही... नाही, तो विषारी आहे. प्राणघातक. वास नको. तुला सावध करताच आलं नाही. एक श्वास घेतला तरी पुरेसं आहे, खेळ खलास. कोणालाच तो किती भयंकर आहे ते नक्की माहीत नाहीये. त्याचा वापर कधीच झालेला नाहीये.''

रेस्तराँमधल्या टेबलाशी फिलिप ईस्टनीने सांगितलेल्या गोष्टींचा तो पुनरुच्चार करत होता.

गिलियन काहीच न उमजून त्याच्याकडे पाहत होती.

फिलिप ईस्टनीने आपलं घड्याळ पाहिलं. साडे-अकरा वाजले होते. गेला पाऊण तास तो नदीकिनारी येरझारा घालत होता. त्याने थेम्स नदीकडे एकदा पाहिलं आणि तो वळला, तेव्हा त्याच्या समोर रेस्तराँमध्ये भेटलेला तोच गृहस्थ उभा होता.

''अरेच्चा! आज आपण पुन्हा पुन्हा भेटण्याचा योग दिसतोय,'' तो हसत म्हणाला.

''जर तू याला नशीब किंवा योग म्हणत असशील तर,'' मिस्टर सॅटर्थवाइट म्हणाला.

फिलिप ईस्टनीने त्याच्याकडे आता नीट निरखून पाहिलं आणि त्याच्या चेहऱ्यावरचे भाव पालटले.

''काय?'' त्याने शांतपणे विचारलं.

मिस्टर सॅटर्थवाइटने थेट मुद्द्यालाच हात घातला.

''मी आत्ता मिस वेस्टच्या घरून येतोय,'' तो म्हणाला.

''आणि?''

ईस्टनीचा आवाज तसाच गूढभयंकर शांत होता.

''आम्हाला तिच्या घरात एक मृत मांजर मिळाली.''

काही क्षण शांतता पसरली. मग ईस्टनी म्हणाला, ''तू कोण आहेस?''

मिस्टर सॅटर्थवाइटने त्याला सगळ्या घटनांची साखळी सांगितली. शेवटी तो म्हणाला, ''म्हणून मी वेळेत पोहरचलो.'' तो थांबला आणि क्षणभराने म्हणाला, ''तुला... काही सांगायचंय का?''

त्याला भावनांचा उद्रेक किंवा एखादं वेड्यासारखं स्पष्टीकरण द्यायचा प्रयत्न असं काहीतरी अपेक्षित होतं; पण ईस्टनीने तसं काहीच केलं नाही.

''नाही,'' फिलिप ईस्टनी शांतपणे म्हणाला आणि वळून तो निघून गेला. त्याची आकृती अंधारात नाहीशी होईपर्यंत मिस्टर सॅटर्थवाइट बघत राहिला. का कुणास ठाऊक; पण त्याला ईस्टनीविषयी एक मित्रत्वाची भावना वाटत होती. एखाद्या कलाकाराला दुसऱ्याबद्दल जी आपुलकी वाटते तसं काहीतरी किंवा एखाद्या भावुक मनुष्याला एखाद्या खऱ्या प्रेमिकाविषयी जे वाटेल, एखाद्या सामान्य माणसाला अत्यंत बुद्धिमान माणसाविषयी जे वाटेल तसं काहीतरी.

शेवटी तो उठला आणि ईस्टनी गेला त्याच दिशेने चालू लागला. धुकं पसरत चाललं होतं. काही अंतरावर त्याला एक पोलीस भेटला, जो त्याच्याकडे संशयाने पाहू लागला.

''तुला पाण्यात काहीतरी पडल्याचा आवाज आला का आत्ता?'' पोलिसाने त्याला विचारलं.

''नाही,'' मिस्टर सॅटर्थवाइट म्हणाला.

तो पोलीस खाली वाकून नदीत पाहत होता.

''आणखी एक आत्महत्या म्हणायची,'' तो नापसंतीच्या स्वरात उद्‌गारला. ''ते असंच करतात.''

''मला वाटतं त्यामागे त्यांची त्यांची काहीतरी कारणं असतील,'' मिस्टर सॅटर्थवाइट म्हणाला.

''बऱ्याचदा पैसा हेच कारण असतं,'' तो पोलीस म्हणाला, ''किंवा कधी कधी एखादी स्त्री.'' मग जाता जाता तो म्हणाला, ''नेहमी काही त्यांची चूक नसते; पण काही बायका जातील, तिथे काहीतरी समस्या निर्माण करतातच.''

''काही बायका,'' होकार देत मिस्टर सॅटर्थवाइट पुटपुटला.

जेव्हा तो पोलीस निघून गेला, तेव्हा तो एका बाकावर बसला. त्याला चहुबाजूंनी धुक्याने लपेटून घेतलं होतं. त्याच्या मनात हेलन ऑफ ट्रॉयचा विचार आला... तीसुद्धा अशीच एक चांगली, साधीसरळ स्त्री असेल का, जिला तिच्या सुंदर चेहऱ्याचं वरदान किंवा शाप मिळाला असेल.

नाइल नदीवरचा मृत्यू

लेडी ग्रेल अस्वस्थ होती. एसएस *फायूम* बोटीवर पाय ठेवल्यापासून ती सतत सगळ्याविषयी तक्रार करत होती. तिला तिची केबिन आवडली नव्हती. तिला सकाळचं ऊन सहन व्हायचं; पण दुपारचं नाही. तिची पुतणी पॅमेला ग्रेल हिने कर्तव्यबुद्धीने तिला दुसऱ्या बाजूला असलेली आपली केबिन देऊ केली. लेडी ग्रेलने ती कुरकुर करतच स्वीकारली.

चुकीचा स्कार्फ दिल्याबद्दल आणि तिची लहानशी उशी घरीच न ठेवता बॅगेतल्या सामानासोबत आणल्याबद्दल ती तिची नर्स मिस मॅकनॉटनवर ओरडली. तिचा नवरा सर जॉर्ज याच्यावरही ती डाफरली, कारण त्याने म्हणे चुकीची खड्यांची माळ तिच्यासाठी आणली. तिला लॅपीझ खड्यांची माळ हवी होती, कार्नेलियनची नव्हे. जॉर्ज अगदी मूर्ख होता!

सर जॉर्ज चिंतातूर आवाजात म्हणाला, ''माफ कर, प्रिये. मी परत जातो आणि बदलून आणतो. तेवढा वेळ आहे अजून.''

लेडी ग्रेल तिच्या नवऱ्याचा खासगी सचिव बेझिल वेस्ट याच्यावर मात्र रागावली नाही. कारण, बेझिलला काही बोलायच्या आधीच त्याच्या हास्याने समोरचा घायाळ झालेला असायचा.

पण तिचा संताप सर्वांत जास्त झेलावा लागला तो त्यांच्या दुभाष्याला, मध्यपूर्वेतील सहलीची माहिती सांगणाऱ्याला. छाप पाडणारे, महागडे कपडे घातलेल्या या व्यक्तीवर कशाचाच परिणाम होत नसे.

जेव्हा लेडी ग्रेलला एक अनोळखी मनुष्य खुर्चीत बसलेला दिसला आणि तिला समजलं की, हासुद्धा आपल्यासारखाच प्रवासी आहे, तेव्हा तिच्या तळपायाची आग मस्तकात गेली.

''त्यांनी मला कार्यालयात स्पष्टपणे सांगितलं होतं की, केवळ आम्हीच प्रवासी आहोत! हा सहलीच्या मोसमाचा शेवट आहे आणि दुसरं कोणीही सोबत नसणार आहे !''

''बरोबर आहे, लेडी,'' मोहम्मद शांतपणे म्हणाला. ''फक्त तुम्ही, तुमचं कुटुंब आणि हा एकच प्रवासी आहे.''

''पण फक्त आम्हीच असू असं मला सांगितलं गेलं होतं.''

''हो, बरोबर आहे, लेडी.''

''बरोबर कसं? खोटं बोलले ते! तो माणूस इथे काय करतोय?''

''तो नंतर आला लेडी. तुम्ही तिकिटं काढली त्याच्या नंतर. इथे यायचं त्याने आज सकाळीच ठरवलं.''

''ही तर शुद्ध फसवणूक आहे!''

''फार मनाला लावून घेऊ नका, लेडी. ते गृहस्थ अत्यंत शांत आहेत. अगदी छान, शांत आहेत.''

''मूर्ख आहेस तू! तुला काही कळत नाही. मिस मॅकनॉटन, कुठे गेलीस? हां, आली... मी तुला किती वेळा सांगितलंय की, माझ्या जवळच थांबायचं म्हणून! मला चक्कर येऊ शकते. मला केबिनमध्ये घेऊन चल आणि ॲस्पिरिन दे आणि या मोहम्मदला माझ्या आसपासही येऊ देऊ नकोस. तो सारखा 'बरोबर आहे, लेडी' असं म्हणतोय. इतका की, मला ते ऐकूनच किंचाळावंसं वाटायला लागलंय!''

मिस मॅकनॉटनने एक शब्दही न बोलता त्यांना आधाराला हात पुढे केला.

मॅकनॉटन पस्तिशीची उंच बाई होती. तिच्या शांत, गडद चेहऱ्यात एक प्रकारचा देखणेपणा होता. तिने लेडी ग्रेलला तिच्या केबिनमध्ये बसवलं, मागे टेकायला उश्या दिल्या, ॲस्पिरिन दिली आणि तिच्या तक्रारींचा पाढा ती शांतपणे ऐकू लागली.

लेडी ग्रेल अठ्ठेचाळीस वर्षांची होती. अति जास्त पैसा असल्यामुळे वयाच्या सोळाव्या वर्षापासूनच तिला तक्रारी करायचा विकार जडला होता. तिने दहा वर्षांपूर्वी गरीब बॅरोनेट सर जॉर्ज ग्रेल यांच्याशी लग्न केलं होतं. ती एक धिप्पाड स्त्री होती. तिची चेहरेपट्टी म्हटली तर अजिबातच वाईट नव्हती; पण तिच्या चेहऱ्यावर कायम चिडचिडेपणा असे. शिवाय ती जो मेकअपचा थर थापत असे, त्यामुळे वयापरत्वे आलेल्या सुरकुत्या आणि चेहऱ्यावर कायम रागीट भाव ठेवल्यामुळे उमटलेल्या रेषा अधिकच उठून दिसत. तिचे केस अर्धवट चंदेरी आणि अर्धवट मेंदीने रंगवलेले लाल होते. या सगळ्यामुळे ती थकलेली वाटायची. ती कायम फार उंची कपडे आणि खूप जास्त दागिने घालायची.

''सर जॉर्जला सांग की, त्या माणसाला काहीही करून बोटीवरून खाली उतरव,'' शांतपणे निर्विकार चेहऱ्याने उभ्या असलेल्या मिस मॅकनॉटनला ती म्हणाली. ''मला खासगीपणा *हवा म्हणजे हवाच*. गेल्या काही दिवसांत मला इतकं काही सहन करावं लागलंय...'' असं म्हणून तिने डोळे मिटले.

''हो, लेडी ग्रेल,'' असं म्हणून मिस मॅकनॉटन केबिनमधून बाहेर पडली.

तो वैतागवाणा प्रवासी अजूनही डेकवरच्या खुर्चीत बसला होता. लक्झॉरकडे त्याची पाठ होती आणि तो नाइल नदीकडे पाहत होता. दूरवर हिरव्या झाडीच्या रेषेपलीकडे सोनेरी टेकड्यांची रांग दिसत होती.

मिस मॅकनॉटनने त्याचा एकंदर अंदाज घ्यायला त्याच्याकडे एकदा नजर टाकली.

तिला सर जॉर्ज लाउंजमध्ये भेटला. तो एका खड्यांच्या माळेकडे जरा साशंकपणे बघत उभा होता.

''मला सांग, मिस मॅकनॉटन, तुला काय वाटतं? हे चालतील?''

मिस मॅकनॉटनने पटकन त्या लॅपीझ खड्यांच्या माळेकडे पाहिलं.

''फार छाने,'' ती म्हणाली.

''तुला काय वाटतं, लेडी ग्रेल खूश होईल?''

''मी ते नाही सांगू शकत, सर जॉर्ज. तुम्हाला तर माहीतच आहे की, त्या खरंतर कशानेच खूश होत *नाहीत.* ते जाऊ दे. त्यांनी मला तुम्हाला निरोप द्यायला सांगितलं आहे. तो जो आणखी एक प्रवासी आहे, त्याला घालवून टाकायला त्यांनी तुम्हाला सांगितलंय.''

सर जॉर्जने तोंडाचा आ वासला. ''असं कसं करू मी? त्या गृहस्थाला काय सांगू मी?''

''अर्थातच तसं सांगू शकत नाही तुम्ही,'' मिस मॅकनॉटन व्यवहारी स्वरात प्रेमळपणे म्हणाली. ''असं म्हणा की, तुम्हाला काही करता येण्यासारखं नव्हतं.'' ती पुढे म्हणाली, ''ठीक होईल हो सगळं, काळजी करू नका.''

''असं वाटतं तुला?'' तो कीव यावी अशा पडेल आवाजात म्हणाला.

मिस मॅकनॉटन पुन्हा प्रेमळ आवाजात म्हणाली, ''सर जॉर्ज, या गोष्टी तुम्ही खरंच मनाला लावून घेऊ नका. त्यांच्या आजारपणामुळे त्या असं बोलतात. ते इतकं गंभीरपणे घेऊ नका.''

''तिची अवस्था खरंच इतकी वाईट आहे, नर्स?''

नर्सचा चेहरा क्षणभर झाकोळला. तिने उत्तर दिलं, तेव्हा तिचा आवाज काहीतरी वेगळाच होता. ''हो. मला... मला त्यांची परिस्थिती फार चांगली दिसत नाहीये; पण सर जॉर्ज, कृपया काळजी करू नका. तुम्ही खरंच काळजी नाही केली पाहिजे. खरंच.'' त्यांच्याकडे पाहून स्मित करून ती निघून गेली.

पॅमेला तिथे आली. ती पांढऱ्या कपड्यांत एकदम निवांत मूडमध्ये दिसत होती.

''हॅलो नंक्स!''

''हॅलो पॅम!''

''तुझ्या हातात काये बघू? ओह, मस्त!''

''तुला आवडलं हे पाहून मला बरं वाटलं. तुझ्या काकूला आवडेल का?''

''तिला काहीही आवडू शकत नाही. मला कळतच नाही नंक्स, तू त्या बाईशी कशाला लग्न केलंस?''

सर जॉर्ज काहीच बोलला नाही. घोड्यांच्या शर्यतींवर लावलेले पैसे, आलेलं अपयश, सावकारांनी लावलेला तगादा आणि एक देखणी पण वर्चस्व गाजवणारी स्त्री... सगळं काही त्याच्या डोळ्यांसमोरून झरझर सरकलं.

''बिचारा माझा लाडका काका!'' पॅमेला म्हणाली. ''तुला हे लग्न करावंच लागलं, हो ना? पण ती आपल्या दोघांचंही जिणं हराम करते, नाही? ''

''ती जेव्हापासून आजारी आहे...'' सर जॉर्ज काहीतरी म्हणू लागला.

पण पॅमेलाने त्याला मध्येच अडवलं.

''ती आजारीबिजारी काही नाहीये! तिला हवं ते सगळं तिला नेहमीच करता येतं. तू जेव्हा आसुनला गेलेला होतास, तेव्हा ती चांगली खुशीत होती. मी नक्की सांगते की, ती आजाराचं नाटक करतेय आणि ते मिस मॅकनॉटनलाही माहितेय.''

''मिस मॅकनॉटन नसती, तर आपण काय केलं असतं...'' सर जॉर्ज सुस्कारा सोडत म्हणाला.

''हो, ती चांगली कार्यक्षम आहे; पण तुझ्याइतकी काही ती मला आवडत नाही हं, नंक्स. काही बोलूच नकोस! मला माहितेय तुला ती फारच आवडते. ती किती भारी आहे, असं तुला वाटतं. तशी ती एक प्रकारे आहेसुद्धा; पण ती जरा आतल्या गाठीची आहे. तिच्या डोक्यात काय चालू असतं अजिबात समजत नाही; पण तरी ती त्या म्हातारीला चांगली हाताळते,'' पॅमेला म्हणाली.

''हे बघ पॅम, तू काकूविषयी असं नाही बोललं पाहिजेस. ती तुझ्याशी किती चांगली वागते.''

''हो ना, ती आपली सगळी बिलं भरते, नाही का? पण काय भयंकर आयुष्य आहे हे.''

सर जॉर्जने विषय बदलला. तो म्हणाला, ''या सहलीला तो आणखी एक प्रवासी आलाय, त्याचं काय करायचं आपण? तुझ्या काकूला तर बोटीवर दुसरं कोणीही नकोय.''

''अर्थातच तिच्या मनासारखं नाही होऊ शकत,'' पॅमेला म्हणाली. ''तो मनुष्य चांगला आहे. त्याचं नाव पार्कर पाइन. तो रेकॉर्ड्स विभागासारख्या कोणत्या तरी सरकारी खात्यातला माणूस वाटतोय; पण गंमत म्हणजे मला त्याचं नाव कुठेतरी ऐकल्यासारखं वाटतंय. बेझिल!'' तो सचिव नुकताच आला होता. त्याला पॅमने विचारलं, ''मी पार्कर पाइन हे नाव कुठे पाहिलंय?''

''द *टाइम्सच्या* पहिल्या पानावरच्या ॲगनी कॉलममध्ये. 'तुम्ही खूश आहात? नसलात तर पार्कर पाइनचा सल्ला घ्या,''' तो तत्काळ उत्तरला.

''कधीच नाही! किती गमतीशीर आहे ना हे! चला, कैरोला पोहोचेपर्यंत आपण सगळे त्याला आपल्या समस्या सांगू या.''

''माझी काहीही समस्या नाहीये,'' बेझिल वेस्ट म्हणाला. ''आपण नाइलच्या सोनेरी पाण्यावरून तरंगत तरंगत, मंदिरं बघत जाणार आहोत... एकत्र,'' असं म्हणून त्याने सर जॉर्जकडे पाहिलं, तर त्याने वर्तमानपत्र उचललं होतं.

एकत्र हा शब्द त्याने हळू आवाजात उच्चारला असला तरी पॅमेलाला तो ऐकू आला. त्या दोघांची नजरानजर झाली.

''बरोबर म्हणालास, बेझिल. आपण जिवंत आहोत ते किती छान आहे ना!'' ती हलक्या फुलक्या स्वरात म्हणाली.

सर जॉर्ज उठून बाहेर निघून गेला. पॅमेलाचा चेहरा झाकोळला.

''काय झालं, प्रिये?''

''ती माझी काकू...''

''काळजी करू नकोस,'' बेझिल पटकन म्हणाला. ''तिच्या डोक्यात काय चालू आहे, त्याने काय फरक पडतो? फक्त तिला थेट विरोध करू नकोस. कळेल तुला की, तसं केल्याने खऱ्या भावना चांगल्या लपवता येतात,'' असं म्हणून तो हसू लागला.

तेवढ्यात परोपकारी पार्कर पाइन लाउंजमध्ये आला. त्याच्यामागे मोहम्मद होता, तो जणू आपली वाक्यं पाठच करून आला असावा, असं वाटत होतं.

''लेडी, जेंटलमन, आपण आता सुरुवात करणार आहोत. काही वेळातच उजव्या बाजूला कारनाकची मंदिरं दिसतील. मी तुम्हाला आता एका मुलाची गोष्ट सांगतो, जो आपल्या वडलांसाठी भाजलेलं मटण आणायला गेला होता...'' मोहम्मद सांगू लागला.

मिस्टर पार्कर पाइनने आपलं कपाळ टिपलं. तो नुकताच डेनडेराच्या मंदिरातून परतला होता. त्याच्या शरीरयष्टीकरता गाढवावरून प्रवास करणं फारशी चांगली गोष्ट नाही हे त्याच्या लक्षात आलं होतं. तो त्याची कॉलर काढत होता, तेवढ्यात त्याच्या आरशाच्या टेबलावर ठेवलेली एक चिठ्ठी त्याला दिसली. त्याने ती उघडली तर त्यात लिहिलं होतं :

प्रिय सर, तुम्ही ॲबिडोसच्या मंदिरात गेला नाहीत, तर फार बरं होईल. त्याऐवजी तुम्ही बोटीवरच थांबलात, तर चांगलं, कारण मला तुमचा सल्ला हवा आहे.

तुमचीच,
ॲरिॲड्ने ग्रेल

मिस्टर पार्कर पाइनच्या रुंद, फिकट चेहऱ्यावर हसू उमटलं. त्याने एक कागद पुढे ओढला आणि शाईपेन उघडलं. त्याने लिहिलं :

प्रिय लेडी ग्रेल, तुमची निराशा केल्याबद्दल माफ करा; पण मी आत्ता सुटीवर आहे आणि कोणतंही व्यावसायिक काम घेत नाहीये.

त्याने खाली आपलं नाव लिहिलं आणि बोटीवरच्या स्टीवर्डला नेऊन द्यायला सांगितलं. त्याने कपडे बदलले, तोवर दुसरी चिठ्ठी त्याला आणून देण्यात आली.

प्रिय मिस्टर पार्कर पाइन, तुम्ही सुटीवर आहात हे चांगलंच आहे; पण मी तुमच्या सल्ल्यासाठी शंभर पाउंड इतकी फी द्यायला तयार आहे.
तुमचीच,
ॲरिअ‍ॅड्ने ग्रेल

मिस्टर पार्कर पाइनने भुवया उंचावल्या. त्याने शाईपेनाने दातावर टकटक करत विचार केला. त्याला खरंतर ॲबिडॉसचं मंदिर पाहायचं होतं; पण शंभर पाउंड शेवटी शंभर पाउंड होते आणि त्याच्या कल्पनेपेक्षाही इजिप्त भलतंच महागडं निघालं होतं. त्याने लिहिलं :

प्रिय लेडी ग्रेल, मी ॲबिडॉसचं मंदिर पाहायला जाणार नाही.
तुमचाच,
जे. पार्कर पाइन

मिस्टर पार्कर पाइनने जेव्हा बोट सोडून खाली उतरणार नसल्याचं सांगितलं, तेव्हा मोहम्मदला फार वाईट वाटलं.

''खूप छान मंदिर आहे. माझ्या सगळ्या प्रवाशांना आवडतं खूप. मी घोडागाडी बोलावतो. खुर्ची आणतो, खलाशी तुम्हाला उचलून नेतील.''

या सगळ्या चांगल्या चांगल्या ऑफर्स मिस्टर पार्कर पाइनने नाकारल्या. मग बाकीचे उतरून निघून गेले.

मिस्टर पार्कर पाइन डेकवर वाट बघत थांबला. शेवटी लेडी ग्रेलच्या केबिनचं दार उघडलं आणि ती बाहेर डेकवर आली.

''किती उकडतंय,'' ती म्हणाली, ''तुम्ही मागेच थांबलेले दिसताय, मिस्टर पाइन. बरं झालं. आपण लाउंजमध्ये चहा घेऊ या का?''

मिस्टर पाइन लगेच उठला आणि तिच्या मागोमाग गेला. त्याचं कुतूहल वाढलं होतं यात काही शंकाच नव्हती.

लेडी ग्रेलला मुद्द्यावर यायला जरा त्रास पडत होता असं त्याला दिसलं. ती या विषयावरून तो विषय असं काहीही बोलत होती; पण शेवटी ती कामाचं बोलू लागली.

''मिस्टर पाइन, मी आता तुम्हाला जे सांगणार आहे, ते आपल्या दोघांतच राहिलं पाहिजे! तुम्हाला कळतंय ना?''

''हो, अर्थातच.''

तिने थांबून एक दीर्घ श्वास घेतला. मिस्टर पार्कर पाइन वाट बघत थांबला.

''माझा नवरा मला विष देतोय की नाही हे मला जाणून घ्यायचं आहे.''

मिस्टर पार्कर पाइनने जी काही अपेक्षा केली होती, ते असं काही ऐकायची नक्कीच नव्हती. त्याने उघडपणे आपलं आश्चर्य दाखवलं. ''लेडी ग्रेल, हा फारच गंभीर आरोप आहे.''

''मी काही दूधखुळी नाही. मला बऱ्याच दिवसांपासून तसा संशय आहे. जेव्हा जेव्हा जॉर्ज बाहेरगावी जातो, तेव्हा तेव्हा माझी तब्येत सुधारते. खाल्ल्यानंतर मला काही त्रास होत नाही आणि मला एक वेगळीच बाई असल्यासारखं वाटतं. यामागे काहीतरी कारण असणारच.''

''तुम्ही जे म्हणताय ते फारच गंभीर आहे. मी काही गुप्तहेर नाही. मी... काय म्हणू या... मी लोकांच्या मनाचा तज्ज्ञ आहे असं म्हणता...''

ती त्याचं बोलणं तोडत मध्येच म्हणाली, ''या सगळ्या प्रकारामुळे मला किती चिंता वाटते आहे, हे तुम्हाला कळत नाहीये का? मला पोलीस नकोयत. मी स्वतःची काळजी नीट घेऊ शकते. मला फक्त माझ्या शंकेबद्दल खात्री करून हवीये. मला *समजलंच* पाहिजे! मी काही दुष्ट बाई नाहीये, मिस्टर पाइन. जे माझ्याशी न्याय्य रितीने वागतात, त्यांच्याशी मीसुद्धा न्याय्यच वागते. सौदा म्हणजे सौदा. दोन्ही बाजूंनी तो पाळलाच गेला पाहिजे. मी माझ्या नवऱ्याची सगळी कर्जं फेडली आहेत आणि मी त्याला अजिबात पैशांची कमी पडू दिली नाहीये.''

मिस्टर पार्कर पाइनला सर जॉर्जची क्षणभर दयाच आली. ''आणि त्या मुलीचं म्हणाल, तर तिला कपडे, पार्ट्या, जे हवं ते सगळं मिळतंय. मला फक्त त्यांनी कृतज्ञता दाखवायला हवीये.''

''कृतज्ञता ही अशी हवी, तेव्हा मागून मिळत नाही, लेडी ग्रेल.''

''काहीही! असो. यातलं सत्य शोधून काढा माझ्यासाठी! एकदा का मला *समजलं*...'' लेडी ग्रेल म्हणाली.

त्याने तिच्याकडे कुतूहलाने पाहिलं. ''एकदा का तुम्हाला समजलं की, मग काय, लेडी ग्रेल?''

''ते माझं मी बघेन,'' ती ओठ आवळत म्हणाली.

मिस्टर पार्कर पाइन मिनिटभर घुटमळला, मग म्हणाला, ''माफ करा, लेडी ग्रेल..; पण मला असं वाटतंय की, तुम्ही मला सगळं काही खरं खरं सांगितलेलं नाहीये.''

''उगाच काय काहीतरी. मला जे काही शोधून काढायचं आहे ते स्पष्टपणे मी तुम्हाला सांगितलंय.''

''हो; पण त्यामागचं कारण *नाही* सांगितलंत.''

त्यांची नजरानजर झाली. पार्कर पाइनच्या नजरेसमोर तिची नजर आधी खाली झुकली.

''मला वाटलं कारण उघडच असेल आणि ते तुम्हाला कळेलच,'' ती म्हणाली.

''नाही, कारण मला एका मुद्द्याविषयी शंका आहे.''

''कोणत्या?''

''तुम्हाला तुमची शंका खरी ठरायला हवी आहे की खोटी?''

''काय बोलताय मिस्टर पाइन!'' ती संतापाने थरथरत उठून उभी राहिली.

मिस्टर पार्कर पाइनने हळूच मान डोलावली, ''हो, हो; पण तुम्ही माझ्या प्रश्नाचं उत्तर दिलंच नाहीयेत.''

''ओह!'' तिच्या तोंडून दुसरा काही शब्दच फुटला नाही. ती तशीच खोलीतून निघून गेली.

एकटा राहिलेला पार्कर पाइन विचारात गढून गेला. कोणीतरी येऊन त्याच्या समोर बसलं, तेव्हा तो दचकलाच, इतका तो विचारात बुडला होता. ती मिस मॅकनॉटन होती.

''तुम्ही सगळे फारच लवकर परत आलात,'' मिस्टर पार्कर पाइन म्हणाला.

''बाकीचे परतले नाहीयेत. मी म्हणाले माझं डोकं दुखतंय आणि म्हणून लवकर आले,'' ती म्हणाली. मग जरा अडखळतच तिने विचारलं, ''लेडी ग्रेल कुठे आहेत?''

''त्यांच्या केबिनमध्ये झोपल्या असाव्यात.''

''ओह! मग ठीक आहे. मी परत आले आहे ते मला त्यांना कळू द्यायचं नाहीये.''

मिस्टर पार्कर पाइनला आश्चर्य वाटलं. मिस मॅकनॉटन स्वतःच्या समस्यांवर स्वतःच उपाय शोधणारी असावी आणि तिला अजिबातच दुसऱ्यांच्या सल्ल्याची गरज भासत नसावी, असा पार्कर पाइनचा अंदाज होता; पण कदाचित त्याचा अंदाज चुकलेला दिसत होता.

''आपण सगळे बोटीवर आल्यापासून मी तुम्हाला पाहतेय. तुम्ही प्रचंड अनुभवी दिसताय आणि तुमची पारख, अंदाज अचूक असणार असं मला वाटतं आणि मला सल्ल्याची फारच गरज आहे.''

''आणि तरीही... माफ करा हं, मिस मॅकनॉटन; पण तुम्ही नेहमी कोणाचा सल्ला घेत असाल असं मला वाटत नाहीये. तुम्ही स्वतःच्या मतांवर आणि अंदाजांवर अवलंबून राहणारी व्यक्ती वाटला होतात मला.''

''हो, नेहमी मी तसंच करते; पण आत्ता मी एका विचित्रच परिस्थितीत आहे.''

ती क्षणभर काही बोलली नाही. मग म्हणाली, ''मी एरवी माझ्या रुग्णांबद्दल कधीच कोणाशी बोलत नाही; पण मला वाटतं या केसमध्ये ते गरजेचं आहे. मिस्टर पाइन, जेव्हा मी लेडी ग्रेलसोबत इंग्लंडहून निघाले, तेव्हा ती एखाद्या सर्वसामान्य रुग्णाप्रमाणेच केस होती. स्पष्टच शब्दांत सांगायचं, तर तिला काहीच झालेलं नव्हतं. हे कदाचित अगदीच बरोबर नसेल. कारण, अति पैसा, अति मोकळा वेळ आणि अति आरामदायक जीवनशैली यांमुळे नक्कीच काहीतरी आजार उद्भवत असणार. जर लेडी ग्रेलला रोज घर झाडून-पुसून घ्यावं लागलं असतं आणि पाच-सहा मुलांना संभाळावं लागलं असतं, तर त्या आत्ता अगदी छान निरोगी आणि आनंदी स्त्री असल्या असत्या.''

मिस्टर पार्कर पाइनने मान डोलावली.

''हॉस्पिटलमधली नर्स असल्यामुळे मी असे अस्वस्थ आत्मे खूप पाहिलेत. लेडी ग्रेलला बरं वाटत नसण्यातच *मजा* येते! त्यामुळे त्यांचा त्रास कमी करणं ही माझी भूमिका नव्हती. मी ठरवलं, शक्य तितकं नीट वागायची, काळजी घ्यायची आणि या सहलीची स्वतः मजा लुटायची.''

''खूपच शहाणपणाचा निर्णय,'' मिस्टर पार्कर पाइन म्हणाला.

''पण मिस्टर पाइन, पूर्वीसारख्या गोष्टी आता राहिल्या नाहीयेत. लेडी ग्रेल आता ज्या त्रासाबद्दल बोलताहेत तो खराखुरा आहे, काल्पनिक नाही.''

''म्हणजे काय म्हणायचंय तुम्हाला?''

''मला अशी शंका आलीये की, लेडी ग्रेलला कोणीतरी विष देतंय.''

''हे कधीपासून घडतंय असं तुमच्या लक्षात आलंय?''

''गेल्या तीन आठवड्यांपासून.''

''तुमचा... कोणा एका व्यक्तीवर संशय आहे का?''

तिने नजर झुकवली. ''नाही,'' ती म्हणाली खरी; पण पहिल्यांदाच तिच्या आवाजात प्रामाणिकपणा नव्हता.

''मी सांगतो, मिस मॅकनॉटन की, माझ्या मते तुमचा एका व्यक्तीवर संशय आहे आणि ती व्यक्ती म्हणजे सर जॉर्ज ग्रेल.''

''अरे! नाही नाही! ते असं करतील, यावर माझा विश्वासच नाहीये! ते किती केविलवाणे, लहान बाळासारखे भोळे आहेत. ते असे थंड डोक्याने विष देऊन मारणं शक्य नाही,'' ती तळमळीने म्हणाली.

''आणि तरीही तुमच्या असं लक्षात आलंय की, सर जॉर्ज जेव्हा कामानिमित्त बाहेर असतात, तेव्हा त्यांच्या पत्नीची तब्येत सुधारते आणि ते परतले की, पुन्हा त्या आजारी पडतात.''

यावर ती काहीच बोलली नाही.

''कुठलं विष असावं असा तुमचा संशय आहे? आर्सेनिक?''

''त्याच प्रकारचं कुठलं तरी. आर्सेनिक किंवा अँटिमनी.''

''आणि यावर तुम्ही काय पावलं उचलली आहेत?''

''लेडी ग्रेल काय खातात-पितात यावर पूर्ण लक्ष ठेवायचा मी प्रयत्न करते आहे.''

मिस्टर पार्कर पाइनने मान डोलावली. ''तुम्हाला असं वाटतं का की, लेडी ग्रेलला याबद्दल काही संशय आला *असेल?*'' त्याने सहज विचारल्यासारखं केलं.

''नाही, नाही, मला नाही वाटत त्यांना माहीत आहे.''

''इथे तुम्ही चुकलात. लेडी ग्रेलला हा संशय आहेच,'' मिस्टर पार्कर पाइन म्हणाला.

मिस मॅकनॉटनने आश्चर्य व्यक्त केलं.

''तुम्हाला वाटतं त्यापेक्षा लेडी ग्रेल गुपित ठेवण्यात जास्त सक्षम आहेत,'' मिस्टर पार्कर पाइन म्हणाला. ''काय बोलायचं आणि काय नाही हे त्यांना चांगलंच समजतं.''

''मला फारच आश्चर्य वाटतंय,'' मिस मॅकनॉटन सावकाश म्हणाली.

''मिस मॅकनॉटन, मला तुम्हाला आणखी एकच प्रश्न विचारायचा आहे. तुम्हाला काय वाटतं, लेडी ग्रेलला तुम्ही आवडता?''

''मी यावर कधीच विचार केला नाहीये.''

त्यांना पुढे बोलताच आलं नाही. कारण, मोहम्मद हसत हसत आत आला. त्याचा पायघोळ अंगरखा मागे उडत होता.

''तुम्ही परत आल्याचं लेडीने ऐकलंय. त्या तुम्हाला बोलवतायत. तुम्ही त्यांच्याकडे लगेच का गेला नाही असं विचारतायत.''

एल्सी मॅकनॉटन घाईघाईने उठली आणि मिस्टर पार्कर पाइनही उठला.

''सल्ल्यासाठी उद्या सकाळी लवकर भेटायला वेळ होईल का तुम्हाला?'' त्याने विचारलं.

''हो, तीच सगळ्याच चांगली वेळ असेल. लेडी ग्रेल उशिरा उठतात. तोवर मी अगदी सावध राहीन.''

‘‘माझ्या मते लेडी ग्रेलही सावधगिरीनेच वागतील.’’

मिस मॅकनॉटन निघून गेली.

मिस्टर पार्कर पाइनला रात्रीच्या जेवणापर्यंत लेडी ग्रेल दिसलीच नाही. त्याने तिला पाहिलं, तेव्हा ती सिगारेट ओढत एक पत्र जाळत बसली होती. तिने त्याच्याकडे मुळीसुद्धा लक्ष दिलं नाही. यावरून त्याला कळलं की, ती अजूनही घुश्शात असणार.

जेवणानंतर तो सर जॉर्ज, पॅमेला आणि बेझिल यांच्यासोबत ब्रिज खेळला. कोणाचंच खेळात धड लक्ष नव्हतं, त्यामुळे त्यांनी खेळ लवकरच आवरता घेतला.

काही तासांनी मिस्टर पार्कर पाइनला कोणीतरी उठवलं. तो मोहम्मद होता.

‘‘ती म्हातारी लेडी. खूप आजारी आहे. नर्स खूप घाबरली आहे. मी डॉक्टरला बोलवायचा प्रयत्न करतो.’’

मिस्टर पार्कर पाइनने पटकन कपडे घातले. तो लेडी ग्रेलच्या केबिनशी पोहोचला, तेव्हाच बेझिलही तिथे पोहोचला. सर जॉर्ज आणि पॅमेला खोलीतच होते. एल्सी भराभर रुग्णावर काहीतरी उपचार करायचा प्रयत्न करत होती. मिस्टर पार्कर पाइन खोलीत शिरला, तेव्हा लेडी ग्रेलने शेवटचा आचका दिला. तिचं शरीर वेदनेने पिळवटलं, ताठर झालं आणि मग ती मागच्या उशीवर कोसळली.

मिस्टर पार्कर पाइनने हळुवारपणे पॅमेलाला बाहेर नेलं.

‘‘किती भयंकर! किती भयंकर!’’ ती मुलगी अर्धवट हुंदके देत म्हणाली. ‘‘काकू... ती... ती...?’’

‘‘गेली आहे. हो, सगळं संपलं आहे.’’

त्याने तिला बेझिलच्या ताब्यात दिली. सर जॉर्ज केबिनबाहेर आला. त्याला काहीच सुधरत नव्हतं.

‘‘मला वाटलंच नव्हतं की, ती खरंच आजारी होती. क्षणभरही असं वाटलं नव्हतं,’’ तो पुटपुटत होता.

मिस्टर पार्कर पाइन त्याला बाजूला करून केबिनमध्ये शिरला.

एल्सी मॅकनॉटनचा चेहरा पांढराफटक आणि ओढलेला दिसत होता. ‘‘त्यांनी डॉक्टरला बोलावलंय का?’’ तिने विचारलं.

‘‘हो,’’ मिस्टर पार्कर पाइन म्हणाला. ‘‘स्ट्रिखनीन?’’

‘‘हो, असे आचके त्यानेच येतात. अरे बापरे! माझा तर विश्वासच बसत नाहीये!’’ ती रडतच एका खुर्चीत बसली. त्याने तिच्या खांद्यावर थोपटलं.

मग त्याला एक कल्पना सुचली. घाईघाईने केबिनबाहेर पडून तो लाउंजमध्ये गेला. तिथे एका ॲशट्रेमध्ये त्याला न जळालेला कागदाचा एक लहानसा कपटा मिळाला. त्यातले केवळ काही शब्दच वाचता येत होते :

'... –प्नांची कुपी जाळून टाक!'

''हे फारच कुतूहलजनक आहे!'' मिस्टर पार्कर पाइन म्हणाला.

मिस्टर पार्कर पाइन कैरोतल्या एका प्रख्यात अधिकाऱ्याच्या खोलीत बसला होता. ''तर हा पुरावा आहे,'' तो विचार करत म्हणाला.

''हो. जवळपास संपूर्ण पुरावा आहे. तो मनुष्य फारच मूर्ख असावा.''

''मी सर जॉर्जला काही फार डोकेबाज मनुष्य म्हणणार नाही.''

''तरीसुद्धा!'' तो अधिकारी या प्रकरणाचा सारांश सांगत म्हणाला. ''लेडी ग्रेलला बोव्हरिल प्यायचं होतं. त्या नर्सने ते बनवलं. मग लेडीला त्यात शेरी घालून हवी होती. सर जॉर्जने शेरी आणली. दोन तासांनंतर लेडी ग्रेल स्ट्रिखनीन विषामुळे मेल्या. स्ट्रिखनीनचं एक पाकीट सर जॉर्जच्या केबिनमध्ये सापडलं आणि दुसरं पाकीट तर चक्क त्याच्या कोटाच्या खिशात सापडलं.''

''किती नीट तपास केलाय तुम्ही; पण हे स्ट्रिखनीन कुठून आणलं गेलं होतं?'' पार्कर पाइनने विचारलं.

''त्याबद्दल जरा शंका आहे. नर्सकडे थोडं होतं. जर लेडी ग्रेलला हृदयाचा काही त्रास होऊ लागला तर द्यायला म्हणून; पण तिने दोन वेळा आपली विधानं फिरवली आहेत. पहिल्यांदा ती म्हणाली की, तिच्याकडचा साठा जशाच्या तसा आहे. आता ती म्हणतेय की, तो होता तेवढा नाहीये.''

''ती अशी साशंक कधी नसते,'' पार्कर पाइन म्हणाला.

''माझं मत विचाराल, तर ते दोघं यात एकत्रच असणार. त्या दोघांच्या मनात एकमेकांबद्दल हळवा कोपरा आहे.''

''शक्य आहे; पण जर मिस मॅकनॉटनला खून करायचा असता, तर तो तिने अधिक व्यवस्थित पद्धतीने केला असता. ती अगदी कार्यक्षम तरुणी आहे.''

''आहे हे असं आहे. मला वाटतं सर जॉर्जचाच यात हात आहे. त्यांना तर कोणीही यातून सोडवू शकणार नाही.''

''अच्छा! पण मला काय करता येतंय ते मला बघितलं पाहिजे,'' मिस्टर पार्कर पाइन म्हणाला.

तो त्या सुंदर पुतणीला भेटला.

पॅमेला पांढरीफटक पडली होती आणि तिला धक्का बसला होता, तसंच ती संतापलेलीही वाटत होती. ''नंक्स असं कधीच करणार नाही! कधीच नाही... नाही!''

''मग हे केलं कोणी?'' मिस्टर पार्कर पाइनने शांतणे विचारलं.

पॅमेला त्याच्या जवळ सरकून हळूच म्हणाली, ''मला काय वाटतं माहितेय? *तिने स्वतःच ते केलं असणार.* ती गेल्या काही दिवसांत फारच विचित्र वागत होती. ती काय काय कल्पना करायची.''

''काय कल्पना?''

''विचित्र गोष्टी... उदाहरणार्थ बेझिल. ती सारखं आडून आडून म्हणायची की, बेझिलचं तिच्यावर प्रेम बसलं होतं आणि खरंतर बेझिल आणि मी... आम्ही...''

''मला समजलं,'' मिस्टर पार्कर पाइन हसून म्हणाला.

''बेझिलबद्दल जे काही बोलायची, ते सगळं तिच्याच मनाचं, काल्पनिक होतं. मला वाटतं तिला बिचारा नंक्स आवडायचा नाही आणि तिने ती गोष्ट रचून तुम्हाला सांगितली आणि मग त्याच्या केबिनमध्ये आणि खिशात स्ट्रिखनीन ठेवून स्वतःच विष घेतलं. लोकांनी असं पूर्वीही केलेलं आहे, हो ना?''

''हो, खरंय,'' मिस्टर पार्कर पाइनने कबूल केलं. ''पण मला नाही वाटत की, लेडी ग्रेलने तसं केलंय. ती तशी नव्हती, असं मला तरी वाटतं.''

''पण मग तिच्या या कल्पना?''

''हं. त्याबद्दल मला मिस्टर वेस्टशी बोलायचं आहे.''

तो तरुण त्याच्या खोलीत होता. त्याने लगेचच मिस्टर पार्कर पाइनच्या प्रश्नांची उत्तरं दिली.

''तुम्हाला माझं बोलणं वेडेपणाचं वाटेल; पण लेडी ग्रेललाच मी आवडलो होतो म्हणूनच मी त्यांना माझ्या आणि पॅमेलाबद्दल कळू दिलं नाही. नाहीतर त्यांनी सर जॉर्जला सांगून मला नोकरीवरून काढलं असतं.''

''मिस ग्रेल म्हणाली तसंच तुलाही वाटतं का?''

''तसं शक्य आहे, मला वाटतं,'' तो तरुण साशंकपणेच म्हणाला.

''शक्य असू शकतं; पण तितका चांगला अंदाज नाही तो,'' मिस्टर पार्कर पाइन शांतपणे म्हणाला. ''अंहं. आपल्याला दुसरं अधिक नीट स्पष्टीकरण शोधायला हवं.'' काही मिनिटं तो विचारात गढून गेला. मग थेटच म्हणाला, ''कबुलीजबाब मिळालेला अधिक उत्तम,'' त्याने आपलं शाईपेन उघडलं आणि एक कागद घेतला. मग तो म्हणाला, ''जरा लिहूनच दे. देतोस?''

बेझिल थक्क होऊन त्याच्याकडे पाहतच राहिला. ''मी? काय म्हणायचंय काय तुम्हाला?''

मिस्टर पार्कर पाइन जणू वडिलांसारख्या प्रेमळ आवाजात म्हणाला, ''तरुण मुला, मला सगळं माहीत आहे. तू त्या सज्जन स्त्रीसोबत शरीरसंबंध ठेवलेस; पण तिला स्वतःची काही मूल्यं होती. तू त्या सुंदर पण कवडीही खिशात नसलेल्या पुतणीच्या प्रेमात पडलास. मग तू ही योजना आखलीस. हळूहळू विष देण्याची. गॅस्ट्रोएन्टरायटिसमुळे नैसर्गिकरीत्या मृत्यू झाला, असं त्यामुळे भासवता आलं असतं. नाहीतर तसंही सर जॉर्जवरच संशयाची सुई येणार होती. कारण, सर जॉर्ज इथे असतानाच तू विष देण्याची काळजी घेत होतास.

''मग लेडी ग्रेलला संशय आल्याचं आणि त्या माझ्याशी बोलल्याचं तुला समजलं. मग तुला पटकन कृती करावीच लागली! तू मिस मॅकनॉटनच्या साठ्यातलं थोडं स्ट्रिखनीन घेतलंस, त्यातलं थोडं मुद्दाम सर जॉर्जच्या केबिनमध्ये ठेवलंस, थोडं खिशात ठेवलंस आणि उरलेलं एका कुपीमध्ये ठेवलंस. त्यासोबत एक चिठ्ठी लिहिलीस. त्यात लिहिलंस की, ही स्वप्नांची कुपी आहे.

''ही फारच रोमँटिक कल्पना होती, त्यामुळे नर्स खोलीतून बाहेर गेल्या गेल्या लेडी ग्रेल ती कुपी घेणार हे नक्की होतं आणि कोणालाच काही कळणार नव्हतं; पण मुला, तू एक चूक केलीस. कोणत्याही स्त्रीला पत्रं जाळून टाक असं सांगितलं तरी काही काही उपयोग नसतो. कारण, ते त्या कधीच जाळत नाहीत. माझ्याकडे तुमची सगळी पत्रं आहेत, या कुपीबद्दल लिहिलेलं पत्रसुद्धा आहे माझ्याकडे.''

बेझिल वेस्टचा चेहरा काळाठिक्कर पडला होता. त्याचा देखणेपणा तर कुठल्या कुठे दिसेनासा झाला होता. सापळ्यात अडकलेल्या उंदरासारखी त्याची अवस्था झाली होती.

''तुला तर मी...!'' तो गुरकावत ओरडला, ''म्हणजे तुला सगळंच माहीत झालंय! लोकांच्या प्रकरणात नाक खुपसतोस!''

अर्धवट बंद दारामागे मिस्टर पार्कर पाइनने मुद्दामच विचारपूर्वक एक साक्षीदार उभा केला होता. तो खोलीत आल्यामुळे पार्कर पाइनला बेझिलकडून मारबिर खावा लागला नाही.

मिस्टर पार्कर पाइन पुन्हा त्या अधिकाऱ्याबरोबर या केसची चर्चा करत होता.

''आणि माझ्याकडे एक कणभरही पुरावा नव्हता. एकच कपटा सापडला होता, ज्यावर अर्धवट वाक्य दिसत होतं; पण त्यावर ती *चिठ्ठी जाळून टाक* अशी सूचना होती. मी अंदाजाने सगळा प्रकार काय असेल ते ताडलं आणि त्याला खोटंच सांगून पाहिलं; पण माझं बरोबर निघालं आणि सत्य समोर आलं. त्या पत्रांच्या उल्लेखाने काम झालं. लेडी ग्रेलने त्याने पाठवलेली सगळी पत्रं पूर्णपणे जाळली असणार; पण *त्याला कुठे ते माहीत होतं!*

‘‘ती खरोखरच एक असामान्य स्त्री होती. ती माझ्याकडे आली, तेव्हा मी गोंधळलो. तिचा नवराच तिला विष देतोय ना याची खात्री तिला माझ्याकडून करून हवी होती. तसं असेल, तर याचा अर्थ ती या तरुणासोबत निघून जाण्याचा विचार करत असणार; पण तरी तिला न्याय्य वागायचं होतं. किती वेगळीच बाई होती.’’

‘‘त्या बिचाऱ्या मुलीला फार त्रास होणार आहे,’’ तो अधिकारी म्हणाला.

‘‘ती बाहेर येईल यातून. ती तरुण आहे. मला काळजी सर जॉर्जची आहे. फार उशीर होण्याआधी त्यांनी जरा आयुष्याचा आनंद घ्यायला हवा. दहा वर्षं त्यांना किडामुंगीप्रमाणे वागणूक मिळाली आहे. एल्सी मॅकनॉटन त्यांच्याशी नक्कीच चांगलं वागेल, त्यांची काळजी घेईल.’’

तो हसला. मग त्याने सुस्कारा सोडला. ‘‘मी गुप्तपणे ग्रीसला जायचा विचार करतोय. मला खरंच सुट्टी *हवीये!*’’

बुडून मृत्यू

सर हेन्री क्लिदरिंग हा स्कॉटलंड यार्डचा माजी आयुक्त होता. सेंट मेरी मीड या लहानशा गावाजवळ बॅन्ट्री नामक त्याच्या मित्राच्या घरी तो राहायला आला होता.

शनिवारी सकाळी तो खालच्या मजल्यावर सव्वादहा वाजता नाश्ता करायला आला, तेव्हा नाश्त्याच्या खोलीच्या दारात मिसेस बॅन्ट्रीच्या अंगावर जवळपास धडकलाच. ती अत्यंत उत्तेजित आणि अस्वस्थ होऊन खोलीतून घाईघाईने बाहेर येत होती.

कर्नल बॅन्ट्री टेबलाशी बसला होता. त्याचा चेहरा नेहमीपेक्षा जास्त लालबुंद दिसत होता.

''मॉर्निंग क्लिदरिंग! हवा काय छान आहे ना... ये नाश्ता कर,'' तो म्हणाला.

सर हेन्री बसला. त्याने एका ताटलीत बेकन आणि किडनी घेतलं. त्याचा यजमान पुढे बोलू लागला, ''डॉली आज जरा अस्वस्थ आहे.''

''हो. असं... मला वाटलं तसं,'' सर हेन्री हळूच म्हणाला.

त्याला जरा आश्चर्य वाटलं होतं. यजमानीण बाई या काही फारशा मूडी नव्हत्या किंवा कधी त्यांच्या भावनांचा उद्रेकही व्हायचा नाही. सर हेन्रींना माहीत होतं की, त्यांना केवळ एकाच विषयात टोकाचा रस होता – बागकाम!

''हो,'' कर्नल बॅन्ट्री म्हणाला. ''आम्हाला आज सकाळी जी बातमी कळली, त्यामुळे ती अस्वस्थ झालीये. गावातली एक मुलगी, ब्लू बोअर रेस्तराँचा मालक एमॉटची मुलगी...''

''हां, हां.''

''हं...'' तो विचार करत म्हणाला, ''सुंदर मुलगी. अडचणीत सापडली. नेहमीचीच कहाणी. माझा आणि डॉलीचा त्यावरूनच वाद झाला. माझाच वेडेपणा झाला. अशा बाबतीत बायकांना कधीच शहाणपणाचं काही ऐकायचं नसतं. डॉली तर त्या मुलीचीच बाजू घेऊन बोलत होती... तुला माहीतच आहे बायका कशा असतात... पुरुष कसे राक्षस असतात वगैरे नेहमीचंच बोलतात..; पण हे सगळं

काही इतकं सरळसोट नसतं, हल्लीच्या दिवसांत तर नाहीच. मुलींना बरोबर माहीत असतं, त्या काय करतायेत ते. जो मुलगा एखाद्या मुलीला जाळ्यात ओढतो, तो काही दर वेळी खलनायकच असेल असं काही नाही. पन्नास-पन्नास टक्के असू किंवा नसू शकतो. मला खरंतर सँडफोर्ड आवडायचा. मी त्याला मुलींना जाळ्यात ओढणारा असं काही म्हणणार नाही. एक मूर्ख तरुण होता इतपत म्हणेन.''

''या सँडफोर्ड नावाच्या मुलाने त्या मुलीला अडचणीत आणलं का?''

''असं दिसतंय. अर्थात मला स्वतःला तसं काही माहीत नाहीये,'' कर्नल सावध पवित्रा घेत म्हणाला. ''लोक बोलतायत... तुला माहीतच आहे हे गाव कसं आहे! मी म्हणालो तसं, मला नक्की काही *माहीत* नाहीये आणि काहीतरी ऐकून सरळ निष्कर्ष काढायला, दोषारोप करायला मी डॉलीसारखा नाही! काय ताप आहे खरंच! प्रत्येकाने काळजीपूर्वक बोललं पाहिजे. आता मृत्यू नेमका कशाने झाला याची चौकशी वगैरे म्हणजे...''

''मृत्यूचा तपास?''

कर्नल बॅन्ट्री आपल्या मित्राकडे क्षणभर बघतच राहिला. मग तो म्हणाला, ''हो. मी म्हणालो नाही का तुला? ती मुलगी पाण्यात बुडून मेली म्हणून तर इतक्या चर्चा चालू आहेत.''

''बापरे! भयंकरच.''

''हो ना. मला तर विचारच करवत नाहीये. सुंदर सैतानच जणू. तिचा बाप फारच कडक आहे. मला वाटतं तिला त्याच्या संतापाला तोंड देणं शक्य झालं नसतं.''

तो बोलायचा थांबला. मग म्हणाला, ''त्यामुळेच डॉली इतकी अस्वस्थ आहे.''

''कुठे बुडली ती?''

''तिने नदीत उडी मारली. गिरणीच्या खालच्या बाजूला नदीचा प्रवाह जोरात आहे. तिथे एक फुटपाथ आणि पूल आहे. त्यांना वाटतंय की, तिने पुलावरून उडी मारली असावी. जाऊ दे, त्याचा विचार करणं मला सहन होत नाहीये.''

असं म्हणून कर्नलने वर्तमानपत्रात डोकं खुपसलं आणि तो राजकारणाच्या बातम्यांत मन गुंतवायचा प्रयत्न करू लागला.

सर हेन्रीला या गावातल्या प्रकरणात थोडासाच रस होता. नाश्ता झाल्यानंतर तो बाहेर हिरवळीवरच्या खुर्चीवर येऊन आरामात बसला, डोळ्यांवर हॅट ओढली आणि शांतपणे आयुष्याचं चिंतन करू लागला.

साधारण साडेअकराच्या सुमारास व्यवस्थित कपडे घातलेली एक नोकर मुलगी अचानक तिथे येऊन त्याला भेटली.

''सर, मिस मार्पल आल्या आहेत. प्लीज सर, त्यांना तुम्हाला भेटायचंय.''

''मिस मार्पल?''

सर हेन्री ताठ बसला आणि त्याने आपली हॅट नीट केली. हे नाव ऐकून त्याला आश्चर्य वाटलं. त्याला मिस मार्पल नीटच आठवत होती. तिचं प्रेमळ, शांत वागणं, तिची कुशाग्र बुद्धी... त्याला डझनभर केसेस आठवल्या, ज्यांचा गुंता उकलताच आलेला नव्हता आणि गावातल्या या 'म्हाताऱ्या अविवाहित स्त्री'ने त्या अचूक सोडवल्या होत्या. प्रत्येक रहस्याचं उत्तर तिने बरोबर शोधून काढलं होतं. सर हेन्रीला मिस मार्पलविषयी अत्यंत आदर होता. तिला आपल्याला का भेटायचं असावं, असा विचार त्याच्या मनात आला.

मिस मार्पल बैठकीच्या खोलीत नेहमीप्रमाणेच ताठ बसली होती आणि तिच्या शेजारी परदेशातून आलेली रंगीबेरंगी करंडी होती. तिचे गाल लाल झाले होते आणि ती जरा गोंधळलेली वाटत होती.

''सर हेन्री... मला किती बरं वाटलं, तुम्ही भेटलात ते. माझ्या आत्ताच कानावर आलं की, तुम्ही इथे जवळच राहताय... मला माफ करा हं...''

''मलाच तुम्हाला भेटून खूप आनंद झाला,'' सर हेन्री तिचा हात हातात घेत म्हणाला, ''पण मिसेस बॅन्ट्री बाहेर गेल्या आहेत.''

''हो,'' मिस मार्पल म्हणाली, ''मी येता येता तिला पाहिलं. ती गावातला खाटीक फूटीटशी बोलत होती. हेन्री फूटीटला काल कोणीतरी गाडीने उडवलं. तो त्याचा कुत्रा होता. मऊशार केसांचा फॉक्स टेरियर. जरा जाडा आणि भांडकुदळ कुत्रा होता. खाटकांकडे नेहमी असेच कुत्रे असतात.''

''अच्छा...'' सर हेन्री म्हणाला.

''ती घरी नसतानाच मला येता आलं ते बरं झालं,'' मिस मार्पल पुढे बोलू लागली. ''कारण, मला तुम्हालाच भेटायचं होतं. या वाईट घटनेबद्दल बोलायला.''

''हेन्री फूटीटबद्दल?'' सर हेन्रीने जरा आश्चर्यानेच विचारलं.

त्यावर मिस मार्पलने त्याच्याकडे रोखून पाहिलं आणि म्हणाली, ''नाही, नाही. रोझ एमॉटबद्दल. तुम्ही ऐकलं असेल ना?''

सर हेन्रीने मान डोलावली. ''बॅन्ट्री सांगत होता. फारच वाईट झालं.''

तो जरा गोंधळला होता. रोझ एमॉटबद्दल मिस मार्पलला त्याला का भेटायचं असावं हेच त्याला कळत नव्हतं.

मिस मार्पल पुन्हा बसली. सर हेन्रीसुद्धा बसला. ती बोलू लागली, तेव्हा तिचा आवाज अतिशय गंभीर झाला होता आणि त्यात एक प्रतिष्ठाही डोकावत होती.

''तुम्हाला आठवत असेल की, एक-दोन प्रसंगी आपण एक चांगला खेळ खेळलो होतो. रहस्य उकलण्याचा आणि उत्तरं शोधण्याचा खेळ. मी चांगलं काम केलं असं तुम्ही म्हणाला होतात...''

''अर्थात. तुम्ही आम्हा सगळ्यांना मागे टाकलंत,'' सर हेन्री कौतुकाने म्हणाला. ''उत्तरापर्यंत पोहोचण्यासाठी तुम्ही काय हुशारी वापरायचा आणि गावातल्या कोणत्या ना कोणत्या घटनेचं तुम्ही उदाहरण द्यायचात की, त्या प्रसंगामुळे कशी तुम्हाला कल्पना सुचली.'' तो हसून म्हणाला; पण मिस मार्पल हसली नाही. तिचा चेहरा फार गंभीर झाला होता.

''तुमच्या या कौतुकामुळेच मी आज धीर गोळा करून स्वतःहून तुमच्याकडे आले आहे. मला वाटतं की, जर मी तुम्हाला काहीतरी सांगितलं, तर किमान तुम्ही ते हसण्यावारी तरी नेणार नाही.''

अचानक त्याच्या लक्षात आलं की, ती पूर्ण गंभीरपणे बोलते आहे.

''हो, हो, मी अजिबात हसण्यावारी नेणार नाही,'' तो हळुवारपणे म्हणाला.

''सर हेन्री... ही मुलगी... रोझ एमॉट... तिने नदीत उडी मारली नाही. *तिचा खून झालाय*... आणि तो कोणी केलाय ते मला माहीत आहे,'' मिस मार्पल म्हणाली.

सर हेन्री इतका चकित झाला की, तो काही क्षण काहीच बोलला नाही. मिस मार्पलचा आवाज अजिबात उत्तेजित नव्हता, ती शांतपणे बोलली होती. तिच्या आविर्भावावरून असं वाटलं असतं की, ती कोणतं तरी अगदी सामान्य विधान करते आहे.

''तुम्ही केलेलं विधान फारच गंभीर आहे, मिस मार्पल,'' सर हेन्री कसाबसा म्हणाला.

तिने हळूहळू मान डोलावली.

''मला माहीत आहे... मला माहीत आहे म्हणूनच मी तुमच्याकडे आले.''

''पण मी ती योग्य व्यक्ती नाही. मी आता पोलीस दलातून निवृत्त झालो आहे. तुमच्याकडे जर अशी काही माहिती असेल, तर तुम्हाला पोलिसांकडे जायला हवं.''

''मला नाही वाटत मी तसं करू शकेन,'' मिस मार्पल म्हणाली.

''का नाही?''

''कारण माझ्याकडे... तुम्ही म्हणताय तशी काहीच *माहिती* नाहीये.''

''म्हणजे तुम्ही फक्त अंदाज बांधताय, असं म्हणायचंय का तुम्हाला?''

''तुम्हाला हवं तर तुम्ही तसं म्हणू शकता; पण हा अंदाज नाहीये. मला पक्कं *माहीत* आहे; पण मला कसं माहीत आहे याचं कारण जर मी इन्स्पेक्टर ड्रूइटला सांगितलं, तर ते मला हसतील आणि खरं सांगायचं तर मी त्यांना दोष नाही देणार. असं खास ज्ञान समजून घेणं फार अवघड असतं.''

''म्हणजे कसं?'' सर हेन्रीने विचारलं.

मिस मार्पल हळूच हसली.

“मी जर तुम्हाला सांगितलं की, खूप वर्षांपूर्वी माझ्या भाचीकडे भाजी विकायला येणारा पीजगुड नावाचा मनुष्य गाजरांच्याऐवजी मुळे ठेवून गेला म्हणून मला हे माहीत आहे तर...”

ती बोलायची थांबली.

“भाजीवाल्याचं नावही कसं योग्य वाटतं...” सर हेन्री पुटपुटला, “म्हणजे तुम्ही अशाच एका समांतर केसमधल्या गोष्टींवरून हा अंदाज बांधलाय.”

“मला लोकांचा स्वभाव समजतो. अशा गावात इतकी वर्षं राहिलं की, लोकांचे स्वभाव समजतातच. प्रश्न हा आहे की, तुमचा माझ्यावर विश्वास आहे की नाही?” मिस मार्पल म्हणाली.

तिने थेट त्याच्याकडे पाहिलं. तिचे गाल आता जास्तच लाल दिसत होते. दोघांची नजरानजर झाली.

सर हेन्री आयुष्याचा भरपूर अनुभव गाठीशी असलेला मनुष्य होता. तो भराभर निर्णय घेऊ शकायचा. मिस मार्पलचं बोलणं अशक्य आणि अद्भुतरम्य वाटत असलं तरी त्याने ते क्षणार्धात स्वीकारलं होतं.

“माझा तुमच्यावर विश्वास *आहे*, मिस मार्पल; पण या केसमध्ये मी काय करावं अशी तुमची अपेक्षा आहे, ते मला कळत नाहीये किंवा तुम्ही माझ्याकडे का आलाय ते मला समजत नाहीये.”

“मी खूप खूप विचार केलाय,” मिस मार्पल म्हणाली. “मी मगाशी म्हणाले त्याप्रमाणे, तथ्य हाती असल्याशिवाय पोलिसांकडे जाण्यात काही अर्थ नाही आणि माझ्याकडे तशी तथ्यं नाहीत. मी इतकीच विनंती करते आहे की, तुम्ही या प्रकरणात लक्ष घाला, कारण तुम्ही रस दाखवलात, तर इन्स्पेक्टर ड्रूइटला फारच चांगलं वाटेल आणि अर्थातच, जर ते प्रकरण आणखी वर गेलं, तर मुख्य कॉन्स्टेबल कर्नल मेलचेट काय, तुम्ही म्हणाला ते करायला तयार होईल.”

तिने त्याच्याकडे विनवणी केल्यागत पाहिलं.

“आणि मला काम सुरू करायला तुम्ही काय माहिती पुरवणार आहात?”

मिस मार्पल म्हणाली, “मी एक नाव... म्हणजे ते *नाव* एका कागदावर लिहून तुम्हाला द्यावं असा विचार करतेय. मग जर तपास केल्यावर ती व्यक्ती यात गोवलेली नाही असं तुम्हाला आढळलं, तर मी चूक होते असा निष्कर्ष निघेल.”

मग ती थांबली आणि थरथरत्या आवाजात म्हणाली, “जर एखाद्या निरपराध माणसाला फाशी झाली, तर किती भयंकर होईल!”

“काय!” सर हेन्री चकित होऊन ओरडलाच.

ती अस्वस्थ चेहऱ्याने त्याच्याकडे पाहू लागली.

“मी याबाबतीत चुकीची असू शकते; पण मला तसं वाटत नाहीये. इन्स्पेक्टर ड्रूइट हुशार माणूस आहे; पण काय होतं ना, मध्यम बुद्धी असणं हे जास्त धोकादायक ठरू शकतं. कारण, त्याने तुम्ही हवं तितकं पुढे नाही जाऊ शकत.”

सर हेन्रीने कुतूहलाने तिच्याकडे पाहिलं.

मिस मार्पलने आपली लहानशी पर्स उघडली आणि त्यातून एक छोटीशी वही बाहेर काढली. त्याचं एक पान फाडून तिने काळजीपूर्वक त्यावर एक नाव लिहिलं आणि घडी करून तो कागद सर हेन्रीला दिला.

त्याने तो उघडून नाव वाचलं. त्याला त्यातून काही बोध झाला नाही; पण त्याने भुवया उंचावल्या. त्याने मिस मार्पलकडे नजर टाकून तो कागद खिशात ठेवला.

“हे एक वेगळंच प्रकरण दिसतंय,” तो म्हणाला, “मी असं काही यापूर्वी कधीच केलं नाहीये; पण माझा *तुमच्यावर* विश्वास आहे मिस मार्पल आणि त्यामुळेच मी शोध घेणार आहे.”

सर हेन्री मुख्य कॉन्स्टेबल कर्नल मेलचेट आणि इन्स्पेक्टर ड्रूइट यांच्यासोबत एका खोलीत बसला होता.

कर्नल मेलचेट हा लहानखुरा माणूस कायम आक्रमक लष्करी आवेशात असायचा. याउलट इन्स्पेक्टर धिप्पाड आणि रुंद खांद्यांचा होता आणि तो अत्यंत शहाणा होता.

सर हेन्री प्रसन्न हसत त्यांना म्हणाला, “मला माहीत आहे की, मी तुमच्या कामात नाक खुपसतोय; पण मी हे का करतोय ते मात्र मला सांगता येणार नाही.”

“प्रिय मित्रा, आम्हाला तर फार आनंद झाला. तू आमच्या सोबत काम करणार हे ऐकूनच आम्ही धन्य झालो,” दोघंही म्हणाले.

मनात मात्र मुख्य कॉन्स्टेबल म्हणत होता, ‘बॅन्ट्रीजच्या घरी बिचारा अगदी कंटाळून गेला असणार. तो म्हातारा सारखा सरकारला शिव्या घालणार आणि ती म्हातारी सारखी बागकाम आणि कंदांबद्दल बडबड करत असणार.’

इन्स्पेक्टर मनात विचार करत होता, ‘अरेरे! आपण एखाद्या अत्यंत अवघड गुन्ह्याचा तपास करत असतो तर! कारण, सर हेन्री इंग्लंडमधल्या सर्वांत हुशार माणसांपैकी एक आहेत आणि ही केस तर अगदी सरळसाधी आहे.’

मोठ्याने मात्र मुख्य कॉन्स्टेबल म्हणाला, “मला वाटतं की, ही केस घृणास्पद असली तरी फार सरळसोट आहे. पहिली कल्पना ही होती की, त्या मुलीनेच उडी मारली असावी; पण आमचा डॉक्टर – हेडॉक, फार काळजीपूर्वक तपासतो, बरं का. त्याला तिच्या दोन्ही दंडांवर खरचटल्याच्या खुणा आढळल्या. त्या मृत्यूपर्वी

झालेल्या होत्या म्हणजे एखाद्याने तिचे दंड घट्ट धरून तिला पुलावरून ढकलली असावी.''

''असं करायला भरपूर शक्ती लागेल का?''

''मला नाही वाटत. त्या मुलीचं लक्षच नसणार, त्यामुळे काही झटापट झालेली नसावी. घसरड्या लाकडाचा तो पायी जाण्याचा लहानसा पूल आहे. तिथून ढकलणं अगदी सोपं आहे. त्या बाजूला तर कठडाही नाहीये.''

''ही घटना त्याच ठिकाणी घडली हे तुम्हाला नक्की माहीत आहे?''

''हो. एक बारा वर्षांचा मुलगा आहे. त्याचं नाव जिमी ब्राउन. तो पलीकडच्या बाजूला जंगलात होता. त्याने किंकाळी आणि पाण्यात काहीतरी धप्पकन पडल्याचा आवाज ऐकला. तिन्हीसांजेची वेळ होती, त्यामुळे नीट काही दिसलं नाही. नंतर त्याला पांढरं काहीतरी पाण्यात वाहताना दिसलं आणि त्याने धावत जाऊन मदत बोलावली. त्यांनी तिला बाहेर काढलं; पण तोवर फार उशीर झाला होता.''

सर हेन्रीने मान डोलावली.

''त्या मुलाने पुलावर कोणालाच पाहिलं नाही?''

''नाही. संध्याकाळची वेळ होती ना आणि त्या भागात नेहमी धुकं असतं. मी त्याची पुन्हा चौकशी करणार आहे की, त्याने आधी किंवा नंतर कोणाला पाहिलं का. त्याने हे गृहीतच धरलं की, त्या मुलीने उडी मारली असावी, कळलं का? सगळ्यांनाच आधी तसं वाटलं होतं.''

''पण आपल्याकडे ती चिठ्ठी आहे,'' इन्स्पेक्टर ड्रूइट म्हणाला. तो सर हेन्रीकडे वळला.

''सर, त्या मृत मुलीच्या खिशात चिठ्ठी होती. चित्रकाराच्या पेन्सिलने लिहिली असावी. कारण, कागद पूर्ण ओला होऊन मऊ झाला होता तरी आम्हाला त्यावरचं वाचता आलं.''

''काय होतं त्यावर?''

''ती सँडफोर्डने लिहिलेली चिठ्ठी होती. त्यात लिहिलं होतं, 'ठीक आहे. मी भेटतो तुला ८.३० वाजता पुलावर. - आर. एस.' साडेआठच्या नंतरच काही मिनिटांनी जिमी ब्राऊनला ती किंकाळी आणि धप्प आवाज आला.''

''तुम्ही सँडफोर्डला भेटलाय का कधी?'' कर्नल मेलचेटने सर हेन्रीला विचारलं. ''तो गेला महिनाभर या गावात आहे. हल्लीचे तरुण वास्तुविशारद असतात ना, ते विचित्र विचित्र घरं बांधणारे... त्यातलाच आहे तो. तो त्या ॲलिंग्टनांसाठी घर बांधतोय. कसं असणार आहे देव जाणे! मला वाटतं विचित्र आधुनिक शैलीतलं असेल... काचेची टेबलं आणि स्टीलच्या खुर्च्या... तर असा आहे तो सँडफोर्ड. विचित्र, काहीच नैतिक मूल्यं नसलेला.''

''मुलींना जाळ्यात ओढणं हा बऱ्याच जुन्या काळापासून चालत आलेला गुन्हा आहे. हां; पण तो खुनाइतका जुना नक्कीच नाही,'' सर हेन्री मवाळपणे म्हणाला.

कर्नल मेलचेट त्याच्याकडे बघतच राहिला. मग म्हणाला, ''आं! हो, हो. बरोबर.''

इन्स्पेक्टर ड्रूइट म्हणाला, ''बघितलंत, सर हेन्री. वाईट झालं; पण ही केस सरळसोट आहे. या सँडफोर्डने त्या मुलीला नादाला लावलं. मग तो लंडनला परत निघून जाणार होता. तिथेही त्याची एक आहे. त्या मुलीशी त्याचं लग्न ठरलंय, त्यामुळे अर्थातच जर तिला या त्याच्या प्रकरणाची खबर लागली, तर त्याचा खेळच खलास झाला असता म्हणून तो रोझला पुलावर भेटला. धुकं होतंच. आजूबाजूला कोणीही नव्हतं. त्याने तिचे दंड धरून तिला पाण्यात ढकललं. काय नालायक मुलगा म्हणायचा... आता त्याला जी शिक्षा होईल त्याच लायकीचा आहे तो. माझं तर असंच मत आहे.''

सर हेन्री दोनेक मिनिटं काहीच बोलला नाही. त्याला जाणवलं की, स्थानिकांचा त्या लंडनवासी तरुणाबद्दल मोठाच वाईट पूर्वग्रह आहे. सेंट मेरी मीडसारख्या पुराणमतवादी गावात आधुनिक शैलीचं काम करणारा वास्तुविशारद लोकप्रिय होणं अजिबातच शक्य नव्हतं.

''त्या मुलीच्या होणाऱ्या बाळाचा बाप हा सँडफोर्डच होता हे खात्रीशीररीत्या सांगता येईल का?'' त्याने विचारलं.

''तोच असणार,'' ड्रूइट म्हणाला, ''त्या मुलीने तिच्या बापाला तसं सागितलं होतं. तिला वाटत होतं की, तो तिच्याशी लग्न करेल. लग्न! आणि तो!''

'देवा रे! मी मध्ययुगीन नाट्य पाहतो आहे असं वाटतंय मला!' सर हेन्रीच्या मनात आलं. काही संशय न आलेली भोळी मुलगी, लंडनहून आलेला खलनायक, कडक शिस्तीचा बाप, मुलाने दिलेला धोका... आता फक्त तिच्यावर प्रेम करणाऱ्या गावातल्या दुसऱ्या तरुणाचीच कमी आहे. मी आता त्याबद्दलच विचारतो...'

मोठ्याने तो म्हणाला, ''या मुलीचा गावात कोणी खास मित्र नव्हता का?''

''म्हणजे जो एलिस?'' इन्स्पेक्टर म्हणाला, ''जो चांगला मुलगा आहे. तो सुतार आहे. तिने जोलाच निवडायला हवं होतं...''

कर्नल मेलचेटनेही मान डोलावून संमती दर्शवली. ''आपल्याच वर्गातल्या एखाद्याबरोबर राहायला हवं,'' तो फटकन म्हणाला.

''या जो एलिसला त्यांच्या प्रकरणाबद्दल कळल्यावर त्याने काय केलं?'' सर हेन्रीने विचारलं.

''त्याने हे सगळं कसं घेतलं ते कोणालाच माहीत नव्हतं,'' इन्स्पेक्टर म्हणाला. ''हा जो अगदी अबोल आहे. आतल्या गाठीचा. त्याच्या दृष्टीने रोझ जे

काही करायची ते बरोबरच होतं, तो तिच्या ताटाखालचं मांजरच होता म्हणा ना. ती नाचवायची त्याला हवं तसं. मला वाटतं, ती पुन्हा आपल्याकडे परत येईल, अशी त्याला आशा असावी.''

''मला त्याला भेटायला आवडेल,'' सर हेन्री म्हणाला.

''आम्ही त्याची चौकशी करणारच आहोत, आम्ही कोणत्याच गोष्टीकडे दुर्लक्ष करत नाही,'' कर्नल मेलचेट लगेच म्हणाला, ''मी असं ठरवलं होतं की, पहिल्यांदा एमॉटला भेटू, मग सँडफोर्डला आणि मग या एलिसला. क्लिदरिंग, चालेल ना तसं?''

सर हेन्रीने होकार दिला.

ब्लू बोअरमध्ये जाऊन ते एमॉटला भेटले. तो एक धिप्पाड मध्यमवयीन माणूस होता. त्याची नजर सतत भिरभिरत होती आणि तो कधीही भांडायला तयार असावा असा त्याचा एकंदर आविर्भाव होता.

''बरं झालं तुम्ही सगळे आलात, गुड मॉर्निंग कर्नल,'' तो म्हणाला, ''या, आत या म्हणजे आपल्याला खासगीत बोलता येईल. तुम्हाला काही प्यायला देऊ? नको? ठीके. माझ्या बिचाऱ्या पोरीच्या प्रकरणाविषयी बोलायला आला आहात ना. रोझ फार चांगली मुलगी होती. नेहमीच ती चांगली मुलगी होती; पण तो नालायक... माफ करा; पण तो तसाच आहे... तो येईपर्यंत ती व्यवस्थित वागायची. त्याने तिला लग्नाचं वचन दिलं होतं. मी तर त्याला कायद्याच्या कचाट्यातच पकडणार आहे. त्यानेच तिला फूस लावली. नालायक मुलगा... खुनी! आपल्या सगळ्या गावाची इज्जत घालवली. गेली माझी बिचारी रोझ!''

''तिच्या अवस्थेसाठी सँडफोर्डच जबाबदार आहे या स्पष्ट शब्दांत तुमच्या मुलीने तुम्हाला ही गोष्ट सांगितली होती का?'' मेलचेटने कडकपणे विचारलं.

''हो, हो. याच खोलीत तिने मला सांगितलं.''

''आणि तुम्ही तिला काय म्हणालात?'' सर हेन्रीने विचारलं.

''मी काय म्हणालो?'' तो मनुष्य क्षणभर गडबडला.

''हो म्हणजे उदाहरणार्थ, तुम्ही तिला घरातून हाकलून द्यायची धमकी दिली नाहीत?''

''मी नाराज झालो होतो... तसं तर होणारच ना. माझं वागणं नैसर्गिकच होतं हे तुम्हीही मान्य कराल, अशी माझी खात्री आहे; पण अर्थातच मी काही तिला खरोखरच घरातून हाकललं नाही. मी असं कधीच करणार नाही.'' मग नैतिकतेचा मोठा आव आणून तो म्हणाला, ''नाही. कायदा कशासाठी आहे? मी म्हणतो, कायदा कशासाठी आहे? त्याने तिच्याशी योग्य तऱ्हेनेच वागलं पाहिजे आणि जर त्याने तसं केलं नाही, तर त्याला त्याची किंमत चुकवावी लागेल.''

असं म्हणून त्याने टेबलावर मूठ आपटली.

''तुम्ही तुमच्या मुलीला शेवटचं कधी बघितलं?'' मेलचेटने विचारलं.

''काल... चहाच्या वेळी.''

''त्या वेळचं तिचं वागणं कसं होतं?''

''अं... नेहमीसारखंच. मला काही वेगळं जाणवलं नाही. मला जर आधीच माहीत असतं तर...''

''पण तुम्हाला माहीत नव्हतं,'' इन्स्पेक्टर उपरोधाने म्हणाला.

मग ते तिघं तिथून निघाले.

''एमॉटविषयी काही फार चांगलं मत होत नाहीये,'' सर हेन्री विचार करत म्हणाला.

''चांगला बदमाश वाटला मला तो. त्याला संधी मिळाली असती, तर त्याने सँडफोर्डला मारहाणच केली असती!'' मेलचेट म्हणाला.

यानंतर ते त्या वास्तुविशारदाला भेटले. सर हेन्रीच्या मनात नकळत रेक्स सँडफोर्डचं जे चित्र उभं राहिलं होतं तसा तो अजिबातच नव्हता. तो खूप उंच, अगदी बारीक आणि गोरापान होता. त्याचे स्वप्नील डोळे निळे होते आणि विस्कटलेले केस लांब होते. त्याचं बोलणं काहीसं मुलीसारखं होतं.

कर्नलने त्याची आणि सोबत्यांची ओळख करून दिली. मग त्याने थेट मुद्द्याचंच बोलायला सुरुवात केली. काल संध्याकाळी सँडफोर्ड कुठे होता असं कर्नलने विचारलं.

कर्नल त्याला सावध करत म्हणाला, ''तुला हे समजतंय ना की, मी तुझ्याकडून जबरदस्तीने काहीही विधान काढून घेऊ शकत नाही आणि तू जे काही बोलशील ते पुरावा म्हणून तुझ्याविरुद्ध वापरलं जाऊ शकतं. मी हे आधीच स्पष्ट करतोय.''

''मला... मला समजलं नाही,'' सँडफोर्ड म्हणाला.

''रोझ एमॉट नावाची मुलगी काल रात्री बुडून मेली हे तुला माहीत आहे ना?''

''हो. बापरे, किती भयंकर आहे ते. मला तर रात्रभर झोपच नाही लागली. आजही मला कामच करता येत नाहीये. मलाच जबाबदार असल्यासारखं वाटतंय. माझीच चूक असल्यासारखं.''

त्याने केसातून हात फिरवला आणि ते आणखी विस्कटले.

''मला तिला त्रास द्यायचा नव्हता. मला कधीच असं वाटलं नाही. मला स्वप्नातही वाटलं नाही की ती ते असं घेईल.''

तो खाली बसला आणि त्याने आपला चेहरा हातांच्या ओंजळीत लपवला.

''मिस्टर सँडफोर्ड, तू काल संध्याकाळी साडेआठच्या सुमाराला कुठे होतास हे सांगायला नकार देतो आहेस, असं मी समजू का?''

''नाही, नाही, अजिबातच नाही. मी बाहेर होतो. चालायला गेलो होतो.''

''तू मिस एमॉटला भेटायला गेला होतास?''

''नाही. मी एकटाच गेलो होतो. जंगलात. खूप दूरवर गेलो होतो.''

''मग या चिठ्ठीबद्दल तुझं काय म्हणणं आहे? ती मृत मुलीच्या खिशात सापडली.'' इन्स्पेक्टर ड्रूइटने ती कोरड्या आवाजात मोठ्याने वाचून दाखवली.

''आता बोल, तू ही चिठ्ठी लिहिलीस याला नकार देतो आहेस का?'' त्याने विचारलं.

''नाही, तुम्ही म्हणताय ते बरोबर आहे. मीच लिहिली ती. रोझने मला भेटायला बोलावलं होतं. तिने आग्रहच धरला. काय करावं मला कळत नव्हतं म्हणून मी ती चिठ्ठी लिहिली.''

''हं, आता कसं!'' इन्स्पेक्टर म्हणाला.

''पण मी गेलोच नाही!'' सँडफोर्ड मोठ्याने उत्तेजित स्वरात ओरडला. ''मी गेलोच नाही! मला वाटलं न जाणंच बरं होईल. मी उद्या शहरात परत जाणार होतो. मला वाटलं न भेटलेलंच जास्त चांगलं ठरेल. मी लंडनला जाऊन तिला पत्र लिहिणार होतो आणि... आणि काहीतरी सोय करणार होतो.''

''तुला माहीत आहे ना की, ही मुलगी गरोदर होती आणि तिच्या मुलाचा तू बाप आहेस, असं तिने सांगितलं होतं?''

सँडफोर्डने एक सुस्कारा सोडला; पण काही उत्तर दिलं नाही.

''हे विधान खरं आहे का?''

सँडफोर्डने आपला चेहरा आणखी लपवला.

''मला वाटतं, हो,'' तो हळूच म्हणाला.

''हं!'' इन्स्पेक्टरला आपलं समाधान लपवता आलं नाही. ''तर आता तू चालायला गेला होतास त्याबद्दल सांग. तुला कोणी पाहिलं का काल रात्री?''

''मला माहीत नाही. मला नाही वाटत पाहिलं. माझ्या आठवणीप्रमाणे तरी मला कोणीच भेटलं नाही.''

''अरेरे!''

''म्हणजे?'' सँडफोर्ड इन्स्पेक्टरकडे चकित होऊन पाहू लागला. ''मी चालायला बाहेर गेलो होतो की नाही याचा काय संबंध? रोझने नदीत उडी मारली त्याच्याशी याचा काय संबंध?''

''अंह! तुला माहितेय, तिने उडी मारलीच नाही! तिला मुद्दाम नदीत फेकलं गेलंय, मिस्टर सँडफोर्ड!'' इन्स्पेक्टर म्हणाला.

त्याला हे पचवायला काही क्षण लागले. ''तिला... अरे देवा! म्हणजे...''

तो खुर्चीत कोसळलाच.

कर्नल मेलचेट निघायच्या तयारीत होता. तो म्हणाला, ''मिस्टर सँडफोर्ड, तुला कोणत्याही परिस्थितीत या घरातून बाहेर जाता येणार नाही, कळलं ना?''

ते तिघं एकत्रच निघाले. इन्स्पेक्टरने आणि कर्नलने एकमेकांकडे अर्थपूर्ण कटाक्ष टाकला.

''इतकं पुरेसं आहे असं मला वाटतं, सर,'' इन्स्पेक्टर म्हणाला.

''हो. वॉरंट काढा आणि त्याला अटक करा.''

''एक मिनिटं हं, मी माझे हातमोजे आतच विसरलो,'' सर हेन्री म्हणाला.

तो भर्रकन पुन्हा त्या घरात शिरला. सँडफोर्ड त्याच खुर्चीत अजूनही तसाच बसला होता. त्याची बधिर नजर शून्यात लागली होती.

सर हेन्री म्हणाला, ''मी परत आलोय ते तुला सांगायला की, मी वैयक्तिकरीत्या तुला मदत करायचा पूर्ण प्रयत्न करेन. मी असं का करणार आहे ते मात्र मी तुला सांगू शकत नाही; पण मी तुला एक प्रश्न विचारणार आहे. तुझ्यात आणि या रोझ नावाच्या मुलीत नक्की काय झालं ते मला थोडक्यात आणि तंतोतंत शब्दांत सांग, प्लीज.''

सँडफोर्ड सांगू लागला, ''ती फार सुंदर होती. आकर्षक आणि मोहक आणि ती... ती माझ्या मागेच लागली. देवाशपथ सांगतो, हे खरं आहे. ती मला एकटं सोडेच ना. या गावात मला एकटं वाटायचं, कोणालाच मी फार आवडत नव्हतो आणि... मी म्हणालो तसं, ती फारच सुंदर होती आणि तिला समोरच्याला कसं गटवायचं ते बरोबर माहीत होतं...'' तो बोलायचा थांबला. मग वर बघून तो म्हणाला, ''आणि मग हे घडलं. मी तिच्याशी लग्न करावं, अशी तिची इच्छा होती. काय करावं मला काहीच कळेना. लंडनमध्ये माझं एका मुलीशी लग्न ठरलं आहे आणि तिच्या कानावर जर हे गेलं... आणि ते अर्थातच जाईल... मग संपलं सगळं. ती समजूनच घेणार नाही. कशी समजून घेईल ना? मीसुद्धा असा नालायकपणा केलाय. मी म्हणालो तसं, काय करावं तेच मला कळत नव्हतं म्हणून मी रोझला भेटायचं टाळू लागलो. मला वाटत होतं की, लंडनला परत जाऊन मी माझ्या वकिलाला भेटेन आणि तिच्यासाठी पैशाची काहीतरी सोय करेन. देवा! मी किती मूर्ख आहे! ही केस तर उघडपणे माझ्याविरुद्धच दिसतेय; पण त्यांची काहीतरी चूक झालीये. *तिनेच* स्वतः उडी मारली असणार.''

''तिने तुला कधी आत्महत्या करायची धमकी दिली होती?''

सँडफोर्डने नकारार्थी मान हलवली.

''ती तसं काही करेल अशी मुलगी नव्हतीच खरंतर.''

''त्या जो एलिसबद्दल काय सांगशील?''

''तो सुतार? अगदी गावाकडचा तरुण आहे. जरा मंद वाटतो; पण रोझवर वेड्यासारखं प्रेम करतो.''

''त्याला मत्सर वाटून त्याने काही केलं असेल?'' सर हेन्रीने विचारलं.

''मला वाटतं त्याला थोडा मत्सर वाटायचा; पण तो तसा मठ्ठच आहे. तो शांतपणे आतल्या आत झुरत राहील असं वाटतं.''

''ठीके. मला निघायला हवं,'' सर हेन्री म्हणाला.

तो इतर दोघांपाशी गेला. मग म्हणाला, ''मला काय वाटतं, मेलचेट की, आपण कोणालाही अटक करण्यापूर्वी एकदा या एलिसला भेटू या. चुकीच्या माणसाला अटक झाली, तर फारच वाईट ठरेल. शेवटी मत्सर हा खुनासाठी चांगलं कारण ठरू शकतो आणि तसं बऱ्याचदा घडलेलंही आहे.''

''बरोबर आहे,'' इन्स्पेक्टर म्हणाला, ''पण जो एलिस तसा नाहीये. तो तर किड्यामुंग्यांनाही त्रास देणार नाही असा आहे. कोणी त्याला कधी संतापलेलंही पाहिलं नाहीये; पण तरी तो काल रात्री कुठे होता हे त्याला आपण नक्कीच विचारू या. तो घरीच असेल. तो मिसेस बार्टलेट या विधवा बाईंच्या घरी राहतो. सज्जन बाई आहे ती, लोकांचे कपडे धुऊन देते.''

ते ज्या घराकडे वळले ते अत्यंत चकाचक आणि नीटनेटकं होतं. एका गुबगुबीत मध्यमवयीन बाईने दार उघडलं. तिचा चेहरा प्रसन्न होता आणि तिचे डोळे निळे होते.

''गुड मॉर्निंग मिसेस बार्टलेट, जो एलिस आहे का घरी?'' इन्स्पेक्टरने विचारलं.

''आत्ता दहा मिनिटांपूर्वीच आलाय,'' ती म्हणाली. ''आत या ना, सर.''

ॲप्रनला हात पुसत तिने त्यांना बैठकीच्या खोलीत नेलं. तिथे भुसा भरलेले पक्षी, चिनी मातीचे कुत्रे अशा शोभेच्या वस्तू होत्या आणि भरपूर निरुपयोगी फर्निचर भरलेलं होतं. तिने भराभर थोडा पसारा उचलून त्यांना बसायला जागा केली आणि मग तिने हाक मारली. ''जो, तुला भेटायला तीन सद्‌गृहस्थ आलेत.''

स्वयंपाकघरातून आवाज आला, ''अंघोळ झाली की येतोच मी.''

मिसेस बार्टलेट हसली.

''या ना, मिसेस बार्टलेट, बसा,'' कर्नल मेलचेट म्हणाला.

''नाही, नाही, नको,'' ती म्हणाली. जणू त्यांच्यासोबत आपण बसायचं या कल्पनेनेच तिला धक्का बसला असावा.

''जो एलिस भाडेकरू म्हणून कसा आहे?'' मेलचेटने सहज विचारल्यासारखं केलं.

''यापेक्षा चांगला भाडेकरू मिळणारच नाही, सर,'' ती म्हणाली, ''अगदी व्यवस्थित तरुण आहे तो. कधीही दारूच्या थेंबालाही स्पर्श करत नाही. आपलं काम अभिमानाने करतो आणि मला घरातही नेहमी मदत करतो. त्यानेच मला ती शेल्फ बसवून दिली आणि स्वयंपाकघरात नवीन कपाट बनवून दिलं. घरात कधीही

काहीही लागलं तरी तो करून देतो आणि त्यासाठी आभारही मानून घेत नाही. जोसारखी तरुण मुलं कुठे भेटतात हल्ली, सर!''

''कोणीतरी मुलगी कधीतरी नशीबवान ठरणार आहे,'' मेलचेट पुन्हा सहज बोलल्यासारखा म्हणाला, ''त्याला ती रोझ एमॉट आवडायची ना?''

मिसेस बार्टलेटने सुस्कारा सोडला.

''मी तर त्याच्या वागण्याने कंटाळून गेले होते. ती मुलगी ज्या भूमीवर चालायची त्या जागेला जणू तो पवित्र मानायचा आणि तिला मात्र त्याच्याविषयी काडीचंही काही वाटायचं नाही.''

''जो रोज संध्याकाळी कुठे असतो?''

''बऱ्याचदा इथेच असतो, सर. कधी उरलेलं काहीतरी काम करतो. कधी कधी तो अभ्यास करतो. तो आर्थिक व्यवहारांच्या नोंदी ठेवण्याचा अभ्यासक्रम पूर्ण करतोय पत्रव्यवहाराने.''

''हो का, अच्छा! काल संध्याकाळी तो घरीच होता?''

''हो, सर.''

''तुमची खात्री आहे, मिसेस बार्टलेट?'' सर हेन्रीने कडक आवाजात विचारलं.

ती त्याच्याकडे वळून म्हणाली, ''हो, मला खात्री आहे सर.''

''तो आठ-साडेआठच्या दरम्यान कुठे बाहेर गेला नाही?''

''नाही, नाही,'' ती हसून म्हणाली. ''तो स्वयंपाकघरातलं कपाट दुरुस्त करत होता. संध्याकाळभर तेच काम चालू होतं आणि मी त्याला मदत करत होते.''

सर हेन्रीने तिच्या हसऱ्या चेहऱ्याकडे पाहिलं आणि त्याला पहिल्यांदाच साशंक वाटलं.

क्षणभराने जो एलिस खोलीत आला.

तो उंचापुरा, रुंद खांद्यांचा मुलगा होता. जुन्या पद्धतीचं देखणेपण होतं त्याच्यात. त्याचे निळे डोळे लाजाळू होते आणि हास्य छान प्रसन्न होतं. एकंदरीत तो एक प्रेमळ धिप्पाड तरुण होता.

मेलचेटने संभाषणाला सुरुवात केली. मिसेस बार्टलेट स्वयंपाकघरात निघून गेली.

''आम्ही रोझ एमॉटच्या मृत्यूचा तपास करतोय, एलिस, तू ओळखायचास तिला.''

''हो,'' तो क्षणभराने पुटपुटला. ''मला एक दिवस तिच्याशी लग्न करायची इच्छा होती. बिचारी...''

''ती गेली तेव्हा कोणत्या अवस्थेत होती तुला माहीत आहे?''

''हो,'' तो म्हणाला, तेव्हा त्याच्या डोळ्यांत संताप दिसत होता. ''त्याने तिला फसवलं; पण झालं ते चांगलंच झालं. कारण ती त्याच्याशी लग्न करून सुखी नसती झाली. मला वाटलं होतं की असं काहीतरी झाल्यावर ती माझ्याकडे येईल. मी तिची काळजी घेतली असती.''

''जरी तिला...''

''त्यात तिचा काही दोष नव्हता. त्याने तिला काय काय वचनं देऊन भुलवलं. ओह! तिने मला सांगितलं होतं त्याबद्दल. उगाचच तिने उडी मारली. इतक्या लायकीचा नव्हता तो.''

''तू काल रात्री साडेआठच्या सुमारास कुठे होतास, एलिस?''

त्याने उत्तर तयारच असल्यागत पटकन दिलं; पण सर हेन्रीला त्याच्या उत्तर देण्यात एक प्रकारच्या जबरदस्तीची छटा जाणवली.

तो म्हणाला, ''मी इथेच होतो. मिसेस बीसाठी स्वयंपाकघरातलं कपाट दुरुस्त करत होतो. तिला विचारा, ती सांगेल तुम्हाला.''

'याने तर फारच पटकन उत्तर दिलं,' सर हेन्री मनातल्या मनात म्हणाला. 'तो खरंतर हळूहळू विचार करून उत्तर देणारा मुलगा वाटतोय. इतकं पटकन उत्तर दिलंय की, त्याने ते आधीच पाठ करून ठेवलंय असं वाटतं.'

मग त्याने स्वतःलाच समजावलं की, हे त्याच्या कल्पनेचे खेळ आहेत. त्याला तर असाही भास झाला की, जोच्या डोळ्यात एक धास्तावलेपणा दिसतोय.

आणखी काही प्रश्न विचारून मग ते बाहेर पडले. सर हेन्री काहीतरी कारण काढून स्वयंपाकघरात गेला. मिसेस बार्टलेट स्टोव्हपाशी काहीतरी करत होती. तिने प्रसन्न हसून सर हेन्रीकडे पाहिलं. एक नवीन कपाट नुकतंच बसवलेलं दिसत होतं. ते अजून पूर्ण झालेलं नव्हतं. लाकडाचे काही तुकडे आणि अवजारं तिकडे पडली होती.

''एलिस याच कपाटाचं काम करत होता का काल रात्री?'' त्याने विचारलं.

''हो सर. चांगलं काम केलंय ना त्याने? जो फारच हुशार सुतार आहे.''

तिच्या डोळ्यांत काहीच धास्तावलेपण किंवा शरमेची झाकही नव्हती.

पण एलिस... की त्यालाच तसा भास झाला होता? नाही नाही, नक्कीच काहीतरी होतं.

'मला त्याच्याकडून सगळं काढून घेतलंच पाहिजे,' सर हेन्रीने विचार केला.

स्वयंपाकघरातून बाहेर पडता पडता तो एका बाबागाडीवर आपटलाच.

''मी बाळाला उठवलं तर नाही!'' तो पटकन म्हणाला.

मिसेस बार्टलेट मोठ्याने हसली. ''नाही, नाही, सर. मला मूलबाळ नाहीये. मी या बाबागाडीचा उपयोग धुण्याचे कपडे न्यायला-आणायला करते.''

''ओह, अच्छा...''

क्षणभर थांबून तो अचानक म्हणाला, ''मिसेस बार्टलेट, तुम्ही रोझ एमॉटला ओळखत होतात. तुमचं तिच्याविषयीचं खरं खरं मत मला सांगा.''

तिने कुतूहलाने त्याच्याकडे पाहिलं.

''सर, मला ती चंचल, लहरी वाटायची; पण ती मेली आहे आणि मला गेलेल्या लोकांबद्दल वाईट बोलायला आवडत नाही.''

''पण मी हे विचारण्यामागे एक कारण आहे. एक चांगलं कारण...'' तो तिचं मन वळवायच्या हेतूने बोलत होता.

ती विचारमग्न झाली, तिने त्याला नीट निरखलं. मग तिने मनाशी काहीतरी ठरवलं आणि शांतपणे म्हणाली, ''ती चांगली मुलगी नव्हती, सर. मी जोसमोर हे बोलू शकत नाही. तिने तर त्याला पूर्णपणे आपल्या कह्यात ठेवलं होतं. अशा मुलींना बरोबर जमतं असं करणं. हे आणखीन वाईट आहे. तुम्हाला तर माहीतच असेल, सर.''

हो, सर हेन्रीला माहीत होतं. जगातले असे अनेक जो एलिस फारच विचित्रपणे कमजोर पडलेले असतात. ते अंधपणे एखाद्या मुलीवर विश्वास ठेवतात; पण याच कारणामुळे त्यांना काही अचानक समजलं तर जास्त धक्का बसू शकतो.

सर हेन्री त्या घरातून बाहेर पडला, तेव्हा गोंधळात पडला होता. जणू त्याला कोणत्याच निष्कर्षापर्यंत येता आलं नव्हतं. जो एलिस संपूर्ण संध्याकाळभर घरातच काम करत होता. मिसेस बार्टलेटही त्याच्या सोबतच होती. मग असं कसं? किंवा मग त्याने ज्या तत्परतेने उत्तर दिलं, तिथे सर हेन्रीला शंका येत होती, त्यातच काहीतरी पाणी मुरत होतं. जणू त्याने ते उत्तर पाठच करून ठेवलं असावं.

''मग? केस आता उघड उघड दिसते आहे, नाही का?'' मेलचेट म्हणाला.

''हो, सर,'' इन्स्पेक्टरने दुजोरा दिला, ''सँडफोर्डच आपल्याला हवा असलेला माणूस आहे. त्याला तर काहीच आधार उरलेला नाही. सूर्यप्रकाशाइतकी स्वच्छ केस आहे. माझ्या मते ती मुलगी आणि तिचे वडील त्याला जवळपास ब्लॅकमेलच करत असावेत. तो काही तसा पैसेवाला नाही आणि त्याला त्याच्या प्रेयसीला याची खबर लागू द्यायची नव्हती, त्यामुळेच तो टोकाचं पाऊल उचलायला उद्युक्त झाला असणार. सर, तुमचं काय मत आहे?''

''असं दिसतंय खरं,'' सर हेन्री म्हणाला. ''आणि तरीही... सँडफोर्ड कोणतंही हिंसक कृत्य करेल, असं मला त्याच्याकडे पाहून वाटत नाही.''

पण त्याला माहीत होतं की, तो जे बोलत होता ते अजिबातच पटण्यासारखं नव्हतं. कारण, त्यालाही माहीत होतं की, कितीही अशक्त आणि शांत जनावर असलं तरी ते कोपऱ्यात पकडलं गेलं की, सुटकेसाठी काहीही करू शकतं.

''पण ज्या मुलाला किंकाळी ऐकू आली, त्याला मला एकदा भेटायचं आहे,'' सर हेन्री अचानक म्हणाला.

जिमी ब्राउन चांगला हुशार मुलगा होता. त्याच्या वयाच्या मानाने लहानखुरा होता; पण त्याचा चेहरा चांगला तरतरीत आणि काहीसा बनेल होता. त्याला प्रश्न विचारले जाणार आहेत हे समजल्यावर तो उत्तरं द्यायला उत्सुक होता; पण त्या रात्री त्याने काय ऐकलं याची तिखटमीठ लावलेली कथा सांगत असतानाच त्याला मध्येच रोखल्यामुळे तो जरा खट्टू झाला.

''तू पुलाच्या पलीकडच्या बाजूला होतास, असं मी ऐकलंय,'' सर हेन्री म्हणाला, ''नदीच्या पलीकडे. तू पुलावरून आलास, तेव्हा तुला पलीकडच्या बाजूला कोणी दिसलं का?''

''जंगलात कोणीतरी चालत होतं. मला वाटतं मिस्टर सँडफोर्ड होते. तेच ते विचित्र घर बांधणारे वास्तुविशारद.''

त्या तिघांनी एकमेकांकडे कटाक्ष टाकले.

''तू ती किंकाळी ऐकलीस त्याच्या दहाएक मिनिटं आधीचं सांगतोयेस का हे?''

त्या मुलाने मान डोलावली.

''नदीच्या गावाकडच्या बाजूला तू कोणाला पाहिलंस का?''

''त्या वाटेने एक माणूस आला होता. तो सावकाश चालत होता आणि शिट्टी वाजवत होता. कदाचित जो एलिस असेल.''

''कोण होतं हे तुला कसं कळलं? संध्याकाळची वेळ होती आणि धुकंही होतं इतकं,'' इन्स्पेक्टर त्याला कडक शब्दांत म्हणाला.

''ते मला शिट्टीवरून कळलं,'' तो मुलगा म्हणाला. ''जो एलिस नेहमी तशीच शिट्टीची धून वाजवतो. आय वॉना बी हॅपी... ही एकच धून येते त्याला.''

जुन्या जमान्यातल्या लोकांविषयी आधुनिक लोकांनी नाक मुरडत बोलावं तसं तो म्हणाला.

''शिट्टीवरून तर कोणीही धून वाजवू शकतं,'' कर्नल मेलचेट म्हणाला, ''तो पुलाच्या दिशेने जात होता का?''

''नाही, गावाच्या दिशेने गेला.''

''मला नाही वाटत या अज्ञात माणसाचा आपण काही विचार करावा,'' मेलचेट म्हणाला, ''तू किंकाळी ऐकलीस आणि धप्पकन आवाज झाला. काही मिनिटांनी तुला पाण्यात ती मुलगी वाहत जाताना दिसली आणि तू मदतीसाठी धावू लागलास. तू पुलाकडे गेलास आणि त्यावरून पलीकडे गावात गेलास. तू धावत जात असताना पुलावर किंवा जवळपास तुला कोणीच दिसलं नाही?''

''मला वाटतं नदीकडे जाणाऱ्या वाटेवर दोन माणसं ढकलगाडी घेऊन चालली होती; पण ते दोघं दूर होते आणि ते कोणत्या दिशेला चालले होते म्हणजे जात होते की येत होते ते मला कळलं नाही. मिस्टर गाइल्सचं घर सगळ्यात जवळ असल्याने मी तिथेच धावत गेलो.''

''तू चांगलं केलंस, मुला,'' मेलचेट म्हणाला. ''तू प्रसंगावधान राखून पटकन मदत आणायला गेलास. तू स्काउट आहेस ना?''

''हो, सर.''

''छान, छान.''

सर हेन्री गप्प होता, विचार करत होता. त्याने कागदाचा एक चिटोरा काढला, त्यावरचं वाचलं आणि मान हलवली. ते शक्य वाटत नव्हतं.. आणि तरीही...

त्याने पुन्हा एकदा मिस मार्पलला जाऊन भेटायचं ठरवलं.

तिच्या सुंदर पण भरपूर वस्तूंनी भरलेल्या, जुन्या शैलीच्या बैठकीच्या खोलीत तिने त्याला नेलं.

''आम्ही काय काय प्रगती केली आहे ते सांगायला मी आलोय,'' सर हेन्री म्हणाला. ''आमच्या दृष्टीने सांगायचं तर फार काही चांगलं घडलेलं नाही. ते लोक सँडफोर्डला अटक करणार आहेत आणि मलाही हे म्हणावं लागतंय की, त्यांचं आत्तातरी बरोबर वाटतंय.''

''तुम्हाला माझ्या अंदाजाला पुष्टी देणारं काहीच सापडलं नाही?'' ती गोंधळून म्हणाली. तिच्या चेहऱ्यावर चिंता दिसू लागली. ''कदाचित माझं चुकीचं असेल. पूर्णपणे चुकीचं. तुमचा अनुभव मोठा आहे... माझं बरोबर असतं, तर तुम्हाला तसं काहीतरी नक्कीच जाणवलं असतं.''

सर हेन्री म्हणाला, ''पहिली गोष्ट म्हणजे माझा त्यावर विश्वासच बसत नाहीये. दुसरं म्हणजे आम्हाला पक्की ॲलिबी मिळाली आहे. त्या संध्याकाळभर जो एलिस घरीच लाकडी कपाट बनवत होता आणि मिसेस बार्टलेट तिथेच त्याचं काम बघत बसली होती.''

मिस मार्पलने पुढे झुकून अचानक हुंकार दिला.

''पण हे शक्यच नाही, कारण ती शुक्रवारची रात्र होती,'' ती म्हणाली.

''शुक्रवारची रात्र?''

''हो. दर शुक्रवारी संध्याकाळी मिसेस बार्टलेट धुतलेले कपडे लोकांच्या घरी नेऊन देते.''

सर हेन्री मागे रेलून बसला. तो विचार करू लागला. त्याला आठवलं की, जिमीने शिट्टीची धून ऐकली होती आणि... हो, बरोबर, हे सगळं बरोबर बसत होतं.

तो उठला, त्याने स्नेहभराने मिस मार्पलचा हात हातात घेतला.

''मला वाटतं मला मार्ग सापडलाय, निदान मी तसा प्रयत्न तरी करून बघतो,'' तो म्हणाला.

पाचच मिनिटांत तो पुन्हा मिसेस बार्टलेटच्या घरी पोहोचला होता. त्याने जो एलिसला बोलावलं.

तो कडक स्वरात म्हणाला, ‘‘तू आमच्याशी काल रात्रीबद्दल खोटं बोललास, एलिस. तू आठ ते साडेआठच्या दरम्यान इथे स्वयंपाकघरात कपाट बनवत नव्हतास. रोझ एमॉटचा मृत्यू झाला, त्याच्या काही मिनिटं आधी तुला नदीकडे जाणाऱ्या वाटेवर, पुलाच्या दिशेने चालत जाताना कोणीतरी पाहिलंय.’’

त्याने धक्का बसून आ वासला.

‘‘तिचा खून नाही झाला... नाही झाला. मी तिचा खून नाही केला. तिनेच उडी मारली. खरंच. ती फारच अस्वस्थ होती. मी तिच्या केसालाही कधी धक्का लावणार नाही.’’

‘‘मग तू काल कुठे होतास ते सांगताना आमच्याशी खोटं का बोललास?’’ सर हेन्रीने विचारलं.

त्याने अवघडून नजर खाली झुकवली. त्याचे डोळे भिरभिरू लागले.

‘‘मी घाबरलो होतो. मिसेस बीने मला तिथे पाहिलं आणि नंतर काल घडलं ते आम्हाला कळलं... त्यामुळे तिला वाटलं की, माझ्यावर आळ येईल म्हणून मी घरीच काम करत होतो असं सांगायचं ठरलं आणि मी खरंच काम करत होतो, याला दुजोरा द्यायला ती तयार झाली. ती फार चांगली आहे. माझ्याशी नेहमीच चांगली वागते.’’

आणखी काहीही न बोलता सर हेन्री स्वयंपाकघरात शिरला. मिसेस बार्टलेट भांडी धुवत होती.

सर हेन्री म्हणाला, ‘‘मिसेस बार्टलेट. मला सगळं माहीत झालं आहे. माझ्या मते तुम्ही कबुली दिलेली बरी... अर्थात जर जो एलिसने जो गुन्हा केलाच नाहीये त्याच्यासाठी त्याला फाशी झाल्याचं तुम्हाला काहीच वाटणार नसेल तर गोष्ट वेगळी... नाही, तुम्हाला असं झालेलं नकोय, हो ना. मी तुम्हाला सांगतो काय काय घडलं ते. तुम्ही धुतलेले कपडे घेऊन चालला होतात. तुम्हाला रोझ एमॉट भेटली. तुम्हाला वाटलं होतं की, तिने जो एलिसला सोडलंय आणि त्या अनोळखी तरुणासोबत तिचं सूत जुळलंय. आता ती अडचणीत सापडली होती; पण जो तिच्या मदतीला धावून जायला तयार होता. गरज पडली तर आणि ती तयार झाली तर जो तिच्याशी लग्न करायलाही तयारच होता. तो गेली चार वर्षं तुमच्या घरी राहतोय. तुम्ही त्याच्या प्रेमात पडलाय. तुम्हाला तो तुमचाच व्हायला हवाय. तुम्हाला त्या मुलीचा तिरस्कार वाटायचा. या वाईट चालीच्या मुलीने तुमचा जो तुमच्यापासून हिरावून घेणं तुम्हाला सहनच झालं नाही. मिसेस बार्टलेट, तुम्ही चांगल्या बळकट आहात. तुम्ही त्या मुलीचे दंड धरून तिला कठड्यावरून खाली पाण्यात ढकललीत. काही मिनिटांनीच तुम्हाला जो एलिस भेटला. जिमी ब्राउनने तुम्हाला दोघांना एकत्र पाहिलं पण दूरवरून. रात्रीची वेळ असल्याने आणि धुकं असल्याने त्याला तुमची बाबागाडी ही ढकलगाडी वाटली आणि त्यामुळे दोन

पुरुष चालले आहेत, असं त्याने गृहीत धरलं. जोवर आळ येऊ शकतो हे तुम्ही त्याला पटवून दिलंत आणि त्याच्यासाठी म्हणून खोटी ॲलिबी तयार केलीत; पण खरंतर ती ॲलिबी त्याच्यासाठी नसून, तुमच्याचसाठी होती. आता मला सांगा, मी म्हणालो ते बरोबर आहे ना?''

सर हेन्रीने श्वास रोखून धरला होता. त्याने जे काही अंदाज बांधले होते, ते सगळे त्याने एकाच वेळी पणाला लावले होते.

मिसेस बार्टलेट ॲप्रनला हात पुसत, विचार पक्का करत त्याच्यासमोर उभी होती.

अखेरीस ती म्हणाली, ''तुम्ही म्हणालात तसंच सगळं घडलं, सर.'' तिचा आवाज इतका शांत होता की, तो भीतिदायक आहे असं सर हेन्रीच्या अचानक लक्षात आलं. ''मला एकदम काय झालं काय माहीत... ती मुलगी अत्यंत निर्लज्ज होती. अचानक माझ्या मनाचा कशाने तरी ताबा घेतला. माझ्याकडून जोला ती हिरावून घेऊन शकत नाही... सर, माझं आयुष्य अजिबातच सुखाचं गेलेलं नाही. माझा नवरा गरीब तर होताच; पण अपंग आणि तापट स्वभावाचा होता. मी प्रामाणिकपणे त्याची सगळी काळजी घेतली होती. नंतर जो इथे भाडेकरू म्हणून आला. सर, माझे केस पांढरे दिसत असले तरी माझं वय फार नाहीये. मी फक्त चाळीस वर्षांची आहे सर. जो लाखात एक आहे. मी त्याच्यासाठी वाट्टेल ते करायला तयार होते. सर, तो तर एखाद्या लहान मुलासारखा आहे, इतका प्रेमळ, थेट विश्वास टाकणारा... मी त्याची काळजी घेणार होते सर. तो माझा होता आणि मग हे... हे...'' तिने आवंढा गिळला. आपल्या भावनांना आवर घातला. या क्षणीही ती मनाने किती खंबीर आहे ते दिसून येत होतं. ताठ उभी राहून तिने सर हेन्रीकडे कुतूहलाने पाहिलं. ''मी तुमच्यासोबत यायला तयार आहे सर. मला कधीच वाटलं नाही की, कोणाला हे शोधून काढता येईल. सर, तुम्हाला हे कसं समजलं मला माहीत नाही...''

सर हेन्रीने हलकेच मान हलवली.

''मला माहीत नव्हतंच,'' तो म्हणाला. त्याच्या खिशात असलेला कागद त्याच्या डोळ्यांसमोर आला. त्यावर जुन्या वळणाच्या अक्षरात लिहिलेलं होतं :

'मिसेस बार्टलेट, २ मिल कॉटेजेस, जिच्या घरी जो एलिस राहतो.'

मिस मार्पलचं पुन्हा एकदा बरोबर निघालं होतं.

दुहेरी सुगावा

''आणि सगळ्यात महत्त्वाचं म्हणजे कोणतीही प्रसिद्धी नको,'' मिस्टर मार्कस हार्डमन बहुधा चौदाव्यांदा म्हणाला.

त्याच्या संभाषणात *प्रसिद्धी* हा शब्द वारंवार येत होता. मिस्टर हार्डमन हा लहानखुरा मनुष्य होता. त्याचे हात सुकुमार आणि आवाज वरच्या पट्टीतला होता. एक प्रकारे तो एक प्रसिद्ध व्यक्तीच होता आणि फॅशनेबल आयुष्य हाच त्याचा व्यवसाय होता. तो श्रीमंत होता; पण अति प्रमाणातही नाही आणि सामाजिक सुखं मिळवण्यासाठी तो आपला पैसा मोठ्या उत्साहाने खर्च करायचा. त्याला विविध गोष्टींचा संग्रह करायला आवडायचं. तो जणू संग्राहक म्हणूनच जन्माला आला असावा. जुनी लेसची कापडं, जुने पंखे, अँटिक दागिने... आधुनिक आणि साधंसरळ असं काहीही मार्कस हार्डमनला नको असायचं.

तातडीने बोलावणं आल्यामुळे प्वारो आणि मी त्याच्याकडे गेलो होतो. त्या लहानखुऱ्या गृहस्थाचा निर्णय होत नव्हता आणि त्यामुळे तो तळमळत होता. अशा परिस्थितीत त्याला अजिबातच पोलिसांना बोलवायची इच्छा नव्हती; पण दुसऱ्या बाजूने पाहता, पोलिसांना बोलावलं नसतं, तर त्याला त्याच्या संग्रहातल्या हरवलेल्या खड्यांना मुकाट्याने विसरून जावं लागलं असतं म्हणूनच त्याने मधला मार्ग म्हणून प्वारोला बोलावलं होतं.

''मिस्टर प्वारो, माझ्या संग्रहातले माणिक आणि एकेकाळी कॅथरिन द मेडिसीचा असलेला पाचूचा हार... काय हार होता तो पाचूचा!''

''हे मौल्यवान खडे कसे गायब झाले ते मला सविस्तर सांगता का?'' प्वारोने हळुवारपणे विचारलं.

''मी तेच सांगायचा प्रयत्न करतोय. काल दुपारी माझ्याकडे टी पार्टी होती. अनौपचारिकच कार्यक्रम होता. अर्धाएक डझनच लोक होते. मी या मोसमात अशा एकदोन पार्ट्या दिल्या आणि मी असं म्हणायला नको खरंतर; पण त्या पार्ट्या लोकांना खूप आवडल्या होत्या. आम्ही माझ्या मोठ्या स्टुडिओत संगीत ऐकत होतो. नाकोरा हा पियानोवादक आणि कॅथरिन बर्ड ही खर्जात गाणारी ऑस्ट्रेलियन गायिका हे दोघं होते. दुपारी मी माझ्या पाहुण्यांना माझा मध्ययुगीन काळातल्या

खड्यांचा संग्रह दाखवत होतो. त्या तिथे भिंतीत जी तिजोरी दिसतेय ना, तिथे मी ते दागिने आणि खडे ठेवतो. आतमध्ये एक कपाटासारखी रचना आहे. तिथे रंगीत व्हेल्वेटच्या पार्श्वभूमीवर खडे प्रदर्शित केलेले असतात. त्यानंतर आम्ही माझा पंख्यांचा संग्रह पाहिला. ते तिथे भिंतीवरच्या कपाटात आहेत. मग आम्ही संगीत ऐकायला स्टुडिओत गेलो. सगळे पाहुणे गेल्यानंतर माझ्या लक्षात आलं की, माझ्या तिजोरीत कोणीतरी हात मारला आहे! बहुतेक मी ती तिजोरी नीट बंद केली नसणार आणि कोणीतरी ती संधी साधून चोरी केली. मिस्टर प्वारो, ते माणिक आणि तो पाचूचा हार हा आयुष्यात एकदाच मिळू शकेल असा दुर्मीळ संग्रह होता! ते परत मिळवण्यासाठी मी वाट्टेल ते द्यायला तयार आहे; पण मला या प्रकाराला कोणतीही प्रसिद्धी मिळायला नकोय! तुम्हाला हे समजतंय ना, मिस्टर प्वारो? माझेच पाहुणे, माझे स्वतःचे मित्र! किती मोठं प्रकरण होईल ते!''

''तुम्ही स्टुडिओत गेलात तेव्हा या खोलीतून शेवटची बाहेर पडणारी व्यक्ती कोण होती?''

''मिस्टर जॉनस्टन. तुम्हाला कदाचित तो माहीत असेल? दक्षिण आफ्रिकेतला कोट्यधीश. त्याने नुकतंच पार्क लेनमधलं ॲबॉटबरीचं घर भाड्याने घेतलं आहे. तो काही क्षण मागे रेंगाळला होता, असं मला आठवतंय; पण नक्कीच तो नाही असू शकत!''

''तुमच्या पाहुण्यांपैकी कोणीही काहीही कारण काढून पुन्हा या खोलीत आलं होतं का?''

''तुम्ही हा प्रश्न विचारणार हे मला माहीत होतं, मिस्टर प्वारो, त्यामुळे मी तयारीत आहे. तीन जण आले होते. काउंटेस व्हेरा रोसाकॉफ, मिस्टर बर्नार्ड पार्कर आणि लेडी रनकॉर्न.''

''जरा त्यांच्या सगळ्यांबद्दल सांगाल का?''

''काउंटेस रोसाकॉफ ही अत्यंत आकर्षक रशियन लेडी आहे. ती अमीर-उमरावांच्या जमान्यातली आहे. ती नुकतीच या देशात आली आहे. तिने खरंतर जाताना माझा निरोप घेतला होता, त्यामुळे ती पुन्हा या खोलीत माझ्या पंख्यांच्या संग्रहाकडे तन्मयतेने पाहताना बघून मला आश्चर्यच वाटलं होतं. तुम्हाला माहितेय, मिस्टर प्वारो, मी जितका याचा विचार करतोय, तितकं मला हे संशयास्पद वाटतंय. तुम्हाला पटतंय का माझं?''

''खूपच संशयास्पद; पण आधी आपण बाकीच्यांविषयीही ऐकू या.''

''पार्कर पुन्हा या खोलीत आला होता, तो केवळ लघुचित्रांची एक पेटी घेऊन यायला, जी मी लेडी रनकॉर्नला दाखवणार होतो.''

''आणि लेडी रनकॉर्न?''

''तुम्हाला माहितेय का, लेडी रनकॉर्न ही खंबीर व्यक्तिमत्त्वाची, मध्यमवयीन स्त्री आहे. ती मोकळ्या वेळात अनेक धर्मादाय कमिट्यांवर काम करते. तिने तिची पर्स कुठेतरी ठेवली होती, जी घ्यायला ती पुन्हा या खोलीत आली होती.''

''*अच्छा!* तर आपल्याकडे चार संभाव्य संशयित आहेत. रशियन काउंटेस, *लेडी रनकॉर्न*, दक्षिण आफ्रिकेतला तो कोट्यधीश आणि मिस्टर बर्नार्ड पार्कर. बरं, मला सांगा, मिस्टर पार्कर आहे तरी कोण?''

या प्रश्नाने मिस्टर हार्डमनला लाजिरवाणं वाटलेलं स्पष्ट दिसलं.

''तो... तो एक तरुण आहे... मी ओळखतो त्याला.''

''तेवढं तर मला आधीच समजलं होतं,'' प्वारो गंभीरपणे म्हणाला, ''हा मिस्टर पार्कर करतो काय?''

''तो गावातला एक किरकोळ तरुण आहे... अजून तो तसं फार काही करत नाही, असं आपण म्हणू शकतो...''

''तो तुमचा मित्र कसा बनला हे सांगू शकाल का?''

''अं... एक-दोन वेळा त्याने माझ्यासाठी काही विशिष्ट नेमून दिलेली कामं केली आहेत.''

''पुढे सांगा,'' प्वारो म्हणाला.

हार्डमनने केविलवाण्या नजरेने प्वारोकडे पाहिलं. त्याला पुढे काही सांगायचं नव्हतं हे उघड दिसत होतं; पण प्वारो काहीच बोलला नाही, त्याच्या सांगण्याची वाटत बघत राहिला, त्यामुळे शेवटी त्याला बोलावंच लागलं.

''असं बघा, मिस्टर प्वारो... मला जुन्या दागिन्यांमध्ये रस आहे हे सर्वश्रुतच आहे. काही वेळा एखाद्या कुटुंबातला जुना, पिढीजात दागिना काढून टाकायचा असतो आणि तो खुल्या बाजारात किंवा एखाद्या डीलरला त्यांना कधीच विकायचा नसतो; पण खासगीरीत्या तो दागिना मला विकणं ही अगदी वेगळी गोष्ट असते, तर अशा वेळी पार्कर या खरेदीविक्रीचं नियोजन करतो. तो दोन्ही बाजूंच्या संपर्कात असतो आणि त्यामुळे त्या कुटुंबाला कोणत्याही शरमिंदेपणाला तोंड द्यावं लागत नाही. असं काही माहीत झालं की, तो मला येऊन सांगतो. उदाहरणार्थ, काउंटेस रोसाकॉफने तिचे काही पिढीजात दागिने रशियाहून सोबत आणलेत. तिला ते विकायचेच आहेत. बर्नार्ड पार्कर आमच्यातला हा खरेदी-विक्रीचा व्यवहार करणार होता.''

''अच्छा...'' प्वारो विचार करत म्हणाला, ''आणि तुमचा त्याच्यावर पूर्ण विश्वास आहे?''

''विश्वास ठेवू नये असं कधी काहीच घडलं नाहीये.''

''मिस्टर हार्डमन, या चार लोकांपैकी तुमचा संशय कोणावर आहे?''

''अरे बापरे, मिस्टर प्वारो! काय हा प्रश्न! हे सगळे माझे स्नेही आहेत. माझा त्यातल्या कोणावरच संशय नाहीये किंवा सगळ्यांवरच आहे... तुम्ही त्याच्याकडे बघाल तसं...''

''तुम्ही म्हणताय त्यावर माझा विश्वास नाही. तुमचा नक्कीच त्यातल्या एकावर संशय आहे आणि ती व्यक्ती काउंटेस रोसाकॉफ नाहीये. मिस्टर पार्करही नाहीये. तुमचा संशय लेडी रनकॉर्नवर आहे की मिस्टर जॉनस्टनवर आहे?''

''मिस्टर प्वारो, तुम्ही तर मला कोंडीत पकडलंय. यातून कोणतंही सनसनाटी प्रकरण बाहेर यायला नको हीच माझी इच्छा आहे. लेडी रनकॉर्न ही इंग्लंडमधल्या सर्वांत जुन्या घराण्यांपैकी एकातली आहे; पण दुर्दैवाने एक गोष्ट खरी आहे की, तिच्या मावशीला, लेडी कॅरोलिनला एक अत्यंत दुर्दैवी विकार आहे. त्याविषयी अर्थातच तिच्या सगळ्या मित्रमैत्रिणींना माहिती होती आणि तिच्या घरी काम करणाऱ्या सेविका शक्य तितक्या तत्परतेने लोकांचे चमचे किंवा ज्या काही वस्तू असतील त्या परत करायच्या; पण तरी... तुम्हाला समजतंय ना, माझ्यावर काय ओढवलंय ते!''

''म्हणजे लेडी रनकॉर्नची एक मावशी क्लेप्टोमॅनिॲक होती? ती नकळत लोकांच्या वस्तू उचलायची? इंटरेस्टिंग! मी ती तिजोरी तपासून बघू का?''

मिस्टर हार्डमनने संमती दिल्यावर प्वारोने तिजोरीचं दार उघडलं आणि आत पाहणी केली. व्हेल्वेटचे रिकामे कप्पे आमच्याकडे आ वासून बघत असल्यागत वाटत होतं.

''आत्ताही हे दार नीट बंद होत नाहीये,'' प्वारो पुटपुटला. त्याने ते दार पुन्हा पुन्हा उघडबंद करून पाहिलं. ''का बरं असं होतंय? अरेच्चा! इथे काय आहे हे? या दाराच्या बिजागरीत एक हातमोजा अडकलाय. एका पुरुषाचा हातमोजा.''

त्याने तो मिस्टर हार्डमनसमोर धरला.

''हा माझ्या हातमोज्यांपैकी नाहीये,'' मिस्टर हार्डमन म्हणाला.

''अरे! आणखी काहीतरी आहे इथे!'' असं म्हणून प्वारोने पटकन तिजोरीच्या जमिनीवर पडलेली एक लहानशी वस्तू उचलली. काळ्या रेशमाचं आवरण असलेली ती एक चपटी सिगारेट केस होती.

''माझी सिगारेट केस!'' मिस्टर हार्डमन उद्गारला.

''तुमची? नक्कीच तुमची नसणार. ही आद्याक्षरं तुमची नाहीत,'' प्वारोने त्या केसवरच्या दोन आद्याक्षरांच्या प्लॅटिनमच्या नक्षीकडे बोट दाखवलं.

हार्डमनने ती केस हातात घेतली. ''हो, बरोबर आहे तुमचं! ही केस अगदी माझ्यासारखीच आहे; पण आद्याक्षरं वेगळी आहेत. *बी* आणि *पी*? देवा रे! बर्नार्ड पार्कर!''

''असं वाटतंय खरं,'' प्वारो म्हणाला, ''निष्काळजी तरुण आहे की हा. जर हा हातमोजाही त्याचाच असेल तर तसं म्हणता येईल. मग हा दुहेरी सुगावा होईल, नाही का?''

''बर्नार्ड पार्कर!'' हार्डमन पुटपुटला. ''मला किती हायसं वाटलं म्हणून सांगू! मिस्टर प्वारो, ते खडे कसे मिळवायचे ते मी तुमच्यावर सोडतो. जर तुम्हाला योग्य वाटत असेल तर हे प्रकरण पोलिसांकडे सोपवा म्हणजे तोच अपराधी आहे अशी तुम्हाला खात्री असेल तरच हां.''

''पुन्हा भेटू, मित्रा,'' असं म्हणून आम्ही दोघं त्याच्या घरून निघालो. ''या मिस्टर हार्डमनला उच्चभ्रूंसाठी वेगळा कायदा हवाय आणि सर्वसामान्यांसाठी वेगळा. माझी गणना अजून उच्चवर्गीयांमध्ये केली गेलेली नाही, त्यामुळे मी सामान्यांच्या बाजूचा आहे. मला या तरुणाविषयी सहानुभूती वाटतेय. तो सगळा प्रकार जरा विचित्रच वाटला, नाही? हार्डमनला लेडी रनकॉर्नवर संशय होता, मला काउंटेसवर आणि जॉनस्टनवर संशय होता आणि कोणाच्याच नजरेत न भरलेला मिस्टर पार्करच आपला अपराधी होता!''

''तुला इतर दोघांवर संशय का होता?''

''*अरे!* रशियन निर्वासित किंवा दक्षिण आफ्रिकन कोट्यधीश असणं किती साधी गोष्ट आहे. कोणीही स्त्री स्वतःला रशियन काउंटेस म्हणवून घेऊ शकते. पार्क लेनमधलं घर भाड्याने घेऊन कोणीही मनुष्य स्वतःला दक्षिण आफ्रिकन कोट्यधीश म्हणवून घेऊ शकतो. त्यांची कोण उलटतपासणी घेणार आहे? आपण आत्ता बरी स्ट्रीटवरून जातोय आणि आपला निष्काळजी मित्र इथेच कुठेतरी राहतो, तर जाऊ या. म्हणतात ना, लोखंड तापलेलं असतानाचा घाव घालून पाहू या!''

मिस्टर बर्नार्ड पार्कर घरीच होता. झगझगीत जांभळ्या आणि केशरी रंगाच्या ड्रेसिंग गाऊनमध्ये तो काही उश्यांवर रेलून पहुडला होता. काहीसे तोतरे उच्चार करणारा तो गोरापान बायकी तरुण मला पहिल्यांदा बघताक्षणीच मुळीच आवडला नाही.

''गुड मॉर्निंग मिस्टर,'' प्वारो म्हणाला. ''मी मिस्टर हार्डमनकडून आलो आहे. काल त्यांच्या घरच्या पार्टीत कोणीतरी त्यांचे मौल्यवान खडे चोरले. मला सांगा, हा हातमोजा तुमचाच आहे?''

मिस्टर पार्कर जरा तैलबुद्धीच वाटला. तो कितीतरी क्षण त्या हातमोज्याकडेच बघत बसला. शेवटी म्हणाला, ''हा तुम्हाला कुठे सापडला?''

''हा तुमचाच हातमोजा आहे का मिस्टर?''

मिस्टर पार्करने मनाशी काहीतरी ठरवलेलं दिसलं.

''नाही, माझा नाहीये,'' त्याने जाहीर केलं.

''आणि ही सिगारेट केस? ही तुमची आहे?''

''अजिबात नाही. माझी चंदेरी रंगाची आहे.''

''ठीके, मिस्टर. मी ही केस पोलिसांकडेच सोपवायला चाललो आहे आता.''

''ओह! मी तुमच्या जागी असतो, तर तसं अजिबात केलं नसतं,'' मिस्टर पार्कर काळजीयुक्त स्वरात ओरडला. ''पोलिसांना काहीच दयामाया नसते. जरा थांबा. मी जरा जाऊन हार्डमनला भेटून येतो. अरे अरे... जरा थांबा एक मिनिट!''

पण प्वारो निघू लागला.

''आपल्या डोक्याला नक्कीच काहीतरी खाद्य मिळालंय, नाही?'' तो हसत हसत म्हणाला. ''उद्या आपल्याला कळेल काय घडलं ते.''

पण आम्हाला त्याच दिवशी दुपारी हार्डमन केसची पुन्हा आठवण करून दिली गेली. झालं असं की, कोणत्याही पूर्वसूचनेशिवाय आमचं दार धाडकन उघडलं आणि फर कोट आणि ऑस्प्रे पक्षी डकवलेली भलीमोठी हॅट घातलेली एक स्त्री वाऱ्याच्या झोतासारखी आत शिरली. काउंटेस व्हेरा रोसाकॉफ ही तुम्हाला अस्वस्थ करणारी व्यक्ती होती.

''तुम्हीच मिस्टर प्वारो का? तुम्ही हे काय करून ठेवलंय? त्या बिचाऱ्या मुलावर संशय घेताय! फारच भयंकर! मी ओळखते त्याला. तो अगदीच गरीब बिचारा आहे, चोरीबिरी अजिबात करणार नाही. त्याने माझ्यासाठी किती काय काय केलंय. त्याचा असा बळी जाताना मी नुसती बघत उभी राहणार नाही!''

''मला सांगा, मॅडम, ही त्याचीच सिगारेट केस आहे का?'' प्वारोने ती काळी केस दाखवत विचारलं.

क्षणभर काउंटेसने ती नीट निरखली.

''हो, त्याचीच आहे. मला ही सिगारेट केस व्यवस्थित माहीत आहे; पण त्याचं काय? तुम्हाला ती त्या खोलीत सापडली का? आम्ही सगळेच आधी त्या खोलीत होतो, तेव्हा त्याच्या खिशातून पडली असणार, मला वाटतं. तुम्ही पोलीस तर रेड गार्ड्सहून भयंकर आहात...''

''आणि हा हातमोजासुद्धा त्याचाच आहे?''

''ते मला कसं माहीत असेल? सगळे हातमोजे सारखेच तर दिसतात. मला थांबवू नका. त्याला सोडवलंच पाहिजे. त्याच्यावर आलेला हा डाग दूर केलाच पाहिजे. मी माझे दागिने विकून तुम्हाला भरपूर पैसे देईन.''

''मॅडम...''

''नाही नाही, ठरलं आता. वाद घालूच नका. बिचारा बर्नार्ड! तो माझ्याकडे आला तेव्हा त्याच्या डोळ्यांत पाणी होतं... मी म्हणाले त्याला की, 'मी वाचवेन

तुला. त्या राक्षसाकडे जाईन! व्हेरावर सोपव सगळं!' आता सगळं ठरलं ना, मग मी जाते.''

...आणि ती जशी अचानक आली होती तशीच आणखी काहीही न बोलता खोलीतून भर्रकन निघून गेली. तिच्यामागे तिने लावलेल्या परफ्युमचा उग्र गंध रेंगाळत राहिला.

''काय बाई होती! आणि काय तिचे फर कोट!'' मी उद्गारलो.

''हं... *ते* मात्र खऱ्याखुऱ्या फरचे होते बरं का! एखाद्या खोट्या काउंटेसकडे खऱ्या फरचे कोट असतील? अरे, हेस्टिंग्ज, विनोद करतोय मी... नाही, मला वाटतं ती खरोखरच रशियन आहे. हं म्हणजे बर्नार्ड रडत रडत तिच्याकडे गेला तर!''

''ती सिगारेट केस त्याचीच आहे. तो हातमोजासुद्धा असेल का त्याचा...''

प्वारोने हसून त्याच्या खिशातून आणखी एक हातमोजा काढला आणि या पहिल्याच्या शेजारी ठेवला. ती नक्की एकच जोडी होती.

''प्वारो, तुला हा दुसरा हातमोजा कुठे मिळाला?''

''बरी स्ट्रीटवरच्या त्याच्या घरातल्या एका टेबलाखाली काठीने ढोसून हा टाकलेला सापडला. खरंच, हा मिस्टर पार्कर फारच निष्काळजी आहे; पण *मित्रा*, आपण सगळं नीट तपासलं पाहिजे. मी आता जरा अंदाज घ्यायला पार्क लेनमध्ये जाऊन येतो.''

मीही माझ्या मित्रासोबत गेलो हे सांगायला नकोच. जॉनस्टन बाहेर गेला होता; पण आम्ही त्याच्या खासगी सचिवाला भेटलो. त्याच्याकडून आम्हाला असं कळलं की, मिस्टर जॉनस्टन नुकताच दक्षिण आफ्रिकेहून आला आहे आणि तो पहिल्यांदाच इंग्लंडमध्ये पाऊल ठेवतो आहे.

''मिस्टर जॉनस्टनला मौल्यवान खड्यांमध्ये रस आहे, हो ना?'' प्वारोने विचारलं.

''खरंतर सोन्याच्या खाणींमध्ये जास्त रस आहे,'' सचिव हसून म्हणाला.

सचिवाला भेटून बाहेर पडलो, तेव्हा प्वारो विचारमग्न होता. संध्याकाळी उशिराने मला तो रशियन व्याकरणाचा अभ्यास करताना दिसला. मी चकितच झालो.

''बापरे! प्वारो, तू त्या काउंटेसशी तिच्याच मातृभाषेत बोलण्यासाठी रशियन शिकतोयस?!'' मी आश्चर्याने ओरडलो.

''ती तर काही माझं इंग्लिश बोलणं ऐकतच नाहीये,'' प्वारो उत्तरला.

''पण प्वारो, उच्चभ्रू, मोठमोठ्या घराण्यांत जन्मलेले रशियन लोक फ्रेंच बोलतातच की!''

''खरंच हेस्टिंग्ज, तुला किती गोष्टींची माहिती असते रे! मी या रशियन अक्षरांनी गोंधळून जाणं बंद करतो.''

असं म्हणून त्याने नाट्यमयरीत्या ते रशियन पुस्तक दूर भिरकावलं. माझं पूर्ण समाधान झालं नव्हतं. त्याच्या डोळ्यांत आत्ता जी चमक दिसत होती ती माझ्या चांगलीच परिचयाची होती. एर्क्युल प्वारो स्वतःवरच खूश झाला असल्याची ती खूण होती!

मी शहाणपणाचा आव आणत म्हणालो, ''ती खरोखरच रशियन आहे की नाही हे कदाचित तुला तपासायचं असेल. तू तिची परीक्षा घेणारेस का?''

''नाही नाही. ती रशियनच आहे.''

''मग?...''

''हेस्टिंग्ज, तुला जर या केसमध्ये खरंच चमकायचं असेल, तर तुला *फर्स्ट स्टेप्स इन रशियनची* खूप मदत होईल असं मी म्हणेन.''

मग तो हसू लागला आणि पुढे काहीच बोलला नाही. मी जमिनीवर पडलेलं ते पुस्तक उचललं आणि कुतूहलाने उघडून पाहू लागलो; पण प्वारोच्या विधानाचा मला काहीच अर्थ लागेना.

दुसऱ्या दिवशी सकाळी काहीच नवीन बातमी आम्हाला कळली नाही; पण माझ्या मित्राला त्याने काहीच चिंता वाटली नाही. नाश्ता करताना त्याने सकाळीच लवकर मिस्टर हार्डमनला भेटायला जाण्याचा इरादा जाहीर केला. आम्ही गेलो तेव्हा हार्डमन घरीच होता आणि कालच्यापेक्षा जरा शांत झालेला वाटत होता.

''मिस्टर प्वारो, काही कळलं का?'' त्याने उतावीळपणे विचारलं.

प्वारोने त्याला एका कागदाचा चिटोरा दिला.

''या व्यक्तीने तुमचे मौल्यवान खडे चोरले. मी पोलिसांकडे जाऊ का? की पोलिसांना यात सहभागी न करताच मी तुम्हाला तुमचे खडे परत मिळवून देऊ?''

मिस्टर हार्डमन डोळे फाडून त्या चिटोऱ्याकडे बघत होता. शेवटी एकदाचा त्याच्या तोंडून शब्द फुटला.

''फारच चकित करणारं आहे हे! मला या प्रकरणाची वाच्यता व्हायला नकोय. मी तुम्हाला संपूर्ण स्वातंत्र्य देतो, मिस्टर प्वारो. मला *खात्री* आहे की, तुम्ही कोणाला काही कळू न देता सगळं सांभाळाल.''

यानंतर आम्ही टॅक्सी घेतली आणि प्वारोने ती कार्लटन हॉटेलापाशी न्यायला सांगितली. तिथे आम्ही काउंटेस रोसाकॉफची चौकशी केली. काही मिनिटांतच आम्हाला तिच्या स्वीटमध्ये नेण्यात आलं. ती भयंकर नक्षी असलेल्या एका झिरझिरीत नाइट गाउनमध्ये होती. हात फैलावून ती आमच्या स्वागतासाठी पुढे आली.

''मिस्टर प्वारो!'' ती चीत्कारली. ''तुम्ही शोधून काढलंत? त्या बिचाऱ्या मुलाच्या नावावरचा डाग पुसलात?''

''मादाम ला काँतेस, तुमचा मित्र मिस्टर पार्कर सुरक्षित आहे. त्याला अटक होणार नाहीये.''

''ओह! तुम्ही किती हुशार आहात! फारच छान! आणि किती लवकर शोधून काढलंत!''

''पण मी मिस्टर हार्डमनला वचन दिलंय की, आजच्या आजच त्यांचे खडे परत मिळवून देईन.''

''मग?''

''त्यामुळेच मॅडम, तुम्ही आता उशीर न करता ते मला आणून द्या. तुम्हाला अशी घाई केल्याबद्दल माफ करा; पण माझी टॅक्सी खाली थांबली आहे. जर मला पटकन स्कॉटलंड यार्डच्या पोलिसांकडे जावं लागलंच तर टॅक्सी लागेलच ना! आणि मॅडम, आम्ही बेल्जियन लोक फार काटकसरी असतो.''

काउंटेसने सिगारेट पेटवली होती. काही क्षण ती धुराची वलयं सोडत, प्वारोकडे एकटक पाहत स्तब्ध बसून राहिली. मग ती हसत सुटली आणि उठून उभी राहिली. तिने बाजूच्या कपाटातून एक काळी रेशमी पिशवी काढली आणि हलकेच प्वारोकडे फेकली. ती जेव्हा बोलू लागली, तेव्हा तिचा आवाज अगदी नेहमीसारखाच हलकाफुलका होता.

''आणि याउलट आम्ही रशियन पैशाचा खूप अपव्यय करतो,'' ती म्हणाली, ''आणि दुर्दैवाने त्यासाठी भरपूर पैसा लागतो. तुम्हाला पिशवी उघडून बघायची गरज नाही. सगळे आतच आहेत.''

प्वारो उठला.

''मॅडम, तुम्ही जी हुशारी आणि तत्परता दाखवली त्याबद्दल तुमचं अभिनंदन.''

''काय करणार मी तरी? तुमची टॅक्सी खाली थांबली आहे ना!''

''तुम्ही फारच प्रेमळ आहात, मॅडम! लंडनमध्ये बरेच दिवस मुक्काम आहे?''

''आता नाही... तुमच्यामुळेच खरंतर.''

''मला माफ करा.''

''कदाचित, आपण पुन्हा कुठेतरी भेटू.''

''मी तशी आशा करतो.''

''आणि मी तशी आशा नाही करत!'' असं म्हणून काउंटेस मोठ्याने हसली. ''ही मी तुमची प्रशंसा करते आहे! या जगात मला अगदी मोजक्याच पुरुषांची भीती वाटते. गुडबाय, मिस्टर प्वारो!''

''गुडबाय, मादाम ला काँतेस! अरे, विसरलोच! तुमची सिगारेट केस परत करायची आहे.''

...आणि तिच्यासमोर झुकून उभा राहत प्वारोने ती काळ्या सिल्कची सिगारेट केस तिला दिली. तिने निर्विकार चेहऱ्याने ती स्वीकारली. फक्त एक भुवई किंचित उडवत ती पुटपुटली, ''अच्छा!''

''काय विलक्षण बाई आहे!'' हॉटेलचा जिना उतरताना प्वारो उत्साहाने म्हणाला. ''*माय गॉड!* काय बाई आहे! काहीही वाद घातला नाही, विरोध केला नाही किंवा खोटंनाटंही सांगितलं नाही! एकाच नजरेत तिने संपूर्ण परिस्थिती योग्य जोखली होती. तुला सांगतो, हेस्टिंग्ज, असं बेफिकिरीने हसून, जी स्त्री स्वतःची हार स्वीकारू शकते ना, ती आयुष्यात खूप पुढे जाणार हे नक्की! ती धोकादायक आहे, लोहासारखी खंबीर आहे, ती, ती...'' तो अचानक अडखळला.

''तू जर मन भरकटू दिलं नाहीस आणि पाऊल कुठे टाकतोयस याकडे लक्ष दिलंस तर नक्कीच...'' मी म्हणालो, ''तुला काउंटेसवर संशय कधी आला?''

''*मित्रा,* सिगारेट केस *आणि* हातमोजा, अशा दुहेरी सुगाव्यामुळे मला... मला काळजी वाटली. बर्नार्ड पार्करने यातली एखादी गोष्ट पाडली असणं सहज शक्य होतं; पण दोन्ही! फारच कमी शक्यता आहे ना. दोन्ही गोष्टी तिथे विसरणं म्हणजे निष्काळजीपणाची हद्दच झाली असती! त्याचप्रमाणे, पार्करवर आळ येण्यासाठी जर दुसऱ्या कोणी त्या वस्तू तिथे टाकल्या असतील, तरीही एकच वस्तू पुरेशी झाली असती. सिगारेट केस *किंवा* हातमोजा. दोन्ही नाही, त्यामुळेच माझा संशय बळावला की, यातली एक वस्तू पार्करची नसणार. पहिल्यांदा मला वाटलं होतं की, ती सिगारेट केस त्याची आहे आणि हातमोजा दुसऱ्या कुणाचा तरी आहे; पण नंतर मला कळलं की, तो त्याचाच हातमोजा होता, तेव्हा सिगारेट केस दुसऱ्याची असणार हे नक्की झालं. मग ती होती तरी कोणाची? लेडी रनकॉर्नची तर ती नक्कीच असू शकत नव्हती. कारण, तिची ती आद्याक्षरंच नव्हती. मिस्टर जॉनस्टन? जर तो खोटं नाव धारण करून आला असला तरच त्याची असू शकली असती. मी त्याच्या सचिवाला भेटलो आणि सगळं काही स्पष्ट झालं! मिस्टर जॉनस्टनच्या भूतकाळाविषयी सांगायला त्याने कोणतेच आढेवेढे घेतले नाहीत. मग कदाचित काउंटेस? तिने म्हणे रशियाहून मौल्यवान खडे आणले होते. तिला हार्डमनच्या हारातले खडे काढून ते स्वतःचेच आहेत असं म्हणणं सहज शक्य होतं. कारण, ते कोण ओळखू शकलं असतं! त्या दिवशी तिला सहजच पार्करचा एक हातमोजा उचलून तिजोरीत टाकता आला; पण *अर्थातच* तिला काही आपली सिगारेट केस पाडायची नव्हती; पण ती पडली.''

''पण मग त्या केसवर *बी* आणि *पी* ही अक्षरं का होती? तिची आद्याक्षरं तर *व्ही* आणि *आर* आहेत.''

प्वारो हळूच हसला.

''अगदी बरोबर *मित्रा;* पण रशियन लिपीत *बी* हा *व्ही* असतो आणि *पी* हा *आर* असतो!''

''हां, आता हे मी कसं ओळखणं अपेक्षित होतं! मला कुठे रशियन येतं?''

''मलाही रशियन येत नाही, हेस्टिंग्ज म्हणूनच तर मी ते पुस्तक आणलं आणि तुलाही वाचायला देत होतो.''

त्याने सुस्कारा सोडला.

''फारच विलक्षण बाई! मला असं वाटतंय की, मी नक्की तिला पुन्हा भेटणार आहे. कुठे बरं भेट होईल आमची?''

राजाला हरवताना...

'इंटरनॅशनल डिटेक्टिव्ह एजन्सी'च्या ऑफिसातला पावसाळी बुधवार. टपेन्सच्या हातातून *डेली लीडर* वृत्तपत्र खाली पडलं आणि तिने ते तसंच पडू दिलं.

''मी काय विचार करतेय, तुला माहितेय टॉमी?''

''ते सांगणं अशक्य आहे,'' तिचा नवरा म्हणाला, ''कारण, तू इतक्या गोष्टींचा एकाच वेळी विचार करत असतेस.''

''मला वाटतं आपण पुन्हा नृत्य करायला जायला हवं.''

टॉमीने घाईघाईने *डेली लीडर* उचलला.

''आपली जाहिरात चांगली दिसते आहे,'' मान कलती करून बघत तो म्हणाला. ''ब्लंट्स ब्रिलियंट डिटेक्टिव्ह्ज. टपेन्स, तुझ्या हे लक्षात आलं का की, तू एकटीच ब्लंट्स ब्रिलियंट डिटेक्टिव्ह्ज आहेस? हम्प्टी डम्प्टी म्हणाला असता, गौरव म्हणजे हेच!''

''मी नृत्याबद्दल बोलत होते.''

''वृत्तपत्रांबद्दल एक गमतीदार गोष्ट माझ्या लक्षात आलीये. तुझ्या आलीये का कधी? हे बघ, *डेली लीडरच्या* तीन प्रती घे. त्या कशा वेगवेगळ्या आहेत हे तू सांगू शकतेस का?''

टपेन्सने उत्सुकतेने त्या तीन प्रती हातात घेतल्या.

''सोपं आहे की,'' ती त्याला वेड्यात काढत म्हणाली. ''एक आजचा आहे, एक कालचा आणि एक परवाचा.''

''काय बुद्धीची चमक दाखवलीस, वॉटसन! पण माझ्या म्हणण्याचा तो अर्थ नव्हता. या तीनही वरची 'डेली लीडर' ही नावाची हेडलाइन नीट बघ... काही फरक दिसतोय का त्यात?''

''नाही मला काही फरक दिसतेय आणि माझ्या मते काही फरक नाहीचेय,'' टपेन्स म्हणाली.

टॉमीने सुस्कारा सोडला आणि शेरलॉक होम्सप्रमाणे दोन्ही हातांची बोटं जुळवून बसला.

''अगदी बरोबर. तू भरपूर वृत्तपत्र वाचतेस. माझ्यापेक्षा बरंच जास्त आणि तरीही मी हे निरीक्षण केलंय आणि तू केलेलं नाहीस. आजच्या वृत्तपत्रातली *डेली लीडर* ही अक्षरं पाहिलीस तर डी अक्षराच्या उभ्या रेषेच्या मध्यभागी तुला एक लहानसा पांढरा ठिपका दिसेल. तसाच आणखी एक ठिपका त्याच शब्दातल्या एल अक्षरात आहे; पण कालच्या वृत्तपत्रात हे ठिपके **डेली** या शब्दात कुठेच नव्हते. त्यात ते **लीडर** शब्दातल्या **एल** वर दोनदा होते आणि परवाच्या वृत्तपत्रात **डेली** शब्दातल्या **डी** वर दोन पांढरे ठिपके होते. हे ठिपके रोज वेगवेगळ्या ठिकाणी असतात.''

''का?'' टपेन्सने विचारलं.

''ते पत्रकारांचं एक गुपित आहे.''

''याचा अर्थ तुला ते माहीत नाहीये आणि मला ओळखता येणार नाही.''

''मी फक्त इतकंच म्हणेन... की हा प्रकार सगळ्याच वृत्तपत्रांमध्ये केला जातो.''

''किती हुशार आहेस ना तू? खासकरून विषय भरकटवण्यात!'' टपेन्स उपरोधाने म्हणाली. ''आपण आधी जे बोलत होतो त्या मुद्द्यावर येऊ.''

''काय बोलत होतो आपण?''

''द थ्री आर्ट्स बॉलबद्दल.''

टॉमीने कंटाळल्याचा सूर लावला.

''नको नको टपेन्स. थ्री आर्ट्स बॉल नको. मी आता तितका तरुण नाही. खरंच सांगतोय...''

टपेन्स म्हणाली, ''जेव्हा मी तरुण मुलगी होते, तेव्हा मला सांगितलं गेलं होतं की, पुरुष, खासकरून नवरे हे विविध प्रकारच्या सुखांसाठी चटावलेले आणि वाया गेलेले असतात. त्यांना दारू पिणं, नाचणं आणि रात्री उशिरापर्यंत जागणं या गोष्टी फार आवडतात. त्यांना घरात ठेवण्यासाठी अत्यंत सुंदर आणि हुशार बायको गरजेची असते. तोही गैरसमज दूर झालाय आता माझा! माझ्या ओळखीतल्या सगळ्या बायकांना बाहेर नृत्याला जायचं असतं आणि त्यांचे नवरे साडेनऊलाच झोपून जातात आणि टॉमी, तू तर किती छान नाचतोस!''

''टपेन्स, इतकाही मस्का मारू नकोस!''

''खरं सांगायचं तर केवळ आवड म्हणून मला नृत्यासाठी जायचं नाहीये. मला या जाहिरातीत फार रस वाटतोय,'' टपेन्स म्हणाली.

तिने *डेली लीडर* उचलला आणि जाहिरात वाचून दाखवली. ''आय शुड गो थ्री हार्ट्स. १२ ट्रिक्स. एऽस ऑफ स्पेड्स. नेसेसरी टू फिनेस द किंग.''

''ब्रिज शिकण्याचा महागडाच मार्ग दिसतोय हा,'' टॉमी म्हणाला.

''काहीही बोलू नकोस. याचा ब्रिजशी काहीही संबंध नाहीये. मी काल एऽस ऑफ स्पेड्स या रेस्तराँमध्ये एकीबरोबर जेवायला गेले होते. चेल्सीमध्ये जमिनीखाली हे एक विचित्रसं रेस्तराँ आहे. त्या मुलीने मला सांगितलं की, मोठमोठ्या कार्यक्रमांनंतर या ठिकाणी यायची फॅशन झालीये सध्या. बोहेमियन आहे जरा. लोक इथे बेकन, अंडी आणि वेल्श पदार्थ खायला येतात. या रेस्तराँमध्ये बसायला बंद छोट्या खोल्या आहेत. सध्याचं एकदम लोकप्रिय ठिकाण आहे, माहितेय!''

''आणि तुला काय वाटतंय...?''

''मला असं वाटतं की, थ्री हार्ट्स म्हणजे थ्री आर्ट्स बॉल असणार. उद्या रात्री, १२ ट्रिक्स म्हणजे रात्री बारा वाजता असणार आणि एऽस ऑफ स्पेड्स म्हणजे हेच रेस्तराँ.''

''आणि हे नेसेसरी टू फिनेस द किंग याचा अर्थ काय? राजाला हरवण्यासाठी आवश्यक म्हणजे काय असेल?''

''मला वाटत होतं की, तेच शोधायला आपण जावं.''

''टपेन्स, तुझं बरोबरच असेल,'' टॉमी म्हणाला, ''पण इतर लोकांच्या प्रेमप्रकरणात आपण कशाला कडमडायला जायचंय ते मला कळत नाहीये.''

''मी काही कडमडत नाहीये कोणाच्या आयुष्यात. मी म्हणतेय की, आपण आपल्या गुप्तहेरगिरीच्या कामासाठी हा एक प्रयोग करून पाहू. आपल्याला सरावाची *गरज* आहे!''

''हं... धंदा फार चालत नाहीये हे खरंय,'' टॉमीने कबूल केलं. ''आणि तरीही टपेन्स, खरंतर तुला त्या बॉलला जाऊन नृत्य करायचंय, हो ना! ते खरं कारण आहे!''

टपेन्स निर्लज्जपणे हसू लागली. ''चल रे टॉमी! तू बत्तीस वर्षांचा आहेस आणि तुझ्या डाव्या भुवईतला एक केस पांढरा झालाय हे विसर आणि नाचायला चल!''

''बायकांसमोर मला काहीच बोलता येत नाही!'' टॉमी पुटपुटला. ''नृत्याचे विचित्र कपडे घालून स्वतःचं माकड करून घेऊ मी?''

''अर्थातच ते कपडे घालायचेत; पण ते माझ्यावर सोड. मला एक अफलातून कल्पना सुचलीये.''

टॉमीने संशयाने तिच्याकडे पाहिलं. टपेन्सच्या भन्नाट कल्पनांवर त्याचा कधीच फारसा विश्वास नसायचा.

दुसऱ्या दिवशी संध्याकाळी जेव्हा तो घरी पोहोचला, तेव्हा टपेन्स धावतच झोपायच्या खोलीतून त्याला भेटायला बाहेर आली.

''ते आलेत!'' तिने जाहीर केलं.

''कोण आलेत?''

''आपले नृत्याचे कॉस्चुम! ये बघायला.''

टॉमी तिच्या मागोमाग गेला. तिने पलंगावर तो कॉस्चुम पसरून ठेवला होता. तो एक आग विझवणाऱ्या मनुष्याचा गणवेश होता आणि त्यासोबत चकाकणारं हेल्मेटसुद्धा होतं.

''अरे देवा! मी काय अग्निशामक दलात सामील झालोय की काय?'' टॉमी कुरकुरत म्हणाला.

''जरा अंदाज बांध,'' टपेन्स म्हणाली. ''तुला अजून माझी कल्पना समजलेली दिसत नाहीये. वॉटसन, जरा डोकं वापर! रिंगणात दहा मिनिटांहून अधिक वेळ टिकणाऱ्या बैलासारखा हो!''

''एक मिनिट!'' टॉमी उद्गारला. ''मला कळतंय... यामागे तुझा एक गूढ हेतू आहे. टपेन्स, तू काय घालणार आहेस?''

''तुझे जुने कपडे. अमेरिकन हॅट आणि चष्मा.''

''हं, मला आता कळली तुझी कल्पना. तू मॅकार्टीसारखा पोशाख करणार आणि मी होणार रायर्डान. (इसाबेल ऑस्ट्रँडर या लेखिकेच्या कथांमधली गुप्तहेरांची जोडगोळी)''

''बरोब्बर! मला असं वाटलं की, आपण इंग्लिशसोबतच अमेरिकन गुप्तहेरांच्या पद्धतींचाही सराव केला पाहिजे. पहिल्यांदाच मी मुख्य होणार आहे आणि तू माझा नम्र साहाय्यक.''

''विसरू नकोस की, याच साध्या साहाय्यकाच्या एखाद्या वाक्यावरून मॅकार्टीला बरोबर मार्ग सापडतो,'' टॉमी लगेच म्हणाला.

टपेन्स नुसती हसली. ती फारच उत्साहात होती.

ती संध्याकाळ फारच चांगली गेली. लोकांची गर्दी, संगीत, सुंदर वेगवेगळे कपडे... या सगळ्यामुळे टॉमी आणि टपेन्सला मजा आली. जबरदस्तीने बाहेर आलेल्या कंटाळलेल्या नवऱ्याची भूमिका टॉमी तर विसरूनच गेला.

मध्यरात्रीचे बारा वाजायला दहा मिनिटं असताना ते त्या प्रसिद्ध की कुप्रसिद्ध एऽस ऑफ स्पेड्स रेस्तराँमध्ये जायला निघाले. टपेन्सने सांगितल्याप्रमाणे ते जमिनीखाली होतं. वरवर पाहता ते अगदी भपकेबाज पण हलक्या दर्जाचं दिसत होतं. तरी तिथे वेगवेगळे कॉस्चुम घातलेल्या जोडप्यांची गर्दी भरपूर होती. सगळ्या भिंतींजवळ बंद खोल्या होत्या. टॉमी आणि टपेन्स अशाच एका खोलीमध्ये बसले. बाहेर काय चाललंय ते बघता यावं म्हणून त्यांनी मुद्दामच दरवाजा थोडा उघडा ठेवला.

''आपल्याला हवे असलेले कोण असतील...?'' टपेन्स म्हणाली. ''तिथे ती जांभळ्या फुलांचा झगा घातलेली आणि तो सैतानाचा कॉस्चुम घातलेला असू शकेल का?''

''मला वाटतं तो चिनी पोशाख घातलेला आणि ती जहाजाचा कॉस्चुम घातलेली बाई असावी. खरंतर ती जहाज नाही, वेगाने पळणारी क्रूझर वाटतेय!''

''तुझी विनोदबुद्धी किती चांगली आहे रे! जरा पोटात दारूचा थेंब गेला की चालू झालास!'' टपेन्स म्हणाली. ''ए, ती बदाम राणी बनून आलेली कोण आहे? चांगली कल्पना आहे ना.''

बदाम राणीचे कपडे घातलेली ती मुलगी त्यांच्याच शेजारच्या खोलीमध्ये शिरली. तिच्या सोबतचा तरुण *ॲलिस इन वंडरलँड* यामधलं कागदी कपडे घालणारं पात्र झाला होता. दोघांच्याही चेहऱ्यावर मुखवटे होते. एस ऑफ स्पेड्समध्ये बऱ्याच जणांनी मुखवटे घातलेले दिसत होते. तिथली ती पद्धतच वाटत होती.

''आपण अन्यायाच्याच गुहेत शिरलोय असं मला वाटतं. सगळीकडे काही ना काही सनसनाटी प्रकरणं चालू आहेत. काय गोंगाट करतायत सगळे जण,'' टपेन्स म्हणाली.

अचानक शेजारच्या खोलीमधून कोणीतरी विरोध दर्शवायला ओरडलं आणि त्यानंतर एका पुरुषाचा जोराने हसण्याचा आवाज आला. सगळेच हसत आणि गात होते. पुरुषांच्या गोंगाटापेक्षाही मुलींचे वरच्या पट्टीतले आवाज जास्त ऐकू येत होते.

''ती धनगराचा वेश करून आलेली मुलगी आणि तो फ्रेंच विनोदवीर आपलं जोडपं असेल का?'' टॉमीने विचारलं.

''खरं तर कोणीही असू शकतं,'' टपेन्सने कबूल केलं. ''मी आता जास्त लक्ष देणार नाहीये. आपल्याला मजा येतेय, मग झालं!''

''मी दुसऱ्या एखाद्या कॉस्चुममध्ये जास्त मजा करू शकलो असतो. यात किती उकडतंय तुला कल्पनाही नाहीये,'' टॉमी तक्रारीच्या सुरात म्हणाला.

''अरे जरा खूश हो की! तू छान दिसतो आहेस,'' टपेन्स म्हणाली.

''बरं वाटलं मला. तू नेहमी म्हणतेस त्यापेक्षा जास्त कौतुक केलंस आज. माझ्या माहितीतला तू सगळ्यात विनोदी मुलगा आहेस,'' टॉमी म्हणाला.

''डेनी, मुला, जरा नीट बोलशील का? ए ते बघ, तो वर्तमानपत्राचे कपडे घातलेला मुलगा त्याच्या जोडीदारणीला सोडून जातोय. कुठे जात असेल असं तुला वाटतं?''

''मला वाटतं पटकन पुढचे दारूचे ग्लास भरून आणायला जात असेल. मलाही तसंच करावंसं वाटतंय,'' टॉमी म्हणाला.

''बराच वेळ झाला,'' चार-पाच मिनिटांनी टपेन्स म्हणाली. ''टॉमी तू मला गाढव म्हणशील का, जर मी...''

अचानक ती थबकली. मग पटकन उठली.

''तुला मला काय नावं ठेवायची असतील ती ठेव; पण मी शेजारच्या खोलीत जातेय...''

''हे बघ, टपेन्स, आपण... नाही...''

''काहीतरी गडबड आहे असं मला *वाटतंय.* खरंच. मला थांबवू नकोस.''

ती त्यांच्या बूथमधून पटकन बाहेर पडली आणि टॉमीही तिच्या मागे निघाला. शेजारच्या बूथचं दार बंद होतं. टपेन्सने ते उघडलं आणि ती आत शिरली. टॉमीही मागे होताच.

बदाम राणीचे कपडे घातलेली ती मुलगी एका कोपऱ्यात खाली विचित्रसं मुटकुळं करून बसली होती. मुखवट्यामधून ती या दोघांकडे एकटक बघत राहिली; पण हलली नाही. तिचे कपडे बटबटीत लाल-पांढऱ्या रंगाचे होते; पण डावीकडच्या बाजूला लाल रंग पांढऱ्यात मिसळल्यासारखं वाटत होतं. लाल जरा जास्तच दिसत होता...

अचानक ओरडत टपेन्स पुढे झाली. तिला आणि टॉमीला एकाच वेळी त्या मुलीच्या हृदयाच्या जरासं खाली एका रत्नजडित सुऱ्याची मूठ दिसली होती. टपेन्स त्या मुलीच्या शेजारी गुडघ्यावर बसली.

''टॉमी, पटकन... ती अजून जिवंत आहे. मॅनेजरला शोध आणि डॉक्टरला बोलवायला सांग लगेच.''

''हो; पण टपेन्स त्या सुऱ्याच्या मुठीला हात लावू नकोस हं.''

''मी काळजी घेईन. जा लवकर!''

टॉमी पटकन बाहेर पडला आणि त्याने दार लावून घेतलं. टपेन्सने त्या मुलीच्या खांद्याभोवती हात टाकला. त्या मुलीने कसाबसा काहीतरी इशारा केला आणि टपेन्सच्या लक्षात आलं की, तिला मुखवटा काढायचा आहे. टपेन्सने तो हळुवारपणे काढला. तिला फुलासारखा टवटवीत चेहरा दिसला. त्या मुलीचे डोळे भीतीने आणि वेदनेने विस्फारलेले होते.

''बाळा, तुला बोलता येईल का? जमलं तर मला सांगतेस का, हे कोणी केलं?'' टपेन्सने अगदी हळुवारपणे विचारलं.

त्या मुलीने टपेन्सकडे पाहिलं. ती मोठमोठे सुस्कारे सोडत होती, बहुधा तिचं हृदय बंद पडणार होतं आणि तरीही तिने स्थिर नजरेने टपेन्सकडे पाहिलं आणि तिचे ओठ हलले.

''बिंगोने केलं हे,'' ती कशीबशी पुटपुटली.

मग तिचे हात लुळे पडले आणि तिचं डोकं टपेन्सच्या खांद्यावर विसावलं.

टॉमी दोन माणसांना घेऊन आला. त्यातला उंच मनुष्य अधिकारवाणीने पुढे झाला, तोच डॉक्टर होता हे उघड दिसत होतं.

टपेन्सने त्या मुलीला आडवं झोपवलं. ''मला वाटतं ती मेली आहे,'' ती जड आवाजात म्हणाली.

डॉक्टरने पटकन तपासलं.

''हो. आता काहीच करता येणार नाही,'' डॉक्टर म्हणाला. ''पोलीस येईपर्यंत कशाला हात लावायला नको. हे कसं घडलं?''

टपेन्सने थांबत थांबत काय झालं ते सांगितलं. ती बूथमध्ये डोकावायला का गेली हे सांगताना ती अडखळली.

''विचित्रच प्रकार दिसतोय... तुम्हाला काहीच ऐकू आलं नाही?'' डॉक्टरने विचारलं.

''ती ओरडलेली आम्हाला ऐकू आलं; पण त्यानंतर त्या मुलाचा मोठ्याने हसण्याचा आवाज आला. त्यामुळे मला वाटलं की...''

''हो, अर्थातच,'' डॉक्टर म्हणाला, ''आणि त्या मनुष्याने मुखवटा घातला होता म्हणताय ना? तुम्हाला त्याला ओळखता येणार नाही?''

''नाही. टॉमी, तुला येईल?''

''नाही; पण त्याचा कॉस्चुम माहीत आहे आपल्याला.''

''पहिल्यांदा तर या बिचाऱ्या मुलीची ओळख पटवावी लागेल,'' डॉक्टर म्हणाला. ''त्यानंतर मला वाटतं, पोलीस भराभर पुढची कारवाई करतील. मला नाही वाटत ही फार अवघड केस आहे असं. अरे, आलेच पोलीस.''

वर्तमानपत्राचे कपडे घातलेला सद्गृहस्थ

रात्री तीन वाजल्यानंतर टॉमी आणि टपेन्स दमून भागून आणि अस्वस्थ मनाने घरी पोहोचले. टपेन्सला त्यानंतर कितीतरी तास झोपच लागली नाही. तिच्या डोळ्यांसमोर सारखा त्या मुलीचा फुलासारखा टवटवीत चेहरा आणि भीतीने विस्फारलेले डोळेच येत होते, त्यामुळे ती पलंगावर नुसतीच तळमळत पडून होती.

शेवटी पहाटे पहाटे कधीतरी तिला झोप लागली. या सगळ्या गडबडीनंतर तिला गाढ, स्वप्नरहित झोप लागली. ती उठली तेव्हा सूर्य वर आला होता. टॉमी कपडे घालून तयार झाला होता आणि तिला उठवत होता.

''ऊठ. इन्स्पेक्टर मॅरियट आणि आणखी एक गृहस्थ तुला भेटायला आलेत.''

''किती वाजलेत?''

''अकरा वाजतायेत. मी ॲलिसला सांगून तुझ्यासाठी लगेचच चहा पाठवतो.''

''हो, चालेल. इन्स्पेक्टर मॅरियटला सांग मी दहा मिनिटांत आलेच.''

पंधरा मिनिटांनी टपेन्स घाईघाईने बैठकीच्या खोलीत शिरली. इन्स्पेक्टर मॅरियट गंभीरपणे बसला होता. तो म्हणाला, ''गुड मॉर्निंग मिसेस बेरेसफोर्ड. हे सर आर्थर मेरिव्हेल.''

उंच, बारीक, थकलेले डोळे आणि पांढुरके केस असलेल्या त्या गृहस्थासोबत टपेन्सने हस्तांदोलन केलं.

''काल रात्री जी दुःखद घटना घडली, त्याबद्दल बोलायला आलो आहोत,'' इन्स्पेक्टर मॅरियट म्हणाला. ''तुम्ही मला जे काही सांगितलंत, ते तसंच्या तसं सर आर्थरला सांगा. ती मुलगी मरण्यापूर्वी जे म्हणाली ते. सर आर्थरचा विश्वास बसत नाहीये.''

सर आर्थर म्हणाले, ''बिंगो हेल व्हेराच्या केसालाही धक्का लावेल यावर माझा विश्वासच बसत नाहीये.''

इन्स्पेक्टर पुढे म्हणाला, ''मिसेस बेरेसफोर्ड, काल रात्रीपासून आमचा तपास पुढे गेला आहे. पहिली गोष्ट म्हणजे आम्ही त्या मुलीची ओळख पटवली. तिचं नाव आहे लेडी मेरिव्हेल. आम्ही सर आर्थरशी बोललो. त्यांनी लगेचच ओळख पटवून दिली. अर्थातच त्यांना भयंकर धक्का बसला आहे. मग मी त्यांना विचारलं की, ते बिंगो नामक व्यक्तीला ओळखतात का.''

''मिसेस बेरेसफोर्ड, तुम्हाला कळलं का की, कॅप्टन हेल, जे त्यांच्या मित्रांमध्ये बिंगो म्हणून ओळखले जातात, तो माझा चांगला मित्र आहे. तो तर जवळपास आमच्याच घरी राहतो. आज त्याला अटक केली, तेव्हा तो माझ्याच घरी होता; पण तुमची काहीतरी चूक होत असणार असं मला खात्रीने वाटतंय. माझ्या बायकोने त्याचं नाव घेतलं नसणार,'' सर आर्थर म्हणाले.

''चूक झालेली असणं शक्य नाही, तुमच्या बायकोने मला सांगितलं, 'बिंगोनेच हे केलं,''' टपेन्स हळुवारपणे म्हणाली.

''पाहिलंत, सर आर्थर,'' इन्स्पेक्टर मॅरियट म्हणाला.

त्या दुःखी गृहस्थाने स्वतःला खुर्चीत झोकून दिलं आणि चेहरा हाताच्या ओंजळीत लपवला.

''हे अविश्वसनीय आहे! यामागे काय कारण असू शकतं? मला माहितीये तुम्ही काय म्हणणार ते, इन्स्पेक्टर मॅरियट. तुम्हाला असं वाटतंय की, हेल माझ्या बायकोचा प्रियकर होता, हो ना? पण मी एक क्षणही यावर विश्वास ठेवणार नाही आणि समजा जरी तसं असलंच, तरीही तिला मारण्यामागे काय उद्देश असणार आहे?''

इन्स्पेक्टर मॅरियट खाकरला, ''सर, हे बोलायला जरा अवघड आहे; पण कॅप्टन हेल गेल्या काही दिवसांपासून एका विशिष्ट अमेरिकन लेडीकडे खास लक्ष

पुरवत होते. या स्त्रीकडे भरपूर संपत्ती आहे. जर लेडी मेरिव्हेलला ते पसंत नसेल, तर कदाचित त्या त्यांचं लग्न होण्यापासून थांबवू शकल्या असत्या.''

''तुम्ही वाट्टेल ते बोलताय, इन्स्पेक्टर!'' असं म्हणून सर आर्थर संतापून उठले. इन्स्पेक्टरने त्यांना खुणेनेच शांत व्हायला सांगितलं.

''मला माफ करा, सर आर्थर. तुम्ही म्हणताय की, तुम्ही आणि कॅप्टन हेल दोघंही हा कार्यक्रय बघायला जाणार होतात. तुमची बायको त्या वेळी बाहेर गेलेली होती आणि ती तिथे येणार असल्याची काहीच कल्पना तुम्हाला नव्हती. बरोबर?''

''हो, मला माहीत नव्हतं.''

''मिसेस बेरेसफोर्ड, तुम्ही मला दाखवली ती जाहिरात त्यांना दाखवा बरं.''

टपेन्सने दाखवली.

''यावरून सगळं स्पष्ट होतंय. ही जाहिरात कॅप्टन हेलने दिली होती, तुमच्या बायकोचं लक्ष वेधून घ्यायला. त्यांनी तिथे भेटायचं आधीपासूनच ठरवलं होतं; पण तुम्ही कार्यक्रमाला जाण्याचं ऐन वेळी म्हणजे आदल्या दिवशी ठरवलंत, त्यामुळे तिला सावध करणं गरजेचं होतं. यासाठीच ते वाक्य जाहिरातीत दिलं आहे - नेसेसरी टू फिनेस द किंग. राजाला हरवण्यासाठी आवश्यक. तुम्ही शेवटच्या क्षणी एका नाटक कंपनीकडून कॉस्चुम घेतलात; पण कॅप्टन हेलचा कॉस्चुम घरच्या घरीच बनवलेला होता. ते वर्तमानपत्राचे कपडे घालून गेले. सर आर्थर, तुमच्या बायकोच्या मुठीत काय घट्ट धरलेलं आम्हाला सापडलं, माहितीये? वर्तमानपत्राचा एक तुकडा. माझी माणसं कॅप्टन हेलचा कॉस्चुम तुमच्या घरून नेणार आहेत. मी परत गेलो की, त्याकडे पाहणार आहे. जर तिच्या हातातला तुकडा आणि कॉस्चुमचा फाटलेला भाग जुळून आला तर... तर केस निकालात निघेल.''

''तुम्हाला तसं काही सापडणार नाही. मी बिंगो हेलला ओळखतो,'' सर आर्थर म्हणाले.

टपेन्सचा निरोप घेऊन ते दोघं निघाले.

त्या दिवशी संध्याकाळी पुन्हा बेल वाजली आणि त्या जोडप्याला आश्चर्याचा धक्काच बसला, कारण इन्स्पेक्टर मॅरियट पुन्हा त्यांना भेटायला आला होता.

''मला वाटलं की, ब्लंट्स ब्रिलियंट डिटेक्टिव्ह्जना केसची प्रगती ऐकायला आवडेल,'' तो हसून म्हणाला.

''नक्कीच,'' टॉमी म्हणाला. ''एखादं ड्रिंक घेणार?'' असं म्हणून त्याने सगळी मांडामांड केली.

एक-दोन मिनिटांनी इन्स्पेक्टर म्हणाला, ''सरळसाधी केस आहे. त्याच बाईचा स्वतःचा सुरा होता. ती आत्महत्या वाटावी असं भासवायचं होतं असं दिसतंय; पण तुम्ही दोघं तिथेच असल्याने तो बेत फसला. आम्हाला बरीच पत्रं

सापडली आहेत. त्या दोघांचे संबंध बराच काळ सुरू होते, असं उघड दिसतंय. सर आर्थरला काहीच पत्ता लागला नसणार. मग आम्हाला शेवटची कडी सापडली...''

''शेवटची काय?'' टपेन्सने एकदम विचारलं.

''या साखळीतली शेवटची कडी. *डेली लीडरचा* तो तुकडा. त्याने जो कॉस्चुम घातला होता, त्यावर बरोबर तोच तुकडा फाटलेला होता. ते अगदी बरोबर जुळतायत. हे बघा, मी दोन्हीचे फोटो आणलेत. मला वाटलं तुम्हाला त्यात रस वाटेल. इतकी सुस्पष्ट केस क्वचितच समोर येते.''

इन्स्पेक्टर निघून गेल्यानंतर टपेन्स टॉमीला म्हणाली, ''टॉमी, तुला काय वाटतं, इन्स्पेक्टर मॅरियट सारखं स्पष्ट केस आहे असं का म्हणत असावा?''

''माहीत नाही, कदाचित त्याला अभिमान आणि समाधान वाटत असेल,'' टॉमी म्हणाला.

''अजिबात नाही. मला वाटतं तो मुद्दाम आपल्याला वैताग आणण्यासाठी तसं म्हणतोय. हे बघ हं, खाटकांना मांसाबद्दल बरंच कळतं, हो ना?''

''हो, पण...''

''तसंच भाजीवाल्यांना भाजीबद्दल कळतं, मासे विकणाऱ्यांना माशांबद्दल. तसंच डिटेक्टिव्ह्जना गुन्हेगारांबद्दल सगळं काही माहीत पाहिजे. जेव्हा ते खरोखरच काहीतरी पाहतात, तेव्हा त्यांना काय ते कळलं पाहिजे आणि खोटं असेल तर तेही समजायला हवं. मॅरियटचं हे ज्ञान त्याला असं सांगतंय की, कॅप्टन हेल खरा गुन्हेगार नाही; पण सगळे पुरावे मात्र त्याच्याचविरुद्ध आहेत. शेवटचा पर्याय म्हणून आपल्याला शोध घेण्यासाठी मॅरियट आडून आडून सुचवतोय. आपल्याला त्या रात्रीचं काहीतरी लहानसं का होईना आठवेल, सुचेल म्हणून तो असं करतोय. जेणेकरून या केसबद्दल इतरही काही गोष्टी उजेडात येऊ शकतील. टॉमी, ती खरंच आत्महत्याच असेल तर?''

''ती तुला काय म्हणाली आठवतंय ना?''

''हो रे; पण वेगळ्या दृष्टिकोनातून त्या वाक्याचा विचार कर. बिंगोनेच हे केलं म्हणजे बिंगोच्या वागण्यामुळे ती आत्महत्या करायला प्रवृत्त झाली असाही अर्थ असू शकतो म्हणजे तशी थोडी शक्यता आहे.''

''थोडीच; पण त्या वर्तमानपत्राच्या तुकड्याचं काय?''

''चल, मॅरियटने दिलेले फोटो पाहू या. हेलचं या सगळ्याबद्दल काय म्हणणं आहे हे मी इन्स्पेक्टरला विचारायचं विसरलेच.''

''मी त्याला बाहेर सोडायला गेलो, तेव्हा तेच विचारत होतो. हेल म्हणाला की, तो कार्यक्रमाच्या वेळी एकदाही लेडी मेरिव्हेलशी बोलला नाही. कोणीतरी म्हणे त्याच्या हातात चिठ्ठी कोंबली, ज्यावर लिहिलं होतं की, 'आज माझ्याशी बोलायचा प्रयत्न करू नकोस. आर्थरला संशय आलाय.' पण त्याला ती चिठ्ठी पोलिसांना दाखवता आली

नाही आणि ही थापही असू शकते. असो. तो तिच्याबरोबर एऽस ऑफ स्पेड्समध्ये होता हे आपल्याला दोघांना नक्की *माहितेय,* कारण आपण त्याला पाहिलंच.''

टपेन्सने मान डोलावली आणि ती त्या दोन फोटोंचं निरीक्षण करू लागली.

एका फोटोत तो चिटोरा होता, ज्यावर **'डेली ली–'** इतकीच अक्षरं दिसत होती. उरलेला भाग फाटला होता. दुसऱ्या फोटोत *डेली लीडरचं* पहिलं पान होतं आणि त्याच्या वरच्या भागातला लहानसा तुकडा फाटलेला होता. दोन्ही तुकडे बरोबर एकमेकांना जुळत होते, यात काही शंकाच नव्हती.

''या बाजूला सगळ्या खुणा कसल्या आहेत?'' टॉमीने विचारलं.

''टाके आहेत. या वर्तमानपत्राचे ते कपडे शिवले होते ना,'' टपेन्स म्हणाली.

''मला वाटलं नवीन ठिपक्यांची रचना आहे,'' टॉमी म्हणाला. मग अचानक तो थरथरला. ''टपेन्स, किती भयंकर वाटतं ना की, आपण परवाच एकदा या ठिपक्यांबद्दल बोलत होतो आणि या जाहिरातीच्या कोड्याची चर्चा करत होतो आणि हलक्याफुलक्या गप्पा मारत होतो आणि आता...''

टपेन्स काहीच बोलली नाही. टॉमीने तिच्याकडे पाहिलं, तर ती समोर शून्यात एकटक बघत होती. तिचं तोंड जरासं वासलं होतं आणि तिच्या चेहऱ्यावर चकित झाल्याचे भाव होते.

''टपेन्स,'' टॉमीने तिला हळूच हलवून विचारलं. ''काय झालं? तुला काही होतंय का?''

पण टपेन्स तशीच निश्चल उभी राहिली. मग ती हळू आवाजात म्हणाली, ''डेनिस रायर्डन.''

''अं?'' टॉमीला काहीच कळेना.

''तू म्हणालास तसंच आहे! एका साधं निरागस विधान! मला या आठवड्यातले सगळे *डेली लीडरचे* अंक आणून दे.''

''काय चाल्लंय तुझं?''

''मी मॅकार्टीसारखं करणार आहे. मी चिंतेत पडले होते आणि तुझ्यामुळे अखेर मला एक सुगावा लागलाय असं वाटतंय. थँक्स! हे मंगळवारच्या वर्तमानपत्राचं पहिलं पान आहे. मला आठवतंय की, मंगळवारी **लीडर**च्या **एल** अक्षरात दोन ठिपके होते. यामध्ये **डेली**च्या **डी** अक्षरात एक ठिपका आहे आणि **एल**मध्येही एक ठिपका आहे. सगळी वर्तमानपत्रं आण आणि आपण खात्री करू या.''

दोघांनी काळजीपूर्वक ते सगळं तपासलं. टपेन्सला बरोबर आठवत होतं.

''पाहिलंस? तिच्या हातात सापडलेला कागदाचा कपटा मंगळवारच्या वर्तमानपत्रातला नाहीच आहे.''

''पण टपेन्स, आपण हे खात्रीपूर्वक कसं सांगू शकणार? कदाचित आवृत्त्या वेगवेगळ्या असतील तर?''

''असू शकतं तसं; पण तरी यावरून मला एक कल्पना सुचली आहे. हा योगायोग असू शकत नाही, इतकं नक्की. जर माझी कल्पना बरोबर असेल, तर यातून एकच निष्कर्ष निघतो. टॉमी, सर आर्थरला फोन कर. त्याला ताबडतोब इथे बोलव. असं सांग की, माझ्याकडे त्याच्याकरता महत्त्वाची बातमी आहे. मग मॅरियटलाही बोलव. जर तो घरी गेला असेल, तर स्कॉटलंड यार्डमधून त्याचा पत्ता मिळेल.''

सर आर्थर या तातडीच्या बोलावण्याने अर्ध्या तासातच आले. टपेन्सने त्यांचं स्वागत केलं.

''असं घाईघाईने बोलावल्याबद्दल माफ करा; पण मी आणि माझ्या नवऱ्याने काहीतरी शोधून काढलंय आणि ते तुम्हाला लगेचच कळलं पाहिजे, असं आम्हाला वाटलं... तुम्ही बसा ना,'' ती म्हणाली.

सर आर्थर बसले. टपेन्स पुढे बोलू लागली.

''तुमच्या मित्रावर आलेला आळ दूर करायला तुम्ही अधीर आहात हे मला माहीत आहे.''

सर आर्थरने दुःखी चेहरा करून मान हलवली. ''हो, मी अधीर होतो; पण इतके पुरावे त्याच्याविरुद्ध आहेत की मलाही ते मान्य करावं लागलं.''

''जर मी तुम्हाला सांगितली की, नशिबाने माझ्या हाती असा एक पुरावा लागलेला आहे, ज्यामुळे तुमच्या मित्रावरचा आळ दूर होऊ शकेल, तर तुम्ही काय म्हणाल?''

''तो पुरावा काय आहे ते ऐकायला मला फार आनंद वाटेल, मिसेस बेरेसफोर्ड.''

''जर मला अशी एक मुलगी भेटली असेल, जी कॅप्टन हेलसोबत काल रात्री बारा वाजता नृत्य करत असेल तर? म्हणजे त्या वेळी ते एऽस ऑफ स्पेड्समध्ये असूच शकत नाहीत, असं सिद्ध होईल.''

''वा! फारच छान!'' सर आर्थर ओरडले, ''मला वाटलंच होतं की, काहीतरी चूक होत असणार. बिचाऱ्या व्हेराने आत्महत्याच केलेली दिसतेय...''

''नाही नाही. तुम्ही त्या दुसऱ्या माणसाला विसरताय,'' टपेन्स म्हणाली.

''कोण दुसरा माणूस?''

''तोच, ज्याला मी आणि माझ्या नवऱ्याने बूथमधून बाहेर पडताना पाहिलं. सर आर्थर, त्या रात्री वर्तमानपत्राचे कपडे घातलेली दोन माणसं नृत्याला आली असणार. बरं, तुम्ही काय कॉस्च्युम घातला होतात?'' ''मी? मी सतराव्या शतकातल्या जल्लादाच्या वेशात गेलो होतो.''

''किती समर्पक,'' टपेन्स हळूच पुटपुटली.

''समर्पक? म्हणजे काय? मिसेस बेरेसफोर्ड, तुम्हाला काय म्हणायचंय?''

''तुम्ही जी भूमिका वठवलीत, त्यासाठी समर्पक कॉस्चुम होता असं म्हटलं. सर आर्थर, माझी कल्पना सांगू का तुम्हाला? वर्तमानपत्राचे कपडे सहज जल्लादाच्या कॉस्चुमवरून घालता येतात. पहिल्यांदा कॅप्टन हेलच्या हातात एक चिठ्ठी सरकवली जाते, ज्यावर एका विशिष्ट स्त्रीशी न बोलण्याची विनंती केलेली असते; पण त्या स्त्रीला स्वतःला त्या चिठ्ठीबद्दल काहीच माहीत नसतं, त्यामुळे ती ठरलेल्या वेळी एऽस ऑफ स्पेड्समध्ये जाते आणि तिला जो भेटायला येणार असतो, तशाच कॉस्चुममध्ये तिला कोणीतरी भेटतं. ते दोघं एका बूथमध्ये जातात. तो तिला मिठीत घेतो आणि तिचं चुंबन घेतो. मारायच्या आधीचं चुंबन! तो चुंबन घेताघेताच तिच्या शरीरात सुरा खुपसतो. ती फक्त थोडंसंच ओरडू शकते आणि तो आवाज तो मोठ्या हसण्यात बुडवून टाकतो. मग तो बाहेर निघून जातो आणि त्या बिचाऱ्या घाबरलेल्या स्त्रीला वाटतं की, तिच्याच प्रियकराने तिचा खून केलाय.''

''पण तिने कॉस्चुमचा लहानसा तुकडा फाडलेला असतो. ते खुन्याच्या लक्षात येतं. तो प्रत्येक बारकाव्याकडे लक्ष देणारा माणूस असतो. या खुनाचा आळ शंभर टक्के त्याच्या बळीवर यावा, यासाठी त्याला तसाच तुकडा कॅप्टन हेलच्या कॉस्चुमवरून फाडायचा असतो. जर ती दोन माणसं एकाच घरात राहत नसती, तर हे करणं फारच अवघड गेलं असतं; पण ते एकाच घरात असते, तर तितकी सोपी गोष्ट दुसरी नाही! तो खुनी कॅप्टन हेलच्या कॉस्चुममध्ये अगदी तसाच तुकडा फाडतो. मग तो स्वतःचा कॉस्चुम जाळून टाकतो आणि निष्ठावान मित्राची भूमिका निभावायला तयार होतो.''

टपेन्स थांबली. मग म्हणाली, ''मग... सर आर्थर?''

सर आर्थर उठला आणि त्याने तिच्यासमोर झुकून तिला अभिवादन केलं.

''फार जास्त प्रमाणात फिक्शन वाचणाऱ्या एका मोहक स्त्रीचा हा कल्पनाविलास दिसतोय!''

''असं वाटतं तुम्हाला?'' टॉमी म्हणाला.

''आणि एक नवरा, जो बायको म्हणेल त्याला मम म्हणतो. मला नाही वाटत तुम्ही जे म्हणताय ते कोणीही गंभीरपणे ऐकून घेईल,'' सर आर्थर म्हणाला आणि मोठ्याने हसला. ते ऐकून टपेन्स एकदम ताठरली.

''हे हसणं मी जन्मात कधी विसरू शकणार नाही!'' ती म्हणाली. ''हेच हसू मी काल रात्री एऽस ऑफ स्पेड्समध्ये ऐकलंय आणि तुमचा आमच्याविषयी जरा गैरसमज झालाय. बेरेसफोर्ड जरी आमचं नाव असलं तरी आमचं अजून एक नावही आहे.''

असं म्हणून तिने टेबलावरचं एक कार्ड त्याच्या हातात दिलं. सर आर्थरने ते मोठ्याने वाचलं : 'इंटरनॅशनल डिटेक्टिव्ह एजन्सी...' त्याला धक्का बसलेला स्पष्ट दिसत होता. ''अच्छा! तुम्ही खरे हे आहात होय! म्हणूनच मॅरियटने मला इथे आणलं होतं! तो एक सापळा होता...''

बोलता बोलता तो खिडकीपाशी गेला.

''तुमच्या खिडकीतून लंडनचं दृश्य छान दिसतंय,'' तो म्हणाला.

पुढे काय घडेल याचा अंदाज येऊन टॉमी ओरडला, ''इन्स्पेक्टर मॅरियट!''

क्षणार्धात इन्स्पेक्टर शेजारच्या खोलीतून आत शिरला.

सर आर्थरच्या तोंडावर स्मित उमटलं.

''मला वाटलंच होतं,'' तो म्हणाला. ''पण तुम्ही मला या वेळी नाही पकडू शकणार. बाहेर जायचा मार्ग मीच निवडेन...'' असं म्हणून त्याने सरळ खिडकीतून खाली उडी मारली. टपेन्स किंचाळली. क्षणभराने होणाऱ्या आवाजाची आधीच कल्पना करून तिने हात कानांवर दाबले.

इन्स्पेक्टर मॅरियट म्हणाला, ''आपण या खिडकीचा आधीच विचार करायला हवा होता; पण तसं पाहिलं तर हे सगळं सिद्ध करणं अवघडच जाणार होतं. मी खाली जातो आणि बघतो...''

टॉमी हळहळत म्हणाला, ''बिचारा! त्याचं बहुधा बायकोवर खूप प्रेम...''

पण इन्स्पेक्टरने त्याचं बोलणं मध्येच तोडलं. तो उपहासाने म्हणाला, ''प्रेम कसलं! पैशाच्या बाबतीत त्याची पूर्ण कोंडी झाली होती. लेडी मेरिव्हेलकडे प्रचंड संपत्ती होती आणि तिच्यानंतर ती सगळी त्यालाच मिळणार होती; पण जर ती हेलसोबत पळून गेली असती, तर त्याला दमडीही मिळाली नसती ना...''

''म्हणजे हे कारण होतं तर!''

''अर्थात! सुरुवातीपासूनच मला समजलं होतं की, सर आर्थर काही चांगला माणूस नाही आणि कॅप्टन हेल बरा वाटला होता. स्कॉटलंड यार्डात काम करून करून तितका अंदाज बांधता येतोच; पण पुरावे स्पष्ट असले की, हात बांधलेले असतात ना आमचे... मी आता खाली जातो. मिस्टर बेरेसफोर्ड, तुमच्या बायकोला जरा ग्लासभर ब्रँडी द्या. त्या फारच अस्वस्थ दिसतायत.''

''भाजीवाले, खाटीक, मासे विकणारे, डिटेक्टिव्ह... मी म्हणाले होते, तेच बरोबर होतं ना? त्याला माहीत होतं,'' टपेन्स हळू आवाजात म्हणाली.

टॉमी तिच्यासाठी एक ड्रिंक घेऊन आला. ''हे पी.''

''काय आहे? ब्रँडी?''

''नाही. एक कॉकटेल आहे. यशस्वी झालेल्या मॅकार्टीसाठी! हो. मॅरियटला आधीपासूनच माहीत होतं.''

टपेन्सने मान डोलावली.

''पण त्याने चुकीच्या मार्गाने हे कृत्य केलं.''

''आणि अशा प्रकारे राजा गेलेला आहे!''

फलदायी रविवार

''खरंच, फारच छान झालं असं मी म्हणेन,'' डोरोथी प्रॅट चौथ्यांदा म्हणाली. ''त्या म्हाताऱ्या मांजरीने मला आता बघायला हवं होतं! ती आणि तिच्या जेन्स!''

डोरोथी जिला म्हातारी मांजर म्हणत होती ती म्हणजे तिची मालकीण मिसेस मॅकेन्झी जोन्स! घरी काम करणाऱ्या मुलींची ख्रिश्चन नावं काय असावीत, याबद्दल मिसेस मॅकेन्झी जोन्सची मतं फारच ठाम होती आणि म्हणूनच त्यांनी डोरोथी हे नाव नाकारून तिचं नावडतं दुसरं नाव जेन हे वापरायला सुरुवात केली होती.

मिस प्रॅटच्या मित्राने लगेच काही उत्तर दिलं नाही. त्याला कारणही तसंच होतं. जेव्हा तुम्ही नुकतीच फोर्थ हँड बेबी ऑस्टिन गाडी २० पौंडांना विकत घेतलेली असते आणि ती केवळ दुसऱ्यांदाच बाहेर काढलेली असते, तेव्हा अर्थातच तुमचं सगळं लक्ष दोन्ही हात आणि दोन्ही पाय एकाच वेळी वापरण्याच्या कठीण कामावर केंद्रित झालेलं असतं.

''अं... हो !'' मिस्टर एडवर्ड पॅलग्रोव्ह म्हणाला आणि तेव्हाच गाडीतून एक भयानक घरघर आवाज ऐकू आला. ते पाहून एखाद्या पट्टीच्या चालकाला दात-ओठ खावेसे वाटले असते.

''तू तर मुलींशी फार बोलतच नाहीस,'' डोरोथीने तक्रार केली.

मिस्टर पॅलग्रोव्हला नशिबाने त्यावर उत्तर द्यावं लागलं नाही. कारण, त्याच क्षणी एका बसच्या चालकाने त्याला शिव्यांची लाखोली वाहिली होती.

''किती उद्धटपणा!'' मिस प्रॅट मान उडवत म्हणाली.

''*त्याच्या* बसचे ब्रेक असे हवे होते, मग कळलं असतं,'' तिचा मित्र कडवटपणे म्हणाला.

''काही झालंय का तुझ्या ब्रेकला?''

''ब्रेकवर पाय कितीही दाबा, काहीच होत नाही,'' मिस्टर पॅलग्रोव्ह म्हणाला.

''टेड, वीस पौंडात सगळं कसं काय मिळेल! आपण रविवारी दुपारी खऱ्याखुऱ्या गाडीत बसून, बाकीच्यांप्रमाणे फिरायला जातोय ना, मग झालं तर!''

टेडने काहीतरी केल्यावर पुन्हा गाडीतून चित्रविचित्र आवाज यायला लागले. ''हां, हे जास्त बरं झालं आता,'' टेड आनंदाने म्हणाला.

''तुझी गाडी फार सुंदर आहे रे,'' डोरोथी कौतुकाने म्हणाली.

मैत्रिणीकडून कौतुक ऐकल्याने फुशारलेल्या पॅलग्रोव्हने हॅमरस्मिथ ब्रॉडवे रस्त्यावरून गाडी जोरात दामटली आणि एका पोलिसाचा ओरडा खाल्ला.

मग ते शिस्तीत पुलाच्या दिशेने जाऊ लागले, तेव्हा डोरोथी म्हणाली, ''काय हे हल्लीचे पोलीस असे वागतात? जरा सभ्यपणे बोलायला नको?!''

''असू दे. मला तसंही या रस्त्याने यायचं नव्हतं. मला ग्रेट वेस्ट रोडने जाऊन चांगला जोरदार राडा करायचा होता,'' एडवर्ड दुःखी स्वरात म्हणाला.

''आणि सापळ्यात अडकला असतास म्हणजे! परवा मालकांसोबत तसंच झालं. पाच पौंड दंड आणि बाकी दुरुस्तीचा भरपूर खर्च,'' डोरोथी म्हणाली.

''पोलीस बरेच कार्यक्षम झालेले दिसतायत हल्ली. ते बरोबर श्रीमंतांना धरतात. काही भेदभाव करत नाहीत. ते श्रीमंत लोक असतात ना, सरळ शोरूममध्ये जाऊन दोनेक रोल्स रॉइस अश्शा विकत घेतात... मला तर त्यांचा इतका संताप येतो! काय अर्थ आहे का याला. मीसुद्धा त्यांच्याच इतका लायक आहे,'' एडवर्ड म्हणाला.

''आणि त्यांचे दागिने,'' डोरोथी सुस्कारत म्हणाली, ''बाँड स्ट्रीटवरची ती दुकानं. हिरे, मोती आणि काय आणि काय! आणि माझ्या गळ्यात ही खोटी मोत्याची माळ! वुलवर्थ्स सुपरमार्केटमधून घेतलेली!''

ती उदासपणे त्यावर विचार करत बसली. एडवर्डला पुन्हा एकदा सगळं लक्ष गाडी चालवण्याकडे वळवता आलं. रिचमंडमधून काहीही भयंकर न घडता ते पुढे गेले. पोलिसाबरोबर झालेल्या बाचाबाचीमुळे एडवर्ड मनातून घाबरला होता. आता तो शिस्तीत समोरून जाणाऱ्या गाडीच्या मागोमाग चालला होता. मुख्य रस्ता आला की, तो आंधळेपणाने समोरची गाडी जिथे जाईल तिथे चालला होता.

अशा प्रकारे तो अचानक एका अंधाऱ्या गल्लीत शिरला. कोणत्याही पट्टीच्या गाडी चालकाने अशी गल्ली शोधायला वाट्टेल ते दिलं असतं.

''मी किती हुशारीने या गल्लीत वळलो ना,'' एडवर्ड स्वतःचंच कौतुक करत म्हणाला.

''खूपच छान,'' मिस प्रॅट म्हणाली, ''आणि तो बघ तिकडे एक फळं विकणारा माणूसपण आहे.''

खरोखरच एका मोक्याच्या कोपऱ्यावर एक जण फळं विकत होता. त्याच्या समोरच्या बांबूच्या टेबलावर फळांच्या टोपल्या मांडलेल्या होत्या आणि 'जास्त फळं खा' असं लिहिलेली एक पाटी मागे लटकत होती.

एडवर्डने हँड ब्रेक लावला आणि गाडी कशीबशी थांबली. त्याने विचारलं, ''कशी दिली?''

''स्ट्रॉबेऱ्या फार छान आहेत,'' तो माणूस म्हणाला.

तो माणूस कुरूप होता आणि त्याच्या चेहऱ्यावर एक विचित्र हसू होतं.

''बाईसाहेबांसाठी अगदी योग्य फळ. पिकलेल्या आहेत, नुकत्याच तोडल्यायेत. चेरीसुद्धा छान आहेत. खऱ्याखुऱ्या इंग्लिश चेरी. बाईसाहेब, चेरीची एक बास्केट देऊ?''

''दिसतायेत तर खरंच चांगल्या,'' डोरोथी म्हणाली.

''खूपच चांगल्या आहेत,'' तो माणूस घोगरट आवाजात म्हणाला, ''या बास्केटमुळे तुमचं नशीब फळफळेल.'' इतकं बोलल्यानंतर अखेरीस त्याने एडवर्डकडे लक्ष दिलं. ''दोन शिलिंग, सर. फारच स्वस्त देतोय. बास्केटच्या आत काय आहे तुम्हाला माहीत असतं, तर तुम्हालाही ही किंमत फारच स्वस्त वाटेल.''

''फार छान आहेत रे चेरी,'' डोरोथी म्हणाली.

एडवर्डने सुस्कारा सोडत दोन शिलिंग दिले. त्याच्या डोक्यात सगळे हिशेब चालू होते. नंतर चहा प्यायचाय. पेट्रोल भरावं लागेल... रविवारी गाडीतून फिरायला जाणं चांगलंच महागडं काम दिसतंय. मुलींना बाहेर नेण्यातली ही सगळ्यात *वाईट गोष्ट* असते! त्यांना दिसेल ते सगळं नेहमी विकत घ्यायचं असतं.

''धन्यवाद, सर,'' तो कुरूप माणूस म्हणाला. ''तुम्हाला त्या बास्केटमध्ये दोन शिलिंगपेक्षा खूप जास्त काहीतरी मिळालंय.''

एडवर्डने गाडी जोरात दामटली आणि तिने एखाद्या अल्सेशियन कुत्र्यासारखी त्या फळवाल्याच्या दिशेने झेप घेतली.

''सॉरी. गाडी गियरमध्ये होती ते मी विसरलोच,'' तो म्हणाला.

''जरा काळजीपूर्वक चालव रे, त्याला लागलं असतं आत्ता!'' डोरोथी म्हणाली.

एडवर्ड काहीच बोलला नाही. आणखी अर्धा मैल अंतर गेल्यावर ते एका झऱ्याच्या काठी छानशा ठिकाणी पोहचले. त्यांनी रस्त्याच्या कडेला गाडी लावली आणि ते दोघं प्रेमिक झऱ्याच्या काठी बसून चेरी खाऊ लागले. रविवारचं वृत्तपत्र त्यांच्या पायाशी पडलं होतं, ज्याकडे कोणाचंच लक्ष नव्हतं.

शेवटी एडवर्ड म्हणाला, ''काय बातम्या आहेत?'' तो आता डोळ्यावर हॅट ओढून आडवा झाला होता.

डोरोथीने बातम्यांवर नजर टाकली.

''दुःखी बायकोची एक अद्भुत गोष्ट आहे. मागच्या आठवड्यात २८ लोक बुडून मेले. वैमानिकाचा मृत्यू. विचित्र अशी रत्नांची चोरी. पन्नास हजार पौंडांचा

माणकांचा हार हरवला. बापरे, टेड! पन्नास हजार पौंड! नुसती कल्पना कर!'' ती पुढे वाचू लागली. ''या हारात एकवीस माणकं प्लॅटिनममध्ये बसवलेली होती. तो हार पॅरिसहून रजिस्टर्ड पोस्टाने पाठवला होता; पण इथे पाकीट आलं, तेव्हा त्याच्यात फक्त दगड आणि खडे होते. रत्नं नव्हतीच!''

''पोस्टातूनच कोणीतरी लांबवले. फ्रान्सचं पोस्ट खातं भयंकर असणार,'' एडवर्ड म्हणाला.

''मला असा हार बघायला आवडेल,'' डोरोथी म्हणाली, ''रक्तासारख्या लाल चमकत्या माणकांचा हार. असं म्हणतात की, माणकं कबुतराच्या रक्तासारखी लालभडक असतात. असा हार गळ्यात घातल्यावर कसं वाटत असेल?''

''*तुला* ते कधीच कळणार नाहीये,'' एडवर्ड तिला चिडवत म्हणाला.

डोरोथीने मान उडवली. ''का नाही? हं? मुली जगात खूप पुढे जाऊ शकतात. मी नाटकातसुद्धा काम करायला लागेन कदाचित.''

''सभ्यपणे वागणाऱ्या मुलींचं काहीही होत नाही,'' तो तिला नाउमेद करत म्हणाला.

डोरोथी त्याला उलट बोलणार होती; पण ती गप्प बसली. मग पुटपुटत म्हणाली, ''मला त्या चेरी दे जरा.''

''तुझ्यापेक्षा जास्त तर मीच खातेय,'' ती म्हणाली, ''आता उरलेल्या मी अर्ध्या-अर्ध्या वाटते... अरेच्चा, या बास्केटच्या तळाशी हे काय आहे?''

तिने बोलता बोलता ती वस्तू बाहेर काढली. तो एक चमकत्या माणकांचा हार होता.

दोघंही चकित होऊन त्याच्याकडे पाहू लागले.

''हा बास्केटमध्ये होता?'' शेवटी एडवर्डने विचारलं.

डोरोथीने मान डोलावली, ''हो. तळाशी. या चेरीजच्या खाली.''

त्यांनी एकमेकांकडे पाहिलं.

''तो इथे कसा आला असेल असं तुला वाटतं?''

''काय माहीत! टेड, आत्ताच आपण त्या माणकांची बातमी वाचली आणि हे सापडलं. हे विचित्र नाही वाटत?''

एडवर्ड हसला, ''तुला काय वाटतंय की, तो पन्नास हजार पौंडांचा हार तुझ्या हातात आहे?''

''मी फक्त म्हणाले की, हे विचित्र आहे. प्लॅटिनममध्ये बसवलेली माणकं. प्लॅटिनम म्हणजे ते चांदीसारखं पण जरा कमी चमकणारं असतं तेच ना? हे तसंच दिसतंय आणि हे खडे चमकतायत बघ किती. त्यांचा रंग सुंदर आहे ना? किती आहेत मोजते जरा,'' तिने खडे मोजले, ''टेड, बरोब्बर एकवीसच आहेत!''

''नाही!''

''हो, खरंच! या बातमीत लिहिलंय तेवढेच. टेड, तुला काय वाटतं...''

''असू शकतं...'' टेड अडखळत म्हणाला, ''खरे आहेत का ते तपासायचा एक मार्ग असतो... काचेवर घासायचे...''

''ते हिऱ्यांच्या बाबतीत; पण टेड, तो माणूस फार विचित्र दिसणारा होता ना? तो फळवाला... दुष्ट दिसत होता आणि हसत होता विचित्रसा. विनोद करत होता. तो म्हणालासुद्धा की, आपण पैसे दिले त्यापेक्षा जास्त काहीतरी आपल्याला बास्केटमध्ये मिळेल असं.''

''पण डोरोथी, तो आपल्याला पन्नास हजार पौंडांचा हार असा देऊन कशाला टाकेल?''

मिस प्रॅटने मान हलवली, ''हो, ना. ते पटत नाहीये,'' तिने कबूल केलं, ''पण जर त्याच्यामागे पोलीस लागले असतील, तर तो तसं करू शकतो.''

''पोलीस?'' एडवर्डच्या चेहऱ्याचा रंगच उडाला.

''हो. या बातमीत पुढे लिहिलंय की, पोलिसांना एक सुगावा लागला आहे.''

एडवर्ड भीतीने शहारला.

''डोरोथी, मला काही हे ठीक वाटत नाहीये. पोलीस आपल्याच मागे लागले तर!''

डोरोथी तोंडाचा आ वासून त्याच्याकडे बघत राहिली, ''पण टेड, आपण काहीच केलेलं नाहीये. आपल्याला तो हार बास्केटमध्ये मिळालाय.''

''आणि हे त्यांना सांगितलं, तर वेड्यातच काढतील ना आपल्याला! खरोखर असं कधी घडेल का?''

''असं घडत नाही खरं; पण टेड, तुला खरंच वाटतं हा तोच हार असेल? हे तर परीकथेसारखं वाटतंय!'' डोरोथी म्हणाली.

''मला नाही वाटत तसं. मला वाटतं या गोष्टीतल्या हिरोला काहीच अपराध नसताना चौदा वर्षं डार्टमूरच्या तुरुंगात जावं लागेल.''

पण डोरोथी त्याचं ऐकतच नव्हती. तिने तो हार घालून पाहिला आणि बॅगेतून लहानसा आरसा काढून त्यात स्वतःला न्याहाळू लागली.

''एखादी डचेस घालेल तसाच आहे हा हार!'' ती आनंदाने उद्गारली.

''मी यावर विश्वास ठेवणार नाही! हा हार खोटा असणार! *खोटाच* असला पाहिजे!'' एडवर्ड ओरडला.

''हो रे. तशीच जास्त शक्यता आहे,'' डोरोथी अजूनही आरशात बघत होती.

''नाहीतर फारच मोठा योगायोग म्हटला पाहिजे.''

''कबुतरांच्या रक्ताचा रंग...'' डोरोथी पुटपुटली.

''याचा काही अर्थच लागत नाहीये. किती विचित्र ना. हे बघ, डोरोथी, मी काय म्हणतोय ते तू ऐकते आहेस की नाही?''

डोरोथीने आरसा ठेवून दिला. ती एडवर्डकडे वळली; पण तिचा एक हात गळ्यातल्या हारावरच होता.

''मी कशी दिसतेय?'' तिने विचारलं.

एडवर्ड तिच्याकडे पाहतच राहिला. तो आपली कुरकुर विसरलाच. त्याने डोरोथीला असं कधी पाहिलंच नव्हतं. ती विजयी मुद्रेने पाहत होती. ती राजघराण्यातल्या एखाद्या व्यक्तीप्रमाणे दिसत होती आणि त्याच्याकरता ते फारच नवं होतं. पन्नास हजार पौंडाचा हार गळ्यात घातल्याच्या कल्पनेनेच डोरोथी एक पूर्णतः वेगळीच मुलगी बनली होती. ती क्लिओपॅट्रा, सेमिरामीस आणि झेनोबिया अशा सगळ्या राण्या एकत्र केल्यासारखी दिसत होती.

''तू... तू... फार सुंदर दिसते आहेत,'' तो नम्रपणे म्हणाला.

डोरोथी हसली. तिचं हसणंही पार बदलून गेलेलं होतं.

''हे बघ, आपल्याला काहीतरी केलंच पाहिजे. आपण हा हार पोलीस स्टेशनला किंवा कुठेतरी घेऊन जाऊ,'' एडवर्ड म्हणाला.

''काहीही बोलू नकोस! तूच तर म्हणालास ना की, पोलिसांचा आपल्यावर विश्वास बसणार नाही आणि तुझ्यावर चोरीचा आळ घेऊन ते तुला तुरुंगात टाकतील,'' डोरोथी म्हणाली.

''पण... पण मग दुसरं काय करू शकतो आपण?''

''हा हार ठेवून घ्यायचा.''

''ठेवून घ्यायचा? वेडबिड लागलंय की काय तुला?''

''आपल्याला सापडलाय ना? ही माणकं महागडी आहेत असा विचारच नको करायला. मी घालत जाईन हा हार,'' डोरोथी म्हणाली.

''मग पोलीस *तुला* येऊन पकडतील!''

डोरोथीने यावर मिनिटभर विचार केला.

''ठीके, मग आपण ही माणकं विकून टाकू आणि तू एक किंवा हवं तर दोन रोल्स रॉइस विकत घे आणि मी हिऱ्यांच्या अंगठ्या आणि आणखी काहीतरी विकत घेईन.''

अजूनही एडवर्ड तिच्याकडे अविश्वासाने बघत होता. डोरोथीला मात्र धीर नव्हता.

''हे बघ, हीच संधी मिळाली आहे आपल्याला. त्या संधीचं सोनं करणं तुझ्या हातात आहे. आपण काही हार चोरलेला नाही. तो आपल्याकडे आला आणि कदाचित आपल्याला आयुष्यात ज्या काही गोष्टी हव्या आहेत, त्या करण्याची ही एकच संधी असू शकते. तुझ्यात काही धाडस आहे की नाही, एडवर्ड पेलग्रोव्ह?''

एडवर्डचा आवाज एकदाचा फुटला.

''माणकं विकायची म्हणतेयस? ते काय सोपं नसणारे! कोणीही जवाहिर विचारेल की आपण हे कुठून आणले?''

''अरे जवाहिऱ्याकडे जायचंच नाही. टेड, तू गुप्तहेरांच्या गोष्टी वाचत नाहीस का रे? आपण अशा माणसाकडे जायचं, जो गुन्हेगारांकडून चोरीचा माल विकत घेतो. त्यांना फेन्स म्हणतात.''

''...आणि असा कोणी फेन्स माझ्या ओळखीचा कसा असेल? मी सज्जन घरातला मुलगा आहे!''

''पुरुषांना माहीत पाहिजे सगळं! त्यासाठीच तर ते असतात,'' डोरोथी म्हणाली.

त्याने तिच्याकडे पाहिलं. ती शांत पण पूर्णपणे ठाम दिसत होती.

''तू हे असं काही म्हणशील यावर माझा विश्वासच बसत नाहीये,'' तो कसंबसं म्हणाला.

''मला वाटलं होतं तू जास्त उत्साह दाखवशील.''

काही क्षण कोणीच बोललं नाही. मग डोरोथी उठली.

''चल, आपल्याला घरी परतायला हवं,'' ती म्हणाली.

''तू तो गळ्यात घालूनच जाणार आहेस का?''

डोरोथीने हार काढला आणि त्याच्याकडे प्रेमादराने बघत बघतच तो बॅगेत टाकला.

''हे बघ, तो हार मला दे,'' एडवर्ड म्हणाला.

''नाही.''

''हो. मला दे. माझ्यावर प्रामाणिकपणाचे संस्कार झालेले आहेत.''

''मग राहा तसाच प्रामाणिक. तुला त्या हाराशी काही संबंध नको असेल तर नको.''

''अगं दे गं!'' तो जरा जोरातच म्हणाला, ''तू म्हणालीस ते करेन मी. फेन्स का कोण तो शोधेन. तू म्हणतेस तशी ही एकमेव संधी असू शकते आणि आपल्याला तो प्रामाणिकपणा करूनच मिळालाय. दोन शिलिंग किमतीला. लोक अँटिक शॉपमध्ये जाऊन आयुष्यभर जे करतात आणि त्याबद्दल अभिमान बाळगतात, तसंच हेसुद्धा आहे.''

''एडवर्ड! तू किती छान आहेस रे!'' डोरोथी उद्गारली.

तिने तो हार त्याला दिला आणि त्याने तो खिशात टाकला. त्याला एकाच वेळी उत्तेजित, अस्वस्थ, आनंदित आणि काहीतरी वाईट कृत्य करणाऱ्यासारखं वाटत होतं! त्याच मूडमध्ये त्याने गाडी चालू केली. दोघंही इतके उत्तेजित होते की,

त्यांना चहाची आठवणच राहिली नाही. लंडनला पोहोचेपर्यंत दोघंही गप्पगप्पच होते. एकदा एका चौकात एक पोलीस त्यांच्या गाडीच्या दिशेने येऊ लागला, तेव्हा एडवर्डचं हृदय धडधडू लागलं; पण चमत्कारच झाला आणि ते घरी पोहोचेपर्यंत काहीही वाईट घडलं नाही.

एडवर्ड डोरोथीशी बोलला, तेव्हाही त्याच्या आवाजात धाडस आणि उत्साह जाणवत होता. तो म्हणाला, ''आपण करू हे. पन्नास हजार पौंड! या रकमेसाठी काहीही करू शकतो आपण.''

त्या रात्री त्याला स्वप्नात डार्टमूरचा तुरुंग दिसला आणि तो थकलेल्या अवस्थेत, ताजातवाना न होताच लवकर उठला. त्याला आता एक फेन्स शोधावा लागणार होता आणि हे काम कसं करायचं याची त्याला सुतराम कल्पना नव्हती!

त्याने ऑफिसात चांगलाच गलथानपणा केला आणि लंच ब्रेकच्या आधीच त्याला दोनदा बोलणी खावी लागली.

फेन्स कसा शोधायचा? त्याला वाटलं, व्हाइटचॅपेल या भागात असे लोक राहत असावेत... की स्टेपनी भागात?

जेवण करून तो पुन्हा ऑफिसात आला, तेव्हा त्याला एक फोन आला. डोरोथी होती. तिचा आवाज रडवेला आणि दुःखी होता.

''टेड, तूच बोलतोयस ना? मी फोन वापरतेय; पण ती कुठल्याही क्षणी येऊ शकते आणि मला फोन ठेवावा लागेल. टेड, तू काही केलं नाहीयेस ना अजून?''

एडवर्डने नकार दिला.

''हे बघ, एडवर्ड. तू काहीही करू नकोस. मी रात्रभर जागीच होते. मला फारच कसंतरी होत होतं. बायबलमध्ये लिहिलंय की, चोरी करू नये. काल मी वेडेपणाच करायला निघाले होते... तू नक्की काही करणार नाहीस ना? टेड, सांग ना?''

मिस्टर पेलग्रोव्हने मनातल्या मनात सुटकेचा निःश्वास सोडला की काय? बहुधा, हो! पण तो ते मान्य नक्कीच करणार नव्हता.

''मी जेव्हा एखादी गोष्ट करायची ठरवतो, तेव्हा ती पूर्ण करतोच!'' तो अशा काही आवेशात म्हणाला, जणू काही पोलादी मनाचा एखादा सुपरमॅनच बोलत असावा.

''ओह! टेड; पण नको ना, प्लीज. अरे देवा! ती येतेय! टेड, ती आज रात्री जेवायला बाहेर जाणार आहे. मी हळूच बाहेर सटकेन आणि आपण भेटू. मला भेटेपर्यंत तू काही करू नकोस. माझ्यासाठी कोपऱ्यावर वाट बघत उभा राहा,'' मग तिचा आवाज त्याला दुरून आल्यासारखा ऐकू आला. ''हो, मॅम. मला वाटतं चुकून कोणीतरी फोन केला होता. त्यांना ब्लूम्सबरी ०२३४ नंबर हवा होता.''

एडवर्ड सहा वाजता ऑफिसातून बाहेर पडला, तेव्हा वृत्तपत्राच्या एका मोठ्या हेडलाइनने त्याचं लक्ष वेधून घेतलं.

दागिने चोरी प्रकरणातली पुढची घडामोड

घाईघाईने त्याने एक पेनी देऊन वृत्तपत्र विकत घेतलं. ट्यूबमध्ये कशीबशी जागा मिळवल्यानंतर त्याने वृत्तपत्र उतावीळपणे वाचायला सुरुवात केली. हवी ती बातमी वाचताच त्याच्या तोंडून आपोआप एक शीळ बाहेर पडली.

''अरे... मी...''

मग त्याचं लक्ष बाजूच्याच दुसऱ्या एका परिच्छेदाकडे गेलं. तो वाचल्यानंतर त्याने उरलेलं वृत्तपत्र खाली पडू दिलं आणि पुन्हा त्याकडे लक्ष दिलं नाही.

बरोबर आठ वाजता तो त्यांच्या ठरलेल्या कोपऱ्यावर वाट बघत उभा होता. चेहरा पांढराफटक पडलेली; पण सुंदर दिसणारी डोरोथी धापा टाकतच तिथे आली.

''टेड, तू काहीही केलेलं नाहीस ना?''

''काहीही नाही,'' असं म्हणनू त्याने खिशातून तो माणकांचा हार काढला. ''तू घालू शकतेस हा.''

''पण टेड...''

''पोलिसांना चोरीला गेलेली माणकं मिळालीयेत आणि चोरालाही पकडलंय त्यांनी! आणि आता हे वाच.''

त्याने वृत्तपत्राचं एक पान तिच्यासमोर धरलं. डोरोथी वाचू लागली :

जाहिरातबाजीचा नवा प्रकार

ऑल इंग्लिश फाइव्हपेनी फेअरने जाहिरातबाजीचा एक नवाच प्रकार अवलंबला आहे. त्यांना वुलवर्थ्स सुपरमार्केटला टक्कर द्यायची आहे. काल त्यांनी फळांच्या बास्केट्स विकल्या आणि दर रविवारी तशाच बास्केट ते विकणार आहेत. दर पन्नास बास्केट्सपैकी एका बास्केटमध्ये विविधरंगी खड्यांचा एकेक खोटा हार असेल. हे हार किमतीच्या मानाने फारच चांगले आहेत. काल या जाहिरातीच्या प्रकारामुळे लोकांमध्ये चांगलीच उत्सुकता निर्माण झालेली दिसली. पुढच्या रविवारीही 'जास्त फळं खा'च्या पाटीसमोर लोकांच्या रांगा लागलेल्या दिसतील. आम्ही यासाठी फाइव्हपेनी फेअरचं अभिनंदन करतो आणि 'ब्रिटिश वस्तूच खरेदी करा' या त्यांच्या उपक्रमासाठी त्यांना शुभेच्छा देतो.

''हं... अच्छा!'' डोरोथी म्हणाली.

''हं, मलाही असंच वाटलं अगदी हे वाचून!'' एडवर्ड म्हणाला.

बाजूने जाणाऱ्या एका माणसाने त्याच्या हातात एक कागद कोंबला. ''एक घे ना, भाऊ,'' तो म्हणाला.

त्यावर लिहिलं होतं : '*सदाचरणी स्त्रीचं मूल्य* हे माणकांपेक्षा खूप जास्त असतं.'

''हे बघ! आता तरी खूश हो!'' एडवर्ड म्हणाला.

''अं, मला नाही माहीत...'' डोरोथी म्हणाली. ''मला काही सदाचरणी बाईसारखं दिसायचं नाहीये.''

''तू तशी नाहीच दिसत म्हणूनच तर त्या माणसाने मला हा कागद दिला ना. हा माणकांचा हार गळ्यात घातलास ना की, मग तर तू एक कणभरही सदवर्तनी बाईसारखी दिसणार नाहीस!''

डोरोथी मोठ्याने हसली.

''तू किती छान आहेस रे टेड!'' ती म्हणाली, ''चल, आपण सिनेमा बघायला जाऊ!''

गांधीलमाशीचं घर

जॉन हॅरिसन घरातून बाहेर आला आणि अंगणातल्या बागेसमोरच्या गच्चीवर क्षणभर उभा राहिला. तो धिप्पाड होता आणि त्याचा चेहरा उभट आणि हडकुळा होता. बऱ्याचदा त्याचा चेहरा गंभीरच असायचा; पण जेव्हा तो आत्ताप्रमाणे हसायचा, तेव्हा अचानक खूप आकर्षक दिसायचा.

जॉन हॅरिसनचं आपल्या बागेवर फार प्रेम होतं आणि या ऑगस्टच्या संध्याकाळी तर ती फारच सुंदर दिसत होती, उन्हाळ्यात सुस्तावलेली. गुलाब फुलले होते आणि स्वीट पीजचा सुगंध दरवळत होता.

एका सुपरिचित कर्रकर्र आवाजाने हॅरिसनने गर्रकन मागे वळून पाहिलं. फाटकातून कोण आत येत होतं? मिनिटभरानंतर त्याच्या चेहऱ्यावर आश्चर्य पसरलं. कारण, बागेतून चालत येणाऱ्या टापटीप कपड्यातल्या व्यक्तीला जगाच्या या कोपऱ्यात बघायची अपेक्षाच त्याने केलेली नव्हती.

''अरे वा! मिस्टर प्वारो!'' हॅरिसन ओरडला.

खरोखरच जगप्रसिद्ध गुप्तहेर एर्क्युल प्वारो आत येत होता.

''हो, मीच आहे!'' तो म्हणाला, ''तू एकदा मला म्हणाला होतास, 'जर तुम्ही कधी या भागात आलात तर मला भेटायला या.' त्याप्रमाणे हा मी आलोय!''

''मला फार आनंद झाला. या, बसा. ड्रिंक घ्या एखादं,'' त्याने व्हरांड्यातल्या एका टेबलाकडे निर्देश केला. त्यावर वेगवेगळ्या बाटल्या मांडून ठेवल्या होत्या.

''थँक्यू,'' असं म्हणून प्वारो एका खुर्चीत विसावला. ''तुझ्याकडे सिरप नसेल ना? हं, मला वाटलंच होतं. मग मला नुसता सोडा दे पाणी घालून. व्हिस्की नको,'' हॅरिसनने त्याच्या समोर ग्लास ठेवला, तेव्हा तो दुःखी स्वरात म्हणाला, ''अरेरे, माझ्या मिश्या लुळ्या पडल्यायत, या उकाड्यामुळे!''

''तुम्ही या शांत ठिकाणी कसे काय आलात? फिरायला?'' हॅरिसन दुसऱ्या खुर्चीत बसत म्हणाला.

''नाही *मित्रा,* कामासाठीच आलोय.''

''काम? या अशा शांत, आडबाजूच्या ठिकाणी?''

प्वारोने गंभीरपणे मान डोलावली. ''हो मित्रा, सगळे गुन्हे काही गर्दीने गजबजलेल्या ठिकाणी घडत नाहीत.''

हॅरिसन हसला. ''मी जरा वेड्यासारखाच प्रश्न विचारला, नाही? पण इथे तुम्ही कोणत्या गुन्ह्याच्या तपासासाठी आलाय? का मला तसं विचारायची परवानगी नाहीये?''

''नाही, विचारू शकतोस. खरंतर तू विचारलंस तर मला आवडेलच,'' प्वारो म्हणाला.

हॅरिसनने कुतूहलाने त्याच्याकडे पाहिलं. प्वारोचं वागणं थोडं वेगळंच वाटत होतं. ''तुम्ही एका गुन्ह्याचा तपास करताय म्हणालात ना? एक गंभीर गुन्हा?'' त्याने जरा अडखळतच विचारलं.

''अतिशय गंभीर गुन्हा.''

''म्हणजे...''

''खून,'' एर्क्युल प्वारोने हा शब्द इतक्या गंभीर आवाजात उच्चारला की, हॅरिसनला जरा धक्काच बसला. तो गुप्तहेर थेट त्याच्याकडेच बघत होता आणि त्याची नजरही काहीतरी वेगळीच भासत होती, त्यामुळे पुढे काय बोलावं हेच हॅरिसनला कळेना. शेवटी तो म्हणाला, ''पण मी कोणत्याच खुनाबद्दल ऐकलं नाहीये.''

''नाही, तू ऐकलं नसशीलच,'' प्वारो म्हणाला.

''कोणाचा खून झालाय?''

''अजूनतरी कोणाचाच नाही,'' एर्क्युल प्वारो म्हणाला.

''काय??''

''म्हणूनच मी म्हणालो की, तू काही ऐकलं नसशीलच. जो गुन्हा अजून घडलाच नाहीये, त्याचा तपास मी करतोय.''

''पण हा वेडेपणाच नाही का?''

''अजिबात नाही. जर कोणी खुनाचा तपास खून व्हायच्या आधीच करू शकलं, तर जास्त बरं नाही का? कदाचित, खून होणं आपण थांबवूही शकू.''

हॅरिसन त्याच्याकडे पाहतच राहिला. ''मिस्टर प्वारो, तुम्ही खरंच गंभीरपणे हे म्हणत नाही आहात ना?''

''अगदी गंभीरपणेच सांगतोय.''

''तुम्हाला असं खरंच वाटतंय की, एखादा खून होणार आहे? मला तर याचा अर्थच लागत नाहीये!''

प्वारोने त्याच्या बोलण्यातल्या दुसऱ्या वाक्याकडे दुर्लक्ष केलं आणि तो उत्तर देत म्हणाला, ''हो, मित्रा. जर आपल्याला तो आधीच थांबवता आला नाही, तर खरोखरच खून होणार आहे असं मला वाटतं.''

''आपल्याला?''

''हो, आपल्याला. मला तुझं सहकार्य लागणार आहे.''

''त्यासाठी तुम्ही इथे आलात का?''

पुन्हा एकदा प्वारोने त्याच्याकडे पाहिलं आणि त्याच्या विचित्रशा नजरेने हॅरिसन अस्वस्थ झाला.

''मिस्टर हॅरिसन, मी इथे आलो कारण... मला तू आवडतोस.''

मग पूर्णपर्ण वेगळ्याच स्वरात तो पुढे म्हणाला, ''मिस्टर हॅरिसन, मला त्या तिकडे गांधीलमाश्यांचं घर दिसतंय. तू ते काढून टाकलं पाहिजेस.''

प्वारोने विषय बदलल्यामुळे हॅरिसन गोंधळला. प्वारो निर्देश करत होता तिथे त्याने पाहिलं आणि गोंधळलेल्या स्वरात म्हणाला, ''खरंतर मी ते घर काढणारच होतो म्हणजे लँग्टन काढणार होता. तुम्हाला क्लॉड लँग्टन आठवतोय? आपली जिथे भेट झाली, त्याच जेवणाच्या कार्यक्रमाला तोही आला होता. तो आजच संध्याकाळी ते घर काढायला येणार आहे. आपल्याला हे काम उत्तम जमतं असं त्याला वाटतं.''

''अच्छा! आणि तो ते कसं काढणार आहे?''

''पेट्रोल आणि बागकामात वापरायची सिरिंज. तो स्वतःची सिरिंज घेऊन येणार आहे. त्याच्याकडची माझ्याकडच्यापेक्षा सोयीच्या आकाराची आहे.''

''गांधीलमाश्यांचं घर काढण्याचा आणखी एक उपाय असतो ना? पोटॅशियमचं सायनासड वापरून?'' प्वारोने विचारलं.

हॅरिसन काहीसा चकित झालेला दिसला. ''हो; पण ते धोकादायक असतं ना. सायनाइड घरात ठेवणं कधीही धोक्याचंच आहे.''

प्वारोने गंभीरपणे मान डोलावली. ''हो, फारच भयंकर, प्राणघातक विष,'' तो म्हणाला आणि पुन्हा काही क्षण शांततेनंतर म्हणाला, ''प्राणघातक विष.''

''कोणाला सासूचा काटा काढायचा असेल, तर उपयोगी पडेल, नाही?'' हॅरिसन हसत म्हणाला.

पण एर्क्युल प्वारो हसला नाही. ''मिस्टर हॅरिसन, तुला खात्री आहे का की मिस्टर लँग्टन तुझ्या गांधीलमाश्यांचं घर नष्ट करायला पेट्रोलच आणणार आहे?''

''तशी बऱ्यापैकी खात्री आहे मला; पण का?''

''नाही, मी विचार करत होतो. आज दुपारी मी बारचेस्टरमध्ये एका केमिस्टच्या दुकानात होतो. मला जे औषध हवं होतं, त्यासाठी मला विषाच्या वहीत सही करावी लागली. तिथल्या यादीत पोटॅशियम सायनाइड खरेदी केल्याची नोंद होती आणि क्लॉड लँग्टनची सही होती.''

हॅरिसन त्याच्याकडे बघतच राहिला. ''हे विचित्र आहे. परवाच एकदा लँग्टन मला म्हणाला होता की, सायनाइड वापरायचा विचारही तो करणार नाही. उलट तो तर म्हणाला की, या कारणासाठी त्याची विक्री होते तीही बंद केली पाहिजे.''

प्वारो बागेकडे बघत होता. त्याने अत्यंत हळू आवाजात एक प्रश्न विचारला. ''तुला लँग्टन आवडतो?''

हॅरिसन दचकला. का कुणास ठाऊक; पण या प्रश्नाचं उत्तर द्यायची त्याची तयारी नसावी असं वाटत होतं. ''मी... मला... हो, अर्थातच मला तो आवडतो. का नाही आवडणार?''

''मी फक्त विचार करत होतो की, तुला तो आवडतो की नाही...'' प्वारो शांतपणे म्हणाला.

हॅरिसनने काहीच उत्तर न दिल्याने तो पुढे म्हणाला, ''त्याला तू आवडतोस की नाही, असंही माझ्या मनात आलं.''

''मिस्टर प्वारो, तुम्ही काय सुचवू पाहताय? तुमच्या मनात काहीतरी चाललंय जे मला समजत नाहीये.''

''मी स्पष्टपणेच बोलतो. मिस्टर हॅरिसन, तुझं लग्न ठरलेलं आहे. मी मिस मॉली डिआनला ओळखतो. ती खूप छान, सुंदर मुलगी आहे. तुझ्याशी वाङ्निश्चय होण्याआधी तिचं लँग्टनशी लग्न ठरलं होतं. मात्र तुझ्यासाठी तिने त्याला नकार दिला.''

हॅरिसनने मान डोलावली.

''त्यामागे तिची काय कारणं होती ते मी विचारत नाही. कदाचित, तिने पटेलसं स्पष्टीकरण दिलं असेल; पण मी तुला एक सांगतो, लँग्टन हे विसरला नसण्याची किंवा त्याने तुम्हाला माफ केलं नसण्याची शक्यता आहे.''

''तुम्ही चुकताय मिस्टर प्वारो. मी शपथेवर सांगतो की, असं नसेल. लँग्टन एक खेळाडू आहे. त्याने मोठ्या मनाने, खिलाडूवृत्तीने हे स्वीकारलं आहे. तो माझ्याशी खूप सज्जनपणे वागतो... खरंतर स्वतःहून प्रयत्न करून तो माझ्याशी अद्‌भुतपणे चांगला वागतो.''

''आणि हेच तुला विचित्र नाही वाटत? तू म्हणतोस अद्‌भुतपणे; पण तुला आश्चर्य वाटलेलं दिसत नाही!''

''तुम्हाला काय म्हणायचंय, मिस्टर प्वारो?''

प्वारो म्हणाला, ''मला असं म्हणायचंय की, एखादा माणूस योग्य वेळ येईपर्यंत आपला तिरस्कार लपवू शकतो.''

''तिरस्कार?'' हॅरिसन नकारार्थी मान हलवत हसला.

''इंग्लिश लोक मूर्ख असतात,'' प्वारो म्हणाला. ''त्यांना असं वाटतं की, ते कोणलाही फसवू शकतात; पण त्यांना कोणीच फसवू शकत नाही. तो चांगला खेळाडू वाईट असू शकतो, यावर त्यांचा विश्वासच बसणार नाही आणि इंग्लिश लोक शूर पण मूर्ख असल्यामुळे ते कधी कधी गरज नसतानाही मरतात.''

हॅरिसन हळू आवाजात म्हणाला, ''तुम्ही मला सावध करताय. इतका वेळ मी ज्याबद्दल गोंधळलो होतो, ते मला आता कळतंय. तुम्ही मला क्लॉड लॅंग्टनच्या विरुद्ध सावध करता आहात. आज त्यासाठीच तुम्ही इथे आलात...''

प्वारोने मान डोलावली. अचानक हॅरिसन उठला. ''पण वेडे तर तुम्ही आहात मिस्टर प्वारो! हे इंग्लंड आहे. अशा गोष्टी इथे घडत नाहीत. निराश झालेले प्रेमिक काही लोकांना भोसकत किंवा विष देत फिरत नाहीत इथे आणि लॅंग्टनबद्दल तुमचा गैरसमज झालाय. तो साध्या माशीलाही मारणार नाही असा आहे.''

''माश्या जगतायत की नाही, त्याच्याशी मला घेणंदेणं नाही आणि जरी तू म्हणतोयस की, मिस्टर लॅंग्टन कोणाचाही जीव घेणार नाही, तरी आत्ता या क्षणी तो हजारो गांधीलमाश्यांना मारायचीच तर तयारी करतोय ना,'' प्वारो म्हणाला.

हॅरिसन लगेच काही बोलला नाही. आता तो बुटकासा गुप्तहेर उठून उभा राहिला. आपल्या मित्राजवळ जाऊन त्याने त्याच्या खांद्यावर हात ठेवला. तो इतका अस्वस्थ झालेला होता की, त्याने हॅरिसनला जवळपास गदागदा हलवलंच. तो त्याच्या कानात आवेगाने पुटपुटला, ''माझ्या मित्रा, ऊठ! जागा हो! मी कुठे निर्देश करतोय ते बघ. तिकडे त्या झाडाच्या मुळाजवळ बघ. गांधीलमाश्या घरी परतत आहेत. पुढच्या तासाभरात त्यांचं घरटं नष्ट होईल आणि त्यांना ते माहीतच नाहीये. त्यांना हे सांगायला कुणीच नाहीये. त्यांच्याकडे कोणीच एर्क्युल प्वारो नाहीये. हॅरिसन, मी तुला म्हणालो की, मी कामासाठी इथे आलोय. खून हेच माझं काम आहे आणि खून व्हायच्या आधीसुद्धा माझं ते काम आहे आणि खून झाल्यानंतरचंसुद्धा. मिस्टर लॅंग्टन किती वाजता गांधीलमाश्यांचं घर काढायला येणार आहे?''

''लॅंग्टन कधीच असं काही...''

''किती वाजता?''

''नऊ वाजता; पण मी तुम्हाला सांगतोय ना, तुमचं चूक आहे. लॅंग्टन कधीच असं...''

''हे इंग्लिश लोक!'' प्वारो आवेगाने ओरडला. त्याने आपली हॅट आणि काठी घेतली आणि तो बागेतल्या वाटेने जाऊ लागला. जाता जाता मागे वळून म्हणाला, ''मला तुझ्याशी वाद घालायचा नाहीये. नाहीतर माझाच संताप संताप होईल; पण मी नऊ वाजता पुन्हा येईन हे तुला माहितेय ना?''

हॅरिसनने काहीतरी बोलायला तोंड उघडलं खरं; पण प्वारोने त्याला बोलायची संधीच दिली नाही. ''मला माहितेय तू काय सांगणार आहेस ते... लॅंग्टन कधीच असं करणार नाही, वगैरे वगैरे...! पण तरी नऊ वाजता मी परत येईन. असं म्हण की, मला गांधीलमाश्यांचं घर कसं काढतात ते बघण्यात रस आहे. तुम्हा इंग्लिश लोकांचे एकेक खेळ! त्यातलाच हा एक...''

उत्तराची वाट न बघताच तो भराभर चालत करकरणाऱ्या फाटकातून बाहेर पडला. रस्त्यावर आल्यावर मात्र त्याचा वेग मंदावला. त्याचा आवेश ओसरला. तो गंभीर आणि अस्वस्थ दिसू लागला. त्याने एकदा खिशातून घड्याळ काढून त्यात पाहिलं. आठ वाजून दहा मिनिटं झाली होती. ''पाऊणच तास आहे. मी तिथेच थांबायला हवं होतं का...'' तो स्वतःशीच पुटपुटला.

त्याची पावलं थबकली. तो जवळपास परतच फिरणार होता. त्याला जणू कसल्यातरी संकटाची चाहूल लागली होती. त्याने निश्चयाने ती जाणीव झटकून टाकली आणि गावाच्या दिशेने चालू लागला, तरीही त्याचा चेहरा अस्वस्थ होता आणि असमाधानी माणसासारखी तो अधूनमधून निराशेने मान हलवत होता.

नऊ वाजायच्या काही मिनिटं आधीच तो पुन्हा बागेतल्या फाटकापाशी आला. आकाश निरभ्र होतं. या स्तब्धतेत काहीतरी भयंकराची चाहूल लागत होती, जणू काही ती वादळापूर्वीची शांतता असावी.

प्वारोचा चालण्याचा वेग अचानक वाढला. तो अचानक सावध झाला आणि त्याला संदिग्ध वाटू लागलं. आपल्याला कशाची भीती वाटते आहे तेच त्याला कळेना.

...आणि त्याच क्षणी बागेतलं फाटक उघडून क्लॉड लँग्टन पटकन रस्त्याला लागला. प्वारोला बघताच तो दचकला.

''ओह! अं... गुड इव्हनिंग!''

''गुड इव्हनिंग, मिस्टर लँग्टन. तू लवकर आलास.''

लँग्टन त्याच्याकडे पाहतच राहिला, ''तुम्हाला काय म्हणायचंय मला कळलं नाही.''

''तू गांधीलमाश्यांचं घरटं काढलंस?''

''खरं सांगायचं तर नाही.''

''ओह!'' प्वारो हळूच म्हणाला, ''तू गांधीलमाश्यांचं घरटं काढलं नाहीस तर. मग काय केलंस तू?''

''काही नाही. जरा वेळ बसून हॅरिसनशी गप्पा मारल्या. मिस्टर प्वारो, मला आता निघालं पाहिजे. मला कल्पना नव्हती की, तुम्ही या भागात राहताय.''

''मी कामासाठी इथे आलोय.''

''अच्छा! ठीके. हॅरिसन वर गच्चीत भेटेल. सॉरी, मला थांबता नाही येणार.''

असं म्हणून तो घाईघाईने निघून गेला. प्वारो त्याच्याकडे बघत थांबला. घाबरलेला वाटत होता. चांगला दिसणारा तरुण आहे; पण जिवणी फार नाजूक आहे त्याची.

''तर हॅरिसन मला गच्चीवर भेटेल काय...'' प्वारो पुटपुटला, ''बघू या...'' तो बागेतल्या वाटेने गेला. हॅरिसन टेबलाशी एका खुर्चीत बसला होता. तो स्तब्ध बसून होता, प्वारो आला तरी त्याने मान वळवून पाहिलं नाही.

''माझ्या *मित्रा!* तू ठीक आहेस ना?'' प्वारोने विचारलं.

कितीतरी क्षण हॅरिसन काहीच बोलला नाही. मग विचित्रशा सुन्न आवाजात तो म्हणाला, ''काय म्हणालात?''

''मी म्हणालो, बरा आहेस ना?''

''बरा? हो, मी ठीक आहे. का नसेन?''

''तुला काही त्रास होत नाहीये? ते चांगलं झालं.''

''कशाचा त्रास? कशामुळे?''

''धुण्याचा सोडा.''

हॅरिसन ताडकन उठला. ''धुण्याचा सोडा? तुम्हाला काय म्हणायचंय?''

प्वारो माफी मागितल्यासारखं करत म्हणाला, ''मीच तुझ्या खिशात ठेवला होता; पण त्याची गरज पडली याचा मला पश्चात्ताप होतोय.''

''काय? माझ्या खिशात ठेवलात? पण कशासाठी?'' हॅरिसन त्याच्याकडे थक्क होऊन बघत होता.

एखाद्या प्राध्यापकाने लहान मुलाला काहीतरी समजावून सांगावं, तसं प्वारो बोलू लागला. ''हे बघ, गुप्तहेर असण्याचा एक फायदा किंवा तोटा असा असतो की, तुम्ही गुन्हेगारी वर्गाच्या संपर्कात येता आणि या वर्गात तुम्हाला भरपूर काही शिकता येतं. काही रंजक आणि कुतूहलजनक गोष्टी. एकदा एक पाकीटमार होता... मला त्याच्यात रस होता, कारण, एकदा त्याला ज्या गुन्ह्यासाठी धरलं होतं, तो त्याने केलेला नव्हता म्हणून मी त्याला सोडवलं. तो उपकृत झाला आणि उपकार फेडण्याचा त्याच्याकडे एकच मार्ग होता. तो म्हणजे मला त्याच्या धंद्यातल्या युक्त्या आणि चलाखी शिकवणं.

''तर अशा प्रकारे मी पाकीटमारी करायला शिकलो. मी कोणाच्याही खिशात सहज काही ठेवू शकतो किंवा काढून घेऊ शकतो आणि त्या व्यक्तीला काहीही कळत नाही. मी एक हात त्याच्या खांद्यावर ठेवतो, आवेशाने काहीतरी बोलतो आणि त्या व्यक्तीला काहीच जाणवत नाही आणि मी त्याच्या खिशातली वस्तू माझ्याकडे घेऊन त्याच्या बदल्यात धुण्याचा सोडा ठेवला.

प्वारो स्वप्नाळू आवाजात पुढे बोलू लागला, ''हे बघ, जर एखाद्या माणसाला कोणाच्या नकळत ग्लासमध्ये पटकन टाकायला विष हवं असेल, तर तो ते त्याच्या कोटाच्या उजव्या खिशात ठेवेल. दुसरी जागाच नाहीये सोयीची. मला माहीत होतं की, ते तिथेच असेल.''

त्याने आपल्या खिशात हात घालून काही पांढरे स्फटिकांचे गोळे बाहेर काढले. ''अत्यंत धोकादायक. असं उघडं घेऊन फिरणं...'' तो पुटपुटला.

शांतपणे आणि अजिबात घाई न करता त्याने दुसऱ्या खिशातून एका मोठं तोंड असलेली बाटली काढली. ते स्फटिक त्यात भरले आणि टेबलावरून पाणी घेऊन ती बाटली पूर्ण भरली. मग ते सगळे स्फटिक विरघळेपर्यंत ती बाटली नीट झाकण लावून त्याने ती हलवली. हॅरिसन मंत्रमुग्ध झाल्याप्रमाणे त्याच्याकडे बघत होता.

बाटलीतलं द्रव्य समाधानकारक असल्याची खात्री करून घेऊन प्वारो बागेतल्या गांधीलमाश्यांच्या घरट्यापाशी गेला. त्याने झाकण काढलं आणि बाटली दूर धरत त्या घरट्यात ती ओतली. मग काही पावलं मागे जाऊन बघत उभा राहिला.

घरट्याकडे परतणाऱ्या काही माश्या थरथरत उडाल्या आणि मरून पडल्या. उरलेल्या माश्या कशाबशा घरट्यातून बाहेर येऊ लागल्या आणि मरून पडू लागल्या. प्वारो एक-दोन मिनिटं बघत राहिला आणि मग मान डोलावून तो पुन्हा व्हरांड्यात आला.

''पटकन मृत्यू होतो, फार पटकन,'' तो म्हणाला.

''तुम्हाला काय काय माहितेय?'' हॅरिसनने अखेरीस विचारलं.

प्वारो सरळ समोर बघत म्हणाला, ''मी म्हणालो ना, मी क्लॉड लँग्टनचं नाव त्या दुकानातल्या वहीत पाहिलं; पण मी तुला हे सांगितलं नाही की, त्यानंतर लगेचच मला तो भेटला होता. तो मला म्हणाला की, तो तुझ्याच विनंतीवरून पोटॅशियमचं सायनाइड विकत घ्यायला आला होता. गांधीलमाश्यांचं घरटं काढायला. मित्रा, मला हे जरा विचित्रच वाटलं. कारण, आपण ज्या जेवणाच्या कार्यक्रमाला भेटलो होतो, तेव्हा तू पेट्रोलच कसं या कामासाठी जास्त योग्य आहे असं ठासून सांगितल्याचं मला आठवत होतं, तेव्हा तू म्हणाला होतास की, या कामासाठी सायनाइड विकत घेणं हे फार धोकादायक आणि अनावश्यक आहे.''

''हं. पुढे सांगा.''

''मला आणखीही काहीतरी माहीत होतं. मी क्लॉड लँग्टन आणि मॉली डिआनला एकत्र पाहिलं होतं. त्यांना वाटत होतं की, त्यांना कोणीच पाहत नाहीये. मुळात त्या दोघांमध्ये काय भांडण झालं आणि ती तुझ्याकडे का आली ते मला माहीत नाही; पण त्यांना पाहून मला इतकं लक्षात आलं की, त्यांच्यात जे काही गैरसमज होते, ते आता दूर झाले होते आणि मिस डिआन पुन्हा आपल्या पूर्वीच्या प्रेमाकडे ओढली जात होती.''

''हं. पुढे...''

''मित्रा, मला आणखीही काहीतरी समजलं होतं. मी परवा एकदा हार्ली स्ट्रीटवर होतो, तेव्हा मी तुला एका विशिष्ट डॉक्टरच्या घरून बाहेर पडताना पाहिलं.

त्या डॉक्टरला मी ओळखतो आणि तो कशाचा डॉक्टर आहे तेही मला माहीत आहे. शिवाय बाहेर पडल्यावर तुझ्या चेहऱ्यावरचे भावही मी पाहिले. मी असे भाव माझ्या आयुष्यात एक-दोन वेळाच पाहिले असतील; पण माझी चूक होणार नाही. मृत्यू समोर उभा ठाकलेला दिसत असतानाच माणसाच्या चेहऱ्यावर असा भाव येतो. बरोबर म्हणतोय ना मी?''

''हो, बरोबर. माझ्याकडे दोन महिने आहेत असं त्यांनी मला सांगितलं होतं.''

''*मित्रा*, तू मला पाहिलं नाहीस, कारण तुझ्या डोक्यात वेगळे विचार होते. मला तुझ्या चेहऱ्यावर आणखीही काहीतरी दिसलं... मी तुला आज दुपारी म्हणालो ना की, पुरुष एक गोष्ट लपवायचा प्रयत्न करतात, तीच मला दिसली. मला तुझ्या चेहऱ्यावर प्रचंड तिरस्कार दिसला, मित्रा. तू तो लपवत नव्हतास, कारण कोणीतरी बघतंय हे तुला माहीत नव्हतं.''

''पुढे सांगा,'' हॅरिसन म्हणाला.

''आणखी फार सांगण्यासारखं काही नाहीये. मी इथे आलो, योगायोगानेच लँग्टनचं नाव त्या वहीत पाहिलं. त्याला भेटलो आणि मग तुझ्याकडे आलो. मी तुझ्यासाठी सापळा रचला. लँग्टनला तू सायनासड आणायला सांगितलं होतंस ही गोष्ट तू अमान्य केलीस. उलट तो सायनाइड आणणार आहे, त्याचं तुला आश्चर्यच वाटतंय असं तू भासवलंस. पहिल्यांदा मला पाहून तुला धक्का बसला होता; पण नंतर तुझ्या लक्षात आलं की, माझ्या उपस्थितीचाही फायदा आहे, त्यामुळे सगळं बरोबर जुळून येईल आणि म्हणूनच तू माझ्या संशयाला बळकटी दिलीस. मला लँग्टनने स्वतःच सांगितलं होतं की, तो साडेआठला तुझ्याकडे येणार आहे. तू मला नऊची वेळ सांगितलीस, कारण मी येईपर्यंत सगळं काही संपलेलं असेल, असा तुझा अंदाज होता आणि अशा प्रकारे मला सगळं समजलेलं होतं.''

''पण तुम्ही का आलात!'' हॅरिसन ओरडला, ''तुम्ही आला नसतात तर...''

प्वारो उठून उभा राहिला. ''मी तुला म्हणालो होतो ना, खून हा माझ्या कामाचाच भाग आहे.''

''खून? तुम्हाला आत्महत्या म्हणायचंय!''

''नाही!'' प्वारो मोठ्याने म्हणाला. ''मला खूनच म्हणायचं आहे. तुझा मृत्यू पटकन आणि सहज होणार होता; पण लँग्टनचं मरण फारच कष्टदायक ठरणार होतं, तुझ्यापेक्षाही भयंकर असलं असतं ते. विष त्याने विकत आणलं, तो तुला भेटायला आला आणि तोच तुझ्यासोबत एकटा होता. तू अचानक मेला असतास आणि तुझ्या ग्लासात सायनाइड सापडलं असतं, त्यामुळे क्लॉड लँग्टनला फाशी झाली असती. हीच तुझी योजना होती.''

हॅरिसन विव्हळला.

''का आलात तुम्ही? का आलात?''

''मी तुला ते सांगितलं आहेच; पण आणखीही एक कारण आहे. मला तू आवडायचास. माझ्या *मित्रा*, ऐक. तुझा मृत्यू समीप आलाय आणि तुझी प्रेयसीही तुझ्यापासून हिरावली गेली आहे; पण तू खुनी नाहीयेस. मला आता सांग, मी आलो त्यामुळे तुला मनातून खरंतर बरं वाटतंय की नाही?''

क्षणभराच्या शांततेनंतर हॅरिसन उठला. त्याच्या चेहऱ्यावर आता एक नवाच मानीपणा दिसू लागला होता. स्वतःतल्या वाइटावर विजय मिळवलेल्या मनुष्यासारखा तो भासत होता. त्याने प्वारोशी हस्तांदोलन करायला हात पुढे केला.

''बरं झालं तुम्ही आलात ते!'' तो ओरडला, ''देवा! किती बरं झालं!''

हवेलीची देखभाल करणाऱ्या म्हातारीची केस

''मग? कसं वाटतंय आज?'' डॉक्टर हेडॉकने विचारलं.

पलंगावर झोपलेली मिस मार्पल अशक्तपणे हसली.

''मला जरा बरं वाटतं आहे,'' ती म्हणाली, ''पण मला इतकं निराश वाटतंय ना. मी मेले असते, तर जास्त बरं झालं असतं असंच मला राहून राहून वाटतंय. शेवटी मी आहे म्हातारी. कोणालाच मी नको आहे किंवा कोणालाच माझी काळजीही नाहीये.''

डॉ. हेडॉकने नेहमीप्रमाणे स्पष्ट, कोरड्या शब्दांत तिला सांगितलं, ''हो, हो, या प्रकारचा फ्लू होऊन गेला की असं वाटतंच. तुम्हाला यातून बाहेर येण्यासाठी काहीतरी हवं. मेंदूला काहीतरी टॉनिक हवंय तुमच्या!''

मिस मार्पलने सुस्कारा सोडत मान नकारार्थी हलवली.

''आणखी महत्त्वाचं म्हणजे मी माझं औषध सोबत घेऊन आलोय!'' डॉक्टर म्हणाला.

त्याने एक लांबुडकं पाकीट पलंगावर टाकलं.

''तुमच्याकरता अगदी योग्य असं काहीतरी कोडं आहे त्यात.''

''कोडं?'' मिस मार्पलला लगेचच रस वाटू लागला.

''मीच जरा लेखनाचा प्रयोग करून पाहिलाय,'' डॉक्टर काहीसा लाजून म्हणाला. ''मी त्याची गोष्ट बनवायचा प्रयत्न केलाय... तो म्हणाला, ती म्हणाली, त्या मुलीला वाटलं वगैरे वगैरे..; पण त्यातली तथ्यं सगळी खरी आहेत.''

''पण कोडंच का?'' मिस मार्पलने विचारलं.

डॉक्टर हेडॉक हसला. ''कारण, त्यातून काय अर्थ काढायचा ते तुमच्यावर आहे. मला बघायचंय की, तुम्ही नेहमी म्हणता तितक्या तुम्ही खरंच हुशार आहात की नाही!''

असं शेवटचं वाक्य फेकून तो निघून गेला.

मिस मार्पलने ती संहिता हाती घेतली आणि ती वाचू लागली :

"...आणि ती नवरी कुठे आहे?" मिस हार्मनने विचारलं.

हॅरी लॅक्स्टनने परदेशातून आणलेली श्रीमंत आणि सुंदर नवरी पाहून सगळं गाव थक्क झालं होतं. गावात लोकांना वाटत होतं की, हॅरी या खोडकर आणि वांड तरुणाचं नशीब भलतंच चांगलं आहे. सगळ्या गावाचा तो नेहमीच लाडका होता. अगदी त्याच्या गलोलीने ज्यांच्या काचा फुटायच्या, त्या घरांचे मालकदेखील त्याने माफी मागितल्यावर विरघळून जायचे. त्याने काचा फोडल्या होत्या, फळबागांतून फळं चोरली होती, सशांची शिकार केली होती, नंतर त्याच्या डोक्यावर कर्जही झालं होतं. मग तो स्थानिक तंबाखू उत्पादकाच्या मुलीसोबतच्या संबंधांत गुंतला होता. नंतर त्यातून सुटून त्याला आफ्रिकेला धाडण्यात आलं होतं; पण तरी गावातल्या लग्न न झालेल्या विविध वयाच्या बायका पुटपुटल्या होत्या, "हं, ठीके! पोरींशी भरपूर प्रेमप्रकरणं केली आहेत; पण होईल स्थिरस्थावर!"

...आणि गावचा हा 'उधळ्या सुपुत्र' आता परत आला होता; पण कोणत्या अडचणीत सापडून नव्हे, तर यशस्वी होऊन. लोक म्हणतात तसं, हॅरी लॅक्स्टनचं 'भलं झालं होतं'. त्याने स्वतःला सावरलं होतं, कष्ट केले होते आणि अखेरीस त्याने यशस्वीपणे एका अँग्लो-फ्रेंच मुलीला पटवलं होतं, जिच्याकडे बरीच संपत्ती होती.

हॅरी लंडनमध्ये राहू शकला असता किंवा गावाकडच्या एखाद्या फॅशनेबल भागात तो जमीनजुमला विकत घेऊ शकला असता; पण त्याला आपल्या घरीच परतायचं होतं. जिथे त्याने अत्यंत रोमँटिक पद्धतीने आपलं बालपण घालवलं होतं, ते आता पडीक बनलेलं एका विधवेचं घर त्याने विकत घेतलं.

या किंग्सडीन हाउसमध्ये जवळपास गेल्या सत्तर वर्षांपासून कोणीच राहत नव्हतं. ते हळूहळू पडीक झालं होतं. त्या हवेलीच्या एकाच राहण्यायोग्य कोपऱ्यात घराची देखभाल करणारा एक जण आपल्या बायकोसोबत राहत होता. ते एक साधंसंच पण प्रचंड मोठं घर होतं. त्याच्या बागेत भरपूर तण उगवलं होतं आणि मोठमोठ्या वृक्षांच्या प्रचंड वाढलेल्या फांद्यांनी एखाद्या जादूगाराच्या गुहेसारखे उदासवाणे, अंधारे कोपरे तिथे तयार झाले होते.

ते छान प्रसन्न, साधंसं घर होतं. ते अनेक वर्षांसाठी हॅरीचे वडील मेजर लॅक्स्टन यांनी भाड्याने घेतलेलं होतं. लहानपणी हॅरी कायम किंग्सडीन हवेलीच्या बागांमध्ये भटकला होता आणि त्याला त्या जंगलसदृश झाडीचा कोपरान्कोपरा पाठ होता. त्याला त्या हवेलीविषयी फार कुतूहल होतं.

मेजर लॅक्स्टन काही वर्षांपूर्वी वारले होते, त्यामुळे हॅरीला गावात परत यायचं काही कारण उरलं नाही, असं लोकांना वाटू शकलं असतं; पण तरीही,

हॅरीने आपल्या बायकोला आपल्या लहानपणीच्या घरी आणलं होतं. पडीक झालेली किंग्सडीन हवेली लवकरच पाडण्यात आली. अनेक बिल्डर्स आणि कंत्राटदार तिथे घिरट्या घालू लागले आणि अगदी कमी वेळात त्यांनी तिथे नवं घर बांधून दिलं. पैसा काय काय करवून घेऊ शकतो, याचंच ते उदाहरण होतं. काही दिवसांतच ती पांढरीशुभ्र हवेली जंगलात उठून दिसू लागली.

त्यांच्या नंतर तिथे माळ्यांची वर्दळ दिसू लागली आणि नंतर फर्निचर आणणाऱ्या गाड्यांची गर्दी होऊ लागली.

ती हवेली राहायला तयार झाली. नोकरचाकर दाखल झाले आणि सगळ्यात शेवटी एका लिमोझिनमधून हॅरी आणि त्याची बायको तिथे आले.

गावातले लोक त्यांना भेटायला गर्दी करू लागले. गावातल्या सगळ्यात मोठ्या घराची मालकीण मिसेस प्राइस ही स्वतःला गावातल्या सामाजिक कार्यक्रमांची प्रमुख समजायची. तिने नव्या नवरीला भेटण्यासाठी पार्टीचं आयोजन केलं आणि गावात सगळ्यांना आमंत्रणं वाटली.

खूपच मोठा कार्यक्रम झाला. गावातल्या बऱ्याच बायकांनी खास त्या दिवसासाठी नवे फ्रॉक्स शिवून घेतले होते. सगळे जण या नव्या नवरीला पाहण्यासाठी उत्सुक होते. त्यांना फार कुतूहल वाटत होतं. एखाद्या परीकथेसारखं सगळं आहे, असंच ते म्हणत होते!

मिस हार्मन, या रापलेल्या चेहऱ्याच्या, आनंदी अविवाहित म्हातारीने प्रश्नांची सरबत्ती सुरू केली. ती गर्दीतून वाट काढत बैठकीच्या खोलीतून आत शिरायचा प्रयत्न करत होती. मिस ब्रेन्ट ही बारकुडी, आंबट चेहऱ्याची अविवाहित बाई तिला माहिती पुरवत होती.

''अगं, काय आकर्षक आहे ती. फार सुंदर आणि वागणंही गोड. फारच तरुण आहे. खरंच, तुला माहितेय, असं कोणाकडे सगळं काही असलं की हेवाच वाटतो, नाही? सुंदर चेहरा, संपत्ती, चांगलं खानदान... फारच उच्चकुलीन वाटतेय. सामान्य असं काही नाहीच्चे तिच्या बाबतीत! आणि आपला हॅरी अगदी तिचा भक्त झाल्यागत वाटतोय!''

''अच्छा! पण अजून नव्याची नवलाई आहे!'' मिस हार्मन म्हणाली.

मिस ब्रेन्टने लगेच नाक मुरडलं. तिला आतून गुदगुल्या झाल्यागत ती म्हणाली, ''काय गं, तुला खरंच वाटतं, की...?''

''हॅरी कसा आहे ते आपल्याला सगळ्यांना माहीतच आहे की,'' मिस हार्मन म्हणाली.

''तो कसा होता ते माहितेय आपल्याला; पण माझी अपेक्षा आहे की तो आता...''

''हं! पुरुष कायम तसेच असतात,'' मिस हार्मन म्हणाली. ''ते जर उत्फुल्ल, मुलींना फसवणारे असतील, तर नेहमीच तसे राहतात. मला माहीत आहे.''

''अरे अरे! बिचारी ती मुलगी!'' मिस ब्रेन्ट जास्तच खूश होत म्हणाली, ''हं, मलाही वाटतं की, तिला नंतर त्याच्यामुळे काहीतरी त्रास होईल. कोणीतरी तिला सावध करायला हवं. तिने ती जुनी गोष्ट ऐकली असेल का?''

''किती अन्याय्य आहे हे की, तिला काहीच माहीत नाहीये,'' मिस हार्मन म्हणाली, ''किती अवघडलेली परिस्थिती आहे. त्यातही गावात एकच औषधांचं दुकान असल्यामुळे जास्तच विचित्र.''

त्याच तंबाखूविक्रेत्याच्या मुलीचं लग्न आता गावातल्या एकमेव औषध दुकानाच्या मालकाशी, मिस्टर एजशी झालं होतं.

''जर मिसेस लॅक्स्टनला 'मच बेन्हॅम'मधल्या बुटांचा सामना करावा लागला, तर जास्त बरं पडेल.''

''मला नाही वाटत हॅरी लॅक्स्टन स्वतःहून तसं काही सुचवेल,'' मिस हार्मन म्हणाली.

असं म्हणून दोघींनी पुन्हा एकमेकींकडे सूचकपणे पाहिलं.

''पण मला खरंच वाटतं की, तिला सगळं समजायला पाहिजे,'' मिस हार्मन म्हणाली.

''राक्षस!'' क्लॅरिस व्हेन तिच्या काकाला, डॉक्टर हेडॉकला म्हणाली, ''काही लोक अगदी राक्षस असतात!''

त्याने कुतूहलाने तिच्याकडे पाहिलं.

ती उंच, गडद वर्णाची, सुंदर मुलगी होती. ती प्रेमळ आणि उत्स्फूर्तपणे वागणारी होती. तिचे टपोरे तपकिरी डोळे संतापाने चमकत होते. ती म्हणाली, ''आणि या म्हाताऱ्या मांजरी! सारख्या काहीतरी सूचकपणे बोलत असतात...''

''हॅरी लॅक्स्टनबद्दल?''

''हो. त्याच्या आणि त्या तंबाखूविक्रेत्याच्या मुलीच्या प्रेमप्रकरणाबद्दल.''

''अच्छा, ते होय!'' डॉक्टर खांदे उडवत म्हणाला, ''तशी प्रकरणं तर कितीतरी तरुण मुलांची होतात!''

''अर्थातच आणि आता ते संपलेलं आहे, तर त्याबद्दल चर्वितचर्वण कशाला? इतक्या वर्षांनी कशाला ते उकरून काढायचं? त्या बायका म्हणजे मृत शरीराचे लचके तोडणारी भुतं वाटतात मला!''

''मला माहितेय, तुला असं वाटतं ते; पण खरं सांगू, त्यांना या गावात बोलण्यासारख्या फार गोष्टी नसतात, त्यामुळे त्या पुन्हा पुन्हा भूतकाळातली प्रकरणं उकरून त्यावर गप्पा मारत बसतात; पण मला कुतूहल याचं वाटतंय की, तुला त्यामुळे इतका त्रास का होतोय?''

क्लॅरिस व्हेनने खालचा ओठ चावला. तिचा चेहरा शरमेने लाल झाला. ती हळू आवाजात कुजबुजली, ''ते... ते किती आनंदात दिसतायत. ते म्हणजे लॅक्स्टन्स. दोघंही तरुण आहेत, एकमेकांच्या प्रेमात आहेत आणि सगळं छान सुरूय, त्यामुळे उगाचच त्याबद्दल काहीतरी कुजबूज, सूचकपणे मारलेले टोमणे आणि एकंदरीतच दुष्टपणा केला की मला आवडत नाहीये!''

''हं... अच्छा.''

क्लॅरिस पुढे बोलू लागली, ''तो आत्ता माझ्याशी बोलत होता. तो इतका खूश आहे, नवं आयुष्य सुरू करायला अधीर आहे, उत्सुक आहे... किंग्सडीन पुन्हा बांधायची त्याची इच्छा पूर्ण झाल्यामुळे तो फार आनंदात आहे. लहान मुलासारखाच उत्साही वाटला मला तो आणि ती... मला वाटतं तिच्या अख्ख्या आयुष्यात काहीच चुकीचं, वाईट घडलेलं नसावं. तू पाहिलं आहेसच तिला. तुला कशी वाटली ती?''

डॉक्टरने लगेच काही उत्तर दिलं नाही. इतर लोकांकरता लुइज लॅक्स्टन ही हेवा वाटण्याजोगी मुलगी असू शकत होती. भरपूर संपत्ती असलेली, लाडावलेली, वाया गेलेली मुलगी; पण डॉक्टरला मात्र तिला पाहून एक जुनं गाणं आठवलं होतं... 'बिचारी श्रीमंत मुलगी...' अशा अर्थाचे त्याचे शब्द होते.

ती लहानशी, नाजूक होती. तिचे सोनेरी केस काहीशा कडक कुरळ्या बटांमध्ये तिच्या चेहऱ्याभोवती महिरपीसारखे आलेले होते आणि तिचे टपोरे निळे डोळे काहीसे दुःखी आणि आशाळभूत वाटत होते.

लुइजचे खांदे पडलेले दिसत होते. इतक्या लोकांचं अभिनंदन स्वीकारता स्वीकारता ती दमलेली वाटत होती. आता कधी एकदा तिथून बाहेर पडता येईल, असं तिला झालं होतं. कदाचित, आता हॅरी काहीतरी म्हणेल. तिने त्याच्याकडे तिरका कटाक्ष टाकला. या भयंकर, उदासवाण्या पार्टीतही उंचापुरा, रुंद खांद्यांचा हॅरी किती अधीरपणे लोकांना भेटत होता...

बिचारी श्रीमंत मुलगी...

''हुश्श!'' तिने सुटकेचा निःश्वास सोडला.

हॅरीने गंमत वाटून आपल्या बायकोकडे पाहिलं. ते पार्टी झाल्यावर गाडीतून घरी निघाले होते.

ती म्हणाली, ''डार्लिंग, किती भयंकर पार्टी होती!''

हॅरी हसला, ''हं. होती खरी भयंकर. जाऊ दे गं. तुला माहितेय ना, तिथे जावं लागणारच होतं. तुला जवळून भेटता आलं नसतं, तर ते सगळे फार निराश झाले असते.''

लुइजने तोंड वाकडं केलं. ती म्हणाली, ''आपल्याला त्यातल्या बऱ्याच जणांना वारंवार भेटावं लागेल का?''

''काय? नाही, नाही. ते औपचारिक भेटीगाठींसाठी येतील आणि तुलाही त्यांच्याकडे जावं लागेल आणि मग नंतर काही संबंध येणार नाही. नंतर तुला तुझ्या मित्रमैत्रिणींना इथे बोलावता येईल किंवा तुला हवं तसं.''

एक-दोन मिनिटांनी लुइज म्हणाली, ''इथे कोणीच असं राहत नाही का, ज्यांच्याबरोबर मजा येईल?''

''आहे ना. इथे काउंटी आहे; पण कदाचित तुला तेही कंटाळवाणंच वाटेल. ते लोक जास्तकरून दिवे, कुत्रे, घोडे अशा विषयांत रस घेतात. तू अर्थातच घोडेस्वारी करू शकतेस. तुला आवडेल ते. एग्लिंटनला एक घोडा आहे, तो मला तुला दाखवायचाय. सुंदर आहे फार. त्याला प्रशिक्षितही चांगलं केलंय. अतिशय उत्साही आहे; पण कधीही वाईट वागत नाही तो.''

किंग्सडीनच्या फाटकाशी वळताना त्यांच्या गाडीचा वेग मंदावला. अचानक एक कुरूप आकृती रस्त्याच्या मधूनच वर उसळली आणि हॅरीने गाडी कशीबशी वळवली म्हणून ती व्यक्ती गाडीखाली आली नाही. ती तिथेच उभा राहून मुठी उगारून काहीतरी बडबडत राहिली.

लुइजने घाबरून हॅरीचा दंड पकडला. ''ती... ती भयंकर म्हातारी बाई कोण आहे?''

हॅरीच्या कपाळावर आठ्यांचं जाळं पसरलं होतं. तो म्हणाला, ''ती म्हातारी मर्गाट्रॉइड आहे. ती आणि तिचा नवरा इथल्या जुन्या हवेलीची देखभाल करायचे. जवळजवळ तीस वर्षं ते इथे राहत होते.''

''पण ती तुझ्याकडे पाहून अशी मुठी का उगारते आहे?''

हॅरीचा चेहरा लालबुंद झाला. तो म्हणाला, ''ती... तिला जुनं घर पाडलेलं अजिबात आवडलं नाहीये आणि अर्थातच तिलाही कामावरून काढून टाकलं ना. तिचा नवरा मरून दोन वर्षं झालीयेत. लोक म्हणतात की, त्याच्या मृत्यूनंतर ती जरा वेड्यासारखी वागू लागली.''

''ती... तिची... उपासमार तर होत नसेल ना?''

लुइजच्या कल्पना या मोघम होत्या आणि ती जरा अतिच नाट्यमय बोलत होती. श्रीमंतीमुळे लोकांचा वास्तवाशी संबंधच उरत नाही.

हॅरीला चांगलाच संताप आला. तो ओरडला, ''अरे देवा! लुइज, काय बोलतीयेस तू? मी अर्थातच तिला निवृत्तिवेतन देऊनच पाठवलं आहे आणि तेही भरपूर दिलंय! तिच्यासाठी नवीन घरसुद्धा शोधून दिलंय.''

लुइजने चकित होऊन विचारलं, ''मग तिला काय अडचण आहे?''

हॅरीच्या कपाळावर आठ्या दिसू लागल्या. ''अगं, मला काय माहिती? वेडेपणा नुसता! तिचं त्या घरावर फारच प्रेम होतं.''

''पण ते पडीक होतं ना?''

''हो, अर्थातच. भिंती ढासळत होत्या, पडल्या होत्या, छप्पर गळत होतं. फार सुरक्षित नव्हतं; पण तरी, मला वाटतं तिच्यासाठी ते महत्त्वाचं असावं. ती बराच काळ राहत होती ना तिथे. मला बाकी काही माहीत नाही! मला वाटतं ती म्हातारी जरा वेडसर आहे.''

लुइज अस्वस्थपणे म्हणाली, ''मला वाटतं, तिने आपल्याला शाप दिला. हॅरी! तिने आपल्याला शाप द्यायला नको होता!''

लुइजला असं वाटू लागलं की, दुसऱ्याचं वाईट चिंतणाऱ्या त्या वेड्या म्हातारीमुळे तिच्या नव्या घरावर एक काळी छाया पडली आणि जणू विष कालवलं गेलं. ती जेव्हा गाडीतून बाहेर जायची, जेव्हा घोड्यावरून फिरायची, कुत्र्यांसोबत चालायला जायची, तेव्हा तेव्हा कायमच ती म्हातारी वाट बघत कुठेतरी दबा धरून बसलेली असायची. तिच्या चंदेरी केसांवर जुनीपुराणी हॅट असायची आणि ती सारखी शिव्याशाप पुटपुटत असायची.

लुइजला हॅरीचं म्हणणं पटू लागलं. ती म्हातारी बाई वेडी आहे, असं तिला वाटू लागलं; पण तरीही त्याने परिस्थिती काही निवळली नाही. मिसेस मर्गाट्रॉइड प्रत्यक्ष त्यांच्या घरात कधी आली नाही किंवा तिने काही सुस्पष्ट धमकी दिली नाही की काही हिंसा केली नाही; पण ती फाटकाच्या बाहेर कायम बसलेली असायची. पोलिसांना बोलावण्याचा काही फायदा झाला नसता आणि तसंही हॅरी लॅक्स्टनला तो मार्ग अवलंबायचा नव्हता. त्याचं म्हणणं होतं की, पोलिसांना बोलावलं तर गावातल्या लोकांच्या मनात त्या म्हातारीविषयी दयाभाव जागृत होईल. त्याला या परिस्थितीचा लुइजइतका त्रास होत नव्हता.

तो म्हणायचा, ''काळजी करू नकोस, लुइज डार्लिंग. शापबिप अशा वेडेपणाचा तिलाही एक दिवस कंटाळा येईल. मला वाटतं ती आपल्यावर काय परिणाम होतोय ते बघायला तसं फक्त करून बघतेय.''

''नाही, हॅरी. तिला आपला प्रचंड तिरस्कार वाटतो! मला जाणवतं ते! ती... ती आपलं वाईट चिंततेय.''

''अगं, ती काही चेटकीण आहे का? ती दिसत असली चेटकिणीसारखी तरी खरी थोडीच आहे! घाबरू नकोस तू.''

लुइज गप्प बसली. नव्या घरात स्थिरस्थावर व्हायची गडबड आणि गंमत आता संपली होती. आता तिला फारच एकटं एकटं वाटू लागलं होतं आणि करायला काहीच नव्हतं. तिला लंडन आणि रिव्हिएरातल्या आयुष्याची सवय होती. इंग्लिश खेडेगावातलं आयुष्य कसं असतं ते तिला माहीतही नव्हतं आणि त्याचा अनुभवही नव्हता. बागकामाबाबत तर ती पूर्ण अज्ञानी होती. तिला फक्त फुलं तोडता यायची, बस्स! तिला कुत्रेही फार आवडायचे अशातला भाग नव्हता. तिला जे शेजारीपाजारी भेटायचे ते फार कंटाळवाणे वाटायचे. तिला घोडेस्वारी सगळ्यात आवडायची. कधी हॅरीसोबत ती जायची, तर कधी तो कामात असेल तेव्हा एकटीच जायची. हॅरीने तिच्याकरता आणलेल्या सुंदर उमद्या घोड्यावर बसून ती जंगलातून, पायवाटांवरून मस्त फेरफटका मारायची; पण तिचा चेस्टनटच्या रंगाचा उमदा घोडा प्रिन्स हॅल हासुद्धा त्या म्हातारीच्या समोरून जाताना खिंकाळायचा आणि नापसंती व्यक्त करायचा.

एक दिवस चालायला बाहेर पडलेली असताना, लुइजने आपला सगळा धीर एकवटला. ती आधीच मिसेस मर्गाट्रॉइडच्या समोरून तिच्याकडे दुर्लक्ष केल्याचं भासवून पुढे गेली होती; पण अचानक ती मागे फिरली आणि थेट त्या म्हातारीपाशीच जाऊन उभी राहिली. बोलताना तिचा श्वास फुलला होता. ती म्हणाली, ''काय आहे हे? काय झालंय? काय पाहिजे तुम्हाला?''

त्या म्हाताऱ्या बाईने डोळ्यांची उघडझाप करत तिच्याकडे पाहिलं. तिचा चेहरा जिप्सी लोकांसारखा होता. त्यावर लबाडी स्पष्ट दिसत होती. तिचे केस पांढरे होऊ लागले होते आणि तिचे डोळे दुधी काचेसारखे दिसत होते. त्यात संशय होता. लुइजला प्रश्न पडला की, ती दारू पीत असावी की काय?

ती रडक्या पण धमकी दिल्यासारख्या स्वरात म्हणाली, ''मला काय पाहिजे हे तू विचारतेस? काय हवंय मला! माझ्याकडून जे हिरावून घेतलं गेलंय ते. मला किंग्सडीन हाउसमधून कोणी बाहेर काढलं? मी लहान मुलगी असल्यापासून वयस्कर बाई होईपर्यंत तिथे राहिलेय. जवळपास चाळीस वर्षं. मला तिथून बाहेर काढण्याचं काळं कृत्य केलंत, तुझं आणि त्याचंसुद्धा असंच वाईट होईल!''

लुइज म्हणाली, ''पण तुम्हाला दुसरं छान घर आहे आणि...''

ती बोलायची थांबली. त्या म्हातारीने हात हवेत उडवले. ती किंचाळली, ''मला त्याचा काय फायदा? मला माझं स्वतःचं घर हवंय आणि स्वतःची शेकोटी जिथे मी इतकी वर्षं रोज बसायचे... आणि मी तुला सांगते, तुझ्या आणि त्याच्या आयुष्यात आनंद येणार नाही... त्या नव्या घरात तुम्हाला सुख मिळणार नाही. तुम्हाला दुःख भोगावं लागेल! दुःख आणि मृत्यू आणि माझा शाप! तुझा हा गोरा चेहरा सडू दे!''

लुइज वळली आणि थरथरत्या पायांनी कशीबशी धावत निघाली. तिला वाटलं की, आपण इथून दूर जायला हवं! हे घर विकून टाकायला हवं. इथून दूर जायला हवं.

त्या क्षणी हा उपाय तिला सोपा वाटला; पण हॅरी तिचं म्हणणं समजूनच घेईना, तेव्हा तिला धक्का बसला. तो उद्गारला, ''इथून निघून जायचं? हे घर विकायचं? एका वेड्या म्हातारीच्या धमक्यांमुळे? तुला वेड लागलंय की काय!''

''नाही, अजिबात नाही; पण ती... तिच्यामुळे मला भीती वाटते. मला माहितेय की काहीतरी घडणार आहे!''

हॅरी लॅक्स्टन गंभीरपणे म्हणाला, ''मिसेस मर्गाट्रॉइडचं काय करायचं ते तू माझ्यावर सोपव. मी बघतो.''

क्लॅरिस व्हेन आणि मिसेस लॅक्स्टन या दोघींची मैत्री झाली होती. दोघी मुली एकाच वयाच्या होत्या, मात्र त्यांचे स्वभाव आणि आवडीनिवडी अगदी वेगवेगळ्या होत्या. क्लॅरिसच्या सहवासात लुइजला धीर मिळाला. क्लॅरिस ही अत्यंत स्वावलंबी आणि आत्मविश्वासू मुलगी होती. लुइजने तिला मिसेस मर्गाट्रॉइड आणि त्यांच्या धमक्यांबद्दल सांगितलं; पण ती परिस्थिती भीतिदायक नसून, वैताग येण्यासारखी जास्त आहे, असं क्लॅरिसचं मत पडलं.

''अशा प्रकारची गोष्ट किती वेडेपणाची आहे,'' ती म्हणाली, ''आणि तुला किती वैताग येत असेल ना!''

''तुला माहितेय, क्लॅरिस, मला कधी कधी खूप भीती वाटते. अचानक माझं हृदय धडधडायला लागतं.''

''काहीही काय! अशा मूर्खपणाच्या गोष्टींनी स्वतःला त्रास करून घ्यायचा नाही. लवकरच त्या म्हातारीला याचा कंटाळा येईल.''

लुइज काही मिनिटं गप्पच होती. क्लॅरिसने विचारलं, ''काय झालं?''

लुइज काही क्षण काही बोलली नाही, मग मात्र धबधब्यासारखे तिच्या तोंडून शब्द बाहेर पडू लागले. ''मला ही जागा अजिबात आवडत नाही! मला इथे राहायलाच आवडत नाही. हे जंगल, हे घर, रात्रीची भयाण शांतता आणि घुबडांचे ते विचित्र आवाज... देवा रे! आणि ते लोक आणि सगळंच!''

''लोक? कोण लोक?''

''गावातले लोक. सगळ्या गोष्टींत नाक खुपसणाऱ्या, कुचाळक्या करणाऱ्या त्या अविवाहित म्हाताऱ्या बायका.''

क्लॅरिस पटकन म्हणाली, ''काय म्हणतायेत त्या?''

''मला माहीत नाही. खास असं काही नाही; पण त्यांच्या डोक्यात सारखं काहीतरी शिजत असतं. तुम्ही त्यांच्याशी बोललात की, असं वाटतं की यातल्या कोणावरच विश्वास ठेवता येणार नाही... कोणावरच नाही!''

क्लॅरिस रागाने म्हणाली, ''विसर त्यांना! त्यांना इतरांच्या कुचाळक्या करणं सोडून दुसरं काही काम नाहीये आणि त्या जे काही वाईटसाईट बोलतात ना, त्यातलं बरंचसं त्यांच्याच कल्पनेतून आलेलं असतं.''

लुइज म्हणाली, ''आम्ही इथे आलोच नसतो, तर बरं झालं असतं; पण हॅरीला इथे किती आवडतं,'' हे सांगताना तिचा स्वर मृदू झाला होता.

क्लॅरिसला वाटलं की, हिचं हॅरीवर किती प्रेम आहे. अचानक ती म्हणाली, ''मला आता जायला हवं.''

''मी गाडी पाठवते तुला सोडायला. पुन्हा ये लवकर.''

क्लॅरिसने मान डोलावली. आपल्या नव्या मैत्रिणीला भेटून लुइजला बरं वाटलं. ती जास्त खूश दिसू लागल्याने हॅरीलाही बरं वाटलं. त्यानेही वारंवार क्लॅरिसला घरी बोलवायला तिला सांगितलं.

मग एक दिवस तो म्हणाला, ''डार्लिंग, तुझ्यासाठी एक चांगली बातमी आहे.''

''हो? काय?''

''मी त्या मर्गाट्राॅइडचा प्रश्न मार्गी लावलाय. तिचा एक मुलगा अमेरिकेत राहतो. ती त्याच्याकडे जाईल, अशी मी व्यवस्था केली आहे. मी तिच्या प्रवासाचाही खर्च करणार आहे.''

''ओह, हॅरी! किती छान! मला वाटतं मला शेवटी किंग्सडीन आवडायला लागेल!''

''आवडायला लागेल? ही तर जगातली सगळ्यात छान जागा आहे!''

लुइजच्या अंगावर शहारा आला. तिला इतक्या पटकन त्या अंधश्रद्धाळू भीतीची जाणीव झटकता येणार नव्हती.

जर सेंट मेरी मीडच्या बायकांना लुइजला तिच्या नवऱ्याच्या भूतकाळाबद्दलची माहिती पुरवायची असली, तर त्यांना तसं करण्यातला आनंद मिळवता आला नाही. त्याचं कारण म्हणजे हॅरीने स्वतःच झटपट केलेली एक कृती.

झालं असं की, मिस हार्मन आणि क्लॅरिस व्हेन एकाच वेळी मिस्टर एजच्या दुकानात अनुक्रमे डांबराच्या गोळ्या आणि बोरॅसिक घ्यायला आलेल्या असताना हॅरी लॅक्स्टन आणि त्याची बायकोही दुकानात शिरले.

त्या दोघींनी अभिवादन केल्यानंतर हॅरी दुकानात टूथब्रश मागत होता, इतक्यात तो आनंदून उद्गारला, ''अरे, कोण आलं पाहा! बेला तू!''

दुकानात गर्दी झाल्यामुळे गिऱ्हाइकांना हवं-नको पाहायला मागच्या खोलीतून बाहेर आलेली मिसेस एज त्याच्याकडे पाहून मनमोकळं हसली. ती गडद वर्णाची, सुंदर मुलगी होती आणि अजूनही दिसायला छानच होती. तिचं वजन जरासं वाढलं होतं आणि चेहऱ्यावर थोड्या सुरकुत्या येऊ लागल्या होत्या; पण तिचे टपोरे तपकिरी डोळे तितकेच हसरे होते. ती म्हणाली, ''हो बेलाच! मिस्टर हॅरी, इतक्या वर्षांनी भेटून छान वाटलं!''

हॅरी आपल्या बायकोकडे पाहून म्हणाला, ''लुइज, ही बेला आहे ना, पूर्वी मला फार आवडायची. मी तर तिच्या प्रेमातच बुडालेला होतो, हो ना बेला?''

''असं म्हणतोस!'' बेला म्हणाली.

लुइज हसली. मग म्हणाली, ''सगळे जुने मित्रमैत्रिणी भेटल्यामुळे हॅरी फार खूश आहे.''

''हां!'' मिसेस एज म्हणाली, ''मिस्टर हॅरी, आम्ही तुला विसरलेलो नाही. तुझं लग्न झालंय आणि तू ती पडीक किंग्सडीन हवेली पाडून नवं घर बांधलंयस, हे सगळं एखाद्या परीकथेसारखंच वाटतं.''

''तू छान दिसतेयस, एकदम मजेत!'' हॅरी म्हणाला आणि मिसेस एज खळखळून हसली. ती म्हणाली की, ती अगदी छान होती आणि मग तिने त्याला हव्या असलेल्या टूथब्रशचा विषय काढला.

क्लॅरिस मिसेस हार्मनच्या चेहऱ्यावरचा थक्क झाल्याचा भाव पाहत होती. तो पाहून ती मनातल्या मनात म्हणाली, 'अगदी चांगलं केलंस हॅरी! त्यांची सगळी हवाच काढून टाकलीस!'

डॉक्टर हेडॉक अचानक त्याच्या भाचीला म्हणाला, ''या मिसेस मर्गाट्रॉइडची काय भानगड आहे? ती म्हणे किंग्सडीनच्या बाहेर थांबलेली असते आणि हॅरी आणि त्याच्या बायकोवर मुठी उगारून त्यांना शाप देत असते? काय आहे हा मूर्खपणा?''

''मूर्खपणा नाही. खरंय हे. लुइज त्यामुळे फार अस्वस्थ झालीये.''

''तिला सांग काळजी करू नकोस म्हणून. ते मर्गाट्रॉइड दांपत्य जेव्हा हवेलीची देखभाल करायचे, तेव्हा सतत त्या हवेलीबद्दल कुरकुर करत असायचे. तो नवरा दारूडा होता आणि म्हणून त्याला दुसरीकडे नोकरी मिळत नव्हती म्हणून फक्त ते तिथे इतकी वर्षं टिकले.''

''मी सांगेन तिला,'' क्लॅरिस साशंकपणे म्हणाली, ''पण मला नाही वाटत की, तिचा तुझ्यावर विश्वास बसेल. कारण, ती म्हातारी खरोखरच संतापून ओरडत असते.''

''खरंतर हॅरी लहान असताना तिचा अगदी लाडका होता. मला कळत नाही आता काय झालं ते.''

क्लॅरिस म्हणाली, ''जाऊ दे. तसंही तिचा त्रास आता बंद होईल. हॅरी तिला अमेरिकेला पाठवतोय त्याच्या खर्चानं.''

तीन दिवसांनंतर लुइज तिच्या घोड्यावरून पडली आणि मेली.

एका बेकरच्या व्हॅनमधली दोन माणसं याची साक्षीदार होती. त्यांनी पाहिलं की, लुइज घोड्यावरून फाटकाबाहेर आली, तेव्हा एक म्हातारी अचानक कुठूनतरी उठून रस्त्यात आली आणि जोरात ओरडत, हातवारे करू लागली. ते पाहून घोडा दचकला, वळला आणि मग वेड्यासारखा रस्त्यावरून दौडू लागला, त्यामुळे लुइज लॅक्स्टन त्याच्यावरून
फेकली गेली.

व्हॅनमधल्या दोघांपैकी एक जण शुद्ध हरपलेल्या लुइजपाशी उभा राहिला, तर दुसरा घरात मदत आणायला पळाला.

हॅरी लॅक्स्टन पळत बाहेर आला. त्याचा चेहरा भेसूर दिसत होता. त्यांनी तिला व्हॅनमध्ये घालून घरापर्यंत नेलं. तिला शुद्ध आलीच नाही. डॉक्टर येण्यापूर्वीच तिचा मृत्यू झाला होता.

(डॉक्टर हेडॉकची संहिता इथेच संपली.)

दुसऱ्या दिवशी डॉक्टर हेडॉक आला, तेव्हा मिस मार्पलचे गाल छान गुलाबी दिसू लागले होते आणि ती तुकतुकीत दिसत होती. चांगली बोलतही होती. ते पाहून त्याला बरं वाटलं.

''मग? तुमचा निकाल काय आहे?'' त्याने विचारलं.

''अडचण काय आहे, डॉक्टर हेडॉक?'' मिस मार्पलनेच उलट प्रश्न केला.

''अहो, ते मी तुम्हाला सांगायची गरज आहे का?''

''मला वाटतं हवेलीची देखभाल करणाऱ्या त्या विचित्र म्हाताऱ्या बाईचं वागणं तुम्हाला उकलून हवं असावं,'' मिस मार्पल म्हणाली. ''ती अशी विचित्र का वागली? लोकांना त्यांच्या जुन्या घरातून काढून टाकलेलं कधी कधी अजिबात आवडत नाही. खरंतर ती तिथे राहत असताना सारखी त्या घराबद्दल कुरकुर करायची आणि तक्रारी सांगायची, त्यामुळे हे सगळं फारच संशयास्पद वाटतं. ते असो. त्या बाईचं काय झालं ते सांगा.''

''ती गेली पळून लिव्हरपूलला. त्या अपघातामुळे घाबरली. अमेरिकेला जायची बोट येईपर्यंत लिव्हरपूललाच राहणार आहे म्हणे.''

''हे कोणासाठी तरी फारच सोयीस्कर होतंय. मला वाटतं त्या देखभाल करणाऱ्या बाईच्या वागण्याचं उत्तर पटकन सापडेल. तिला तसं वागण्याकरता लाच देण्यात आली होती. हो ना?'' मिस मार्पल म्हणाली.

''हे तुमचं उत्तर आहे?''

''हां, म्हणजे जर तिचं तसं वागणं नैसर्गिक नसेल, तर याचा अर्थ ती नाटक करत होती आणि त्याचाच अर्थ कोणीतरी तिला तसं वागण्याकरता पैसै दिले होते.''

''...आणि हे पैसे देणारं कोण होतं हे तुम्हाला माहीत आहे?''

''हो, मला वाटतं. पुन्हा यात पैशांचाच प्रश्न आहे आणि माझ्या असं लक्षात आलंय की, पुरुषांना नेहमी एकच प्रकार आवडतो.''

''म्हणजे? मला आता काहीच समजत नाहीये.''

''सगळं बरोबर बसतंय. हॅरी लॅक्स्टनला बेला एज आवडायची. गडद वर्णाची, उत्फुल्ल मुलगी. तुमची भाची क्लॅरिससुद्धा तशीच आहे; पण त्याची बिचारी बायको अगदी वेगळ्या प्रकारची होती. सोनेरी केसांची आणि सारखी त्याला चिकटून असणारी. त्याला आवडणाऱ्या प्रकारची अजिबातच नव्हती ती म्हणजेच त्याने तिच्या पैशांसाठी तिच्याशी लग्न केलं असणार आणि पैशांसाठीच तिचा खूनही केला!''

''तुम्ही खून हा शब्द वापरताय?''

''हो. तो तसाच वाटतो. बायकांना तो आकर्षक वाटतो आणि तो आपल्याला हवं ते मिळवण्यासाठी कोणत्याही थराला जाणारा आहे. मला वाटतं त्याला आपल्या बायकोची संपत्ती हवी होती आणि तुमच्या भाचीशी लग्न करायचं होतं. तो मिसेस एजशी बोलताना दिसला तरी आता त्याला तिच्याविषयी तशा काही भावना नव्हत्या; पण मला वाटतं त्याने स्वतःच्या फायद्यासाठी अजूनही तिच्याविषयी प्रेम

असल्यासारखं भासवलं असणार आणि त्या बिचाऱ्या बाईला खरं वाटलं असणार. मला वाटतं काही दिवसांतच त्याने तिला पूर्ण कह्यात घेतलं.''

''त्याने लुइजचा खून नक्की कसा केला असं तुम्हाला वाटतं?''

मिस मार्पल काही क्षण शून्यात बघत राहिली. तिचे निळे स्वप्नाळू डोळे दूर बघत होते.

''त्याने अगदी योग्य वेळ साधून हे केलं म्हणजे त्या बेकरची व्हॅन साक्षीदार म्हणूनही मिळाली. त्यांना ती म्हातारीही दिसली आणि त्यामुळेच घोडा बिथरला असं त्यांना वाटलं; पण मला वाटतं त्याने एअरगन किंवा गलोल वापरली असणार. हो, तो घोडा फाटकातून बाहेर पडता पडता गलोलीने त्याने मारलं असणार, त्यामुळे अर्थातच तो उधळला आणि मिसेस लॅक्स्टन खाली पडली.''

ती थांबली. तिच्या कपाळावर आठ्या दिसू लागल्या.

''खाली पडून तिचा मृत्यू होण्याची शक्यता होती; पण त्याला तशी खात्री नव्हती आणि तो असा माणूस आहे जो संपूर्ण योजना काळजीपूर्वकच आखणार आणि नशिबाच्या जोरावर काहीही सोडणार नाही. शेवटी, आपल्या नवऱ्याला काहीही कळू न देता मिसेस एजने त्याला काहीतरी पुरवलं असावं. नाहीतर हॅरी पुन्हा तिच्याशी बोलायला कशाला गेला असता? मला वाटतं त्याने कोणतं तरी भयंकर औषध तयारच ठेवलं असावं. तुम्ही पोहोचायच्या आधी तिला दिलं असणार. अर्थातच जर एखादी मुलगी घोड्यावरून पडली आणि गंभीर जखमी झाली आणि शुद्धीवर न येताच मरून गेली, तर कोणीही डॉक्टर उगाच काही संशय घेणार नाही. हो ना? पडून धक्क्याने मृत्यू वगैरे असंच काहीतरी कारण तो लिहून देईल.''

डॉक्टर हेडॉकने मान डोलावली.

''तुम्हाला संशय कसा काय आला?'' मिस मार्पलने विचारलं.

''माझ्या काही हुशारीबिशारीमुळे मला संशय आला अशातला भाग नाही,'' डॉक्टर म्हणाला. ''एक नेहमी घडणारी गोष्ट म्हणजे खुनी स्वतःच्या हुशारीवर इतका खूश झालेला असतो की, काळजी घ्यायचं सोडून देतो. आपली प्रिय बायको गमावलेल्या त्या नवऱ्याला मी जेव्हा सांत्वनाचे दोन शब्द बोलत होतो आणि खरंच मला त्याच्याबद्दल सहानुभूती वाटत होती, तेव्हा त्याने अचानक नाटकीपणे स्वतःला सोफ्यावरून खाली झोकून दिलं आणि रडण्याचं नाटक करू लागला, तेव्हा त्याच्या खिशातून एक सिरिंज खाली पडली.

''ती त्याने झपकन उचलली. तो इतका घाबरलेला दिसला की, मी विचारात पडलो. हॅरी लॅक्स्टन तर काही ड्रग्ज घ्यायचा नाही. तो आजारीही नव्हता. मग त्याच्याकडे इंजेक्शनची सिरिंज कशाला होती? मी लुइजचं शवविच्छेदन केलं, तेव्हा माझ्या मनात काही शक्यता होत्या. मला तिच्या शरीरात स्ट्रोफॅन्थिनचा अंश सापडला. उरलेलं सगळं कळायला सोपंच होतं. लॅक्स्टनकडे स्ट्रोफॅन्थिन सापडलं.

बेला एजला पोलिसांनी विचारलं तेव्हा तिने हॅरीसाठी ते आणल्याचं कबूल केलं. शेवटी मिसेस मर्गाट्रॉइडनेही कबूल केलं की, हॅरी लॅक्स्टननेच तिला असं वागायला सांगितलं होतं.''

''आणि तुमची भाची यातून सावरली?''

''हो. तिला त्याच्याविषयी आकर्षण वाटत होतं; पण दोघांचे संबंध फार काही पुढे गेलेले नव्हते.''

डॉक्टरने आपली संहिता उचलली. तो म्हणाला, ''मिस मार्पल, तुम्हाला पैकीच्या पैकी मार्क! आणि तुम्हाला हे 'औषध' दिल्याबद्दल मलाही पैकीच्या पैकी मार्क! तुम्ही अगदी ठणठणीत बऱ्या दिसता आहात आता.''

धुक्यातला माणूस

१

टॉमी त्याच्या आयुष्यात खूश नव्हता. ब्लंट्स ब्रिलियंट डिटेक्टिव्हज्‌चं फार काही बरं चाललं नव्हतं, त्यामुळे त्यांच्या खिशावरच नव्हे तर स्वाभिमानावरही त्याचा थेट परिणाम झाला होता. ॲडलिंग्टन हॉल येथून चोरीला गेलेल्या मोत्याच्या माळेचं रहस्य उकलण्यासाठी ब्लंट्स ब्रिलियंट डिटेक्टिव्हज्‌ना व्यावसायिक दृष्टीने बोलावण्यात आलं होतं; पण ते रहस्य उकलणं त्यांना जमलं नव्हतं. चोर शोधण्यासाठी टॉमी जुगार खेळणाऱ्या एका काउंटेसच्या मागावर होता. त्याने रोमन कॅथॉलिक फादरचा वेश केलेला होता. त्याच वेळी टपेन्स त्या घरातल्याच गोल्फ खेळणाऱ्या पुतण्याशी प्रेमाचं नाटक करत होती. मात्र तेव्हाच इन्स्पेक्टरने त्या घरातल्या एका दुय्यम नोकराला अटक केली, जो पोलिसांच्या नोंदींनुसार अट्टल चोर होता. त्यानेही फार काही न लपवता लगेचच चोरी केल्याचं कबूल केलं होतं.

त्यामुळेच टॉमी आणि टपेन्स उरल्यासुरल्या स्वाभिमानाने कसेबसे त्या केसमधून बाहेर पडले होते. या क्षणी ते ग्रँड ॲडलिंग्टन हॉटेलमध्ये कॉकटेल पीत एकमेकांचं सांत्वन करत बसले होते. टॉमी अजूनही चर्चमधल्या फादरच्याच वेशात होता.

''हे काही चेस्टरटनच्या फादर ब्राउन या गुप्तहेरासारखं नाहीये,'' तो उदासपणे म्हणाला, ''पण मला छत्री किती सुंदर मिळाली आहे बघ.''

''ही केस फादर ब्राउनसारखी नव्हतीच,'' टपेन्स म्हणाली, ''पहिल्यापासून वातावरण तसं चांगलं पाहिजे. काहीतरी सामान्य गोष्ट करत असताना अचानक विचित्र गोष्टी घडायला सुरुवात होते. तसं असतं त्या कथांमध्ये.''

''पण दुर्दैवाने आपल्याला शहरात परत जावं लागेल,'' टॉमी म्हणाला, ''कदाचित स्टेशनला जाताना काहीतरी विचित्र घटना घडेल.''

त्याने कॉकटेलचा ग्लास ओठाला लावायला वर उचलला, तोच एका भल्यामोठ्या हाताने त्याचा खांदा गच्च पकडला आणि त्याच्या ग्लासातलं द्रव सांडून गेलं. हाताइतक्याच दणदणीत आवाजात कोणीतरी म्हणालं, ''अरे! टॉमी तू! आणि मिसेस टॉमीसुद्धा! तुम्ही दोघं इथे कुठे? किती वर्षांत तुमची काही खबरबात नाही?''

''अरे, बल्गर!'' टॉमी उद्गारला आणि त्याने मागे वळून पाहिलं. रुंद खांद्यांचा, धिप्पाड शरीरयष्टीचा, लालबुंद हसऱ्या चेहऱ्याचा तिशीचा बल्गर तिथे उभा होता. त्याने गोल्फ खेळायचे कपडे घातलेले होते.

''अरे मित्रा, तू चर्चमधला पाद्री झाल्याचं मला माहीतच नाही! तू पाद्री होशील असं वाटलं नव्हतं!'' बल्गर म्हणाला (त्याचं खरं नाव मार्विन एस्टकोर्ट होतं).

ते ऐकून टपेन्स मोठमोठ्याने हसू लागली आणि टॉमी शरमिंदा झाला. मग अचानक त्यांच्या लक्षात आलं की, तिथे आणखीही एक, चौथी व्यक्ती होती.

ती उंच आणि बारीक अंगकाठीची होती. तिचे केस झळाळते सोनेरी होते आणि डोळे निळेभोर. ती खोटी वाटावी इतकी सुंदर होती. तिने काळे कपडे आणि फरचा कोट घातला होता आणि तिच्या कानात मोठे मोत्याचे कानातले होते. तिच्या चेहऱ्यावर स्मित होतं आणि त्यातून बऱ्याच गोष्टी कळत होत्या. एक म्हणजे ती इंग्लंडमधली किंवा कदाचित संपूर्ण जगातलीच सगळ्यात सुंदर बाई आहे हे तिला अगदी बरोबर माहीत होतं. तिला त्याचा गर्व होता, असं अजिबात वाटत नव्हतं; पण तिला ते ठाऊक होतं नक्की आणि त्यामुळे तिच्यात एक आत्मविश्वास दिसून येत होता.

टॉमी आणि टपेन्सने तिला लगेच ओळखलं. त्यांनी तिला द *सीक्रेट ऑफ द हार्टमध्ये* तीन वेळा पाहिलं होतं आणि *पिलर्स ऑफ फायर* या तितक्याच यशस्वी नाटकातही तितक्याच वेळा पाहिलेलं होतं. शिवाय तिची इतरही अनेक नाटकं त्यांनी पाहिली होती. मिस गिल्डा ग्लेनइतकी यशस्वीरीत्या कोणीच इंग्लंडमध्ये लोकांची नस बहुधा पकडलेली नव्हती. ती इंग्लंडमधली सर्वांत सुंदर स्त्री म्हणून घोषित झालेली होती आणि ती सर्वांत मंदबुद्धी आहे, असंही बोललं जायचं.

''मिस ग्लेन, हे माझे जुने मित्र,'' एस्टकोर्ट म्हणाला. या सुंदर स्त्रीकडे क्षणभर दुर्लक्ष झाल्यामुळे त्याच्या आवाजात पुरेपूर ओशाळलेपणा जाणवत होता. ''टॉमी आणि मिसेस टॉमी, मी तुमची मिस गिल्डा ग्लेनशी ओळख करून देतो.''

हे बोलताना त्याच्या आवाजात अभिमान ओसंडून वाहत होता. केवळ त्याच्यासोबत येण्यानेच मिस ग्लेनने जणू त्याच्यावरही महानपणाची पखरण केली होती.

ती नटी उघड उघड कुतूहलाने टॉमीकडे पाहत होती.

''तू खरोखरच पाद्री आहेस का? म्हणजे रोमन कॅथॉलिक पाद्री, असं मला म्हणायचंय. कारण त्यांना बायका नसतात,'' तिने विचारलं.

एस्टकोर्ट पुन्हा मोठ्याने हसला.

''हे बरंय हां, लबाडा! मिसेस टॉमी, नशीब समजा की, त्याने बाकी सगळ्या थाटामाटाप्रमाणे तुम्हाला सोडलं नाही ते!'' असं म्हणून तो पुन्हा हसला.

गिल्डा ग्लेनने त्याच्याकडे मुळीच लक्ष दिलं नाही. ती गोंधळून टॉमीकडेच बघत राहिली.

''तू पाद्री आहेस का?'' तिने विचारलं.

''आपल्यापैकी फारच थोडे जण जे वाटतात तेच असतात,'' टॉमी हळूच म्हणाला. ''माझा व्यवसाय हा एक प्रकारे पाद्री लोकांपेक्षा फार वेगळा नाही. मी कोणाचं पापविमोचन करत नाही; पण लोकांचे कबुलीजबाब ऐकून घेतो. मी...''

''तू त्याचं काही ऐकू नकोस हं, तो तुझी गंमत करतोय,'' एस्टकोर्ट म्हणाला.

''जर तू पाद्री नाहीस, तर तू तसे कपडे का घातले आहेस ते मला कळत नाही,'' ती गोंधळून म्हणाली. ''तू काही...''

''नाही, मी पलायन केलेला गुन्हेगार वगैरे नाहीये,' टॉमी म्हणाला, ''पण त्याच्या बरोब्बर उलट आहे.''

''ओह!'' ती आपल्या सुंदर मोठमोठ्या डोळ्यांनी चकित होऊन त्याच्याकडे बघत बसली.

'मला नाही वाटत हिच्या डोक्यात हे शिरेल. मला तिला सोप्या स्पष्ट शब्दांतच सांगावं लागेल,' टॉमी मनात म्हणाला.

मोठ्याने मात्र तो म्हणाला, ''बल्गर, शहरात जाणाऱ्या ट्रेन्सबद्दल काही माहिती आहे तुला? आम्हाला आता घरी जायला हवं. इथून स्टेशन किती लांब आहे?''

''चालत गेलात तर दहा मिनिटांत पोहोचाल; पण काही घाई नाही. पुढची ट्रेन ६:३५ला आहे. आत्ता फक्त ५:४० झालेत. आत्ताची ट्रेन चुकली तुमची.''

''इथून स्टेशन कोणत्या दिशेला आहे?''

''हॉटेलमधून बाहेर पडल्यावर डावीकडे. मग... मॉर्गन्स ॲव्हेन्यूवरून जाणं बरं पडेल, नाही का?''

''मॉर्गन्स ॲव्हेन्यू?'' मिस ग्लेन अचानक ओरडली आणि चकित होऊन त्याच्याकडे पाहू लागली.

''मला माहितेय तुझ्या डोक्यात काय चाललंय ते,'' एस्टकोर्ट हसत म्हणाला, ''ते भूत! मॉर्गन्स ॲव्हेन्यूच्या एका बाजूला दफनभूमी आहे. असं म्हणतात की, एका पोलिसाचा तिथे हिंसक प्रकारे मृत्यू झाला आणि तो मॉर्गन्स ॲव्हेन्यूमध्ये रोज

फिरत असतो. एका पोलिसाचं भूत! काहीही ना! पण खूप लोक शपथेवर सांगतात की, त्यांना तो दिसलाय.''

''पोलीस?'' मिस ग्लेन शहारत म्हणाली, ''पण भुतं खरी नसतात, हो ना? म्हणजे असं काही नसतंच ना?''

ती उठली आणि तिने आपला फर कोट घट्ट गुंडाळून घेतला.

''गुडबाय!'' ती म्हणाली.

तिने संपूर्ण वेळ टपेन्सकडे पूर्ण दुर्लक्ष केलं होतं. आत्ताही तिने टपेन्सकडे ढुंकूनही बघितलं नाही; पण जाता जाता तिने मागे वळून पुन्हा एकदा गोंधळून टॉमीकडे एक कटाक्ष टाकला.

ती दरवाजापाशी गेली, तेव्हा तिला एक उंच मनुष्य भेटला. त्याचे केस पांढरे होऊ लागले होते आणि चेहरा सुजट होता. तिला पाहून त्याच्या तोंडून आश्चर्योद्‌गार बाहेर पडला. तिच्या दंडाला धरून तो तिच्याशी बोलत बोलत बाहेर पडला.

''किती सुंदर आहे ना ती?'' एस्टकोर्ट म्हणाला, ''पण मेंदू सशाचा आहे अगदी! असं म्हणतात की, ती लवकरच लॉर्ड लेकॉनबरीशी लग्न करणार आहे. तो दारात भेटलेला लेकॉनबरीच होता.''

''लग्न करायला तो फारसा चांगला माणूस वाटत नाहीये,'' टपेन्स म्हणाली.

एस्टकोर्टने खांदे उडवले.

''मला वाटतं लॉर्ड वगैरे पदव्यांना अजूनही एक प्रसिद्धीचं वलय आहे आणि लेकॉनबरी फारच श्रीमंत आहे. ती ऐश-आरामात राहील. तिचं मूळ काय कोणालाच ठाऊक नाहीये; पण मला वाटतं की, ती फार गरीब घरातून आलीये. ती आत्ता इथे कशी काय आली आहे हे एक गूढच आहे. ती या हॉटेलात राहत नाहीये. ती कुठे राहतेय हे मी जाणून घ्यायचा प्रयत्न केला, तर तिने माझ्याकडे लक्षच दिलं नाही. तिने अपमान केला माझा, तिला तसंच जमतं. हे सगळं काय चाल्लंय हे मला कळेल तर शपथ!''

मग घडाळ्याकडे पाहून तो ओरडलाच, ''मला निघायलाच पाहिजे. तुम्हाला दोघांना भेटून फार छान वाटलं. कधीतरी शहरात भेटू निवांत. बाय!''

तो घाईघाईने निघून गेल्यानंतर एक वेटर ताटात एक चिठ्ठी घेऊन आला. त्या चिठ्ठीवर ती कोणासाठी आहे त्याचं नाव नव्हतं.

''ही चिठ्ठी तुमच्याचसाठी आहे सर,'' वेटर टॉमीला म्हणाला, ''मिस गिल्डा ग्लेनने पाठवली आहे.''

टॉमीने पाकीट फाडून कुतूहलाने चिठ्ठी वाचली. त्यात वेड्यावाकड्या घाणेरड्या अक्षरात काही ओळी लिहिल्या होत्या.

मला नक्की माहीत नाही; पण मला वाटतं तू माझी मदत करू शकशील आणि तू स्टेशनच्याच दिशेला जाणार आहेस. तू सहा वाजून दहा मिनिटांनी मॉर्गन्स अ‍ॅव्हेन्यूमधल्या व्हाइट हाउसपाशी येशील का?

तुझीच नम्र,

गिल्डा ग्लेन

टॉमीने वेटरला जायला सांगितलं आणि टपेन्सला ती चिठ्ठी दाखवली.

''विलक्षणच आहे हे! तिला अजूनही तू पाद्री वाटतोयस म्हणून तिने हे लिहिलं असेल का?'' टपेन्स म्हणाली.

''नाही,'' टॉमी विचार करत म्हणाला. ''मला वाटतं तिला कळलंय की, मी पाद्री नाहीये म्हणून तिने मला ही चिठ्ठी पाठवलीये. अरेच्चा, हे काय?''

'हे' म्हणजे एक लाल केसांचा, गचाळ कपडे घातलेला आणि भांडखोर चेहऱ्याचा तरुण मुलगा होता. तो त्या खोलीत येऊन येरझाऱ्या घालत काहीतरी पुटपुटत होता.

''काय हे! मी म्हणतो काय हे!'' तो लाल केसांचा तरुण अचानक मोठ्याने म्हणाला.

मग तो टॉमी आणि टपेन्सच्या जवळच्याच एका खुर्चीत बसला आणि त्यांच्याकडे पाहू लागला.

''सगळ्या बायका माझ्या डोक्यात जातात!'' तो अचानक रागाने टपेन्सकडे पाहून म्हणाला, ''ठीके, ठीके! माझ्याशी भांडण करायचं असेल तर करा! मला हॉटेलमधून बाहेर काढा. तसं काही होण्याची पहिलीच वेळ नसेल. आपल्याला जे वाटतं ते आपण सरळ का नाही सांगू शकत? का आपण उगाचच आपल्या खऱ्या भावना आत दाबून ठेवायच्या आणि बाकी सगळे जे बोलतायत तेच बोलत राहायचं? मला नाही प्रसन्न आणि नम्र वागावंसं वाटत. मला तर कोणाची तरी गचांडी पकडून त्यांचा गळा दाबून मारावंसं वाटतं त्यांना!''

तो थबकला.

''कोणालाही मारावंसं वाटतं की एखादी विशिष्ट व्यक्ती आहे?'' टपेन्सने विचारलं.

''एक विशिष्ट व्यक्ती,'' तो तरुण गंभीरपणे म्हणाला.

''हे फारच कुतूहलजनक आहे. आणखी सांगतोस का जरा आम्हाला?'' टपेन्स म्हणाली.

''माझं नाव रायली,'' तो तरुण म्हणाला, ''जेम्स रायली. तुम्ही कदाचित ऐकलं असेल माझं नाव. मी शांततावादी कवितांचं एक पुस्तक लिहिलंय. चांगल्या कविता आहेत माझ्या.''

''शांततावादी कविता?'' टपेन्स उद्‌गारली.

''हो! का नसतील?'' मिस्टर रायली चिडून म्हणाला.

''नाही, काही नाही,'' टपेन्स घाईघाईने म्हणाली.

''मी कायमच शांततेच्या बाजूने असतो,'' तो चिडून म्हणाला, ''खड्ड्यात गेलं युद्ध आणि बायका! इथे ती जी बाई मगाशी फिरत होती तिला पाहिलंत? ती स्वतःला गिल्डा ग्लेन म्हणवते. गिल्डा ग्लेन! देवा रे! मी त्या बाईची पूजा करायचो अक्षरशः आणि मी तुम्हाला सांगतो... तिला जरा जरी काळीज असेल ना, तर त्यात माझ्यासाठीच जागा असेल. तिला एकेकाळी माझ्याविषयी काहीतरी वाटायचं आणि मी तिच्यात पुन्हा माझ्याविषयी प्रेम जागृत करू शकतो आणि जर तिला स्वतःहूनच स्वतःला त्या घाणेरड्या लेकॉनबरी इसमाला विकायचं असेल, तर देवच तिची मदत करू जाणे. मी तर तिला माझ्या या हातांनी मारून टाकू शकतो!''

इतकं बोलून तो धावतच खोलीबाहेर पडला.

टॉमी भुवया उंचावून पाहू लागला.

''हा जरा शीघ्रकोपीच मनुष्य दिसतोय!'' तो पुटपुटला, ''मग, टपेन्स, आपण सुरुवात करायची का?''

ते दोघं हॉटेलमधून बाहेर पडले, तेव्हा हवेत गारवा होता आणि धुकं पसरायला सुरुवात झाली होती. एस्टकोर्टने सांगितलेल्या रस्त्याने ते निघाले आणि काही मिनिटांतच मॉर्गन्स ॲव्हेन्यूला पोहोचले.

तोवर धुकं वाढलं होतं. धुक्याचे मऊ, पांढरे झोत त्यांच्या अंगावरून पुढे जात होते. त्यांच्या डावीकडे दफनभूमीची उंच भिंत होती आणि उजव्या बाजूला लहान लहान घरांची एक रांग होती. मग घरं संपली आणि झुडपांचं कुंपण सुरू झालं.

टपेन्स म्हणाली, ''टॉमी, मला जरा भीती वाटायला लागलीये. हे धुकं, भयाण शांतता... असं वाटतंय की, आपण दूरवरच्या एखाद्या ठिकाणी एकटेच आहोत.''

''हं, तसं वाटू शकतं,'' टॉमी म्हणाला, ''जणू काही जगात आपण एकटेच आहोत; पण ते धुक्यामुळे तसं वाटतंय. कारण, आपल्याला समोरचं काही दिसत नाहीये ना म्हणून.''

टपेन्सने मान डोलावली.

''फक्त आपल्याच बुटांचा आवाज होतोय; पण ते काये?''

''काय काये?''

''मला आपल्या मागे कोणाच्या तरी बुटांचा आवाज आल्यासारखं वाटलं.''

''तू जर असं करत राहिलीस ना, तर मिनिटभरात तुला ते भूत दिसू लागेल! घाबरू नकोस. तुला असं वाटतंय का की, तो भूत पोलीस तुझ्या खांद्यावर मागून येऊन हात टाकेल?'' टॉमी म्हणाला.

टपेन्स किंचाळली.

''नको ना, टॉमी! तू माझ्या डोक्यात आता भरवलंस ते!''

तिने मान वळवून मागे पाहिलं. धुक्याच्या पडद्यापलीकडचं काही दिसतंय का ते ती पाहायचा प्रयत्न करत होती.

''आता परत आवाज आला. आता पुढून आला. टॉमी, तुला खरंच ऐकू येत नाहीये?!'' ती कुजबुजली.

''मलाही काहीतरी ऐकू येतंय... हो, पावलांचाच आवाज आहे. आणखी कोणीतरी स्टेशनवर याच रस्त्याने जात असेल. कोण बरं...'' पण टॉमी अचानक बोलायचा थांबला. टपेन्सच्या तोंडून आश्चर्योद्गार बाहेर पडला.

कारण, त्यांच्या समोरचा धुक्याचा पडदा कृत्रिमपणे कोणीतरी बाजूला सारावा तसा बाजूला झाला आणि त्यांच्या समोर वीसेक फुटांवर एक प्रचंड मोठी पोलिसाची आकृती अचानक धुक्यातून अवतरली. आदल्या मिनिटाला तो तिथे नव्हता आणि अचानक तो प्रकट झाला होता किंवा कल्पनेचे वारू उधळलेल्या त्या दोघांना तरी तसा भास झाला. मग धुकं आणखी कमी झालं आणि नाटकाचं दृश्य असल्यासारखं एक दृश्य त्यांना दिसू लागलं.

निळ्या गणवेशातला भलामोठा पोलीस, लाल रंगाचा पिलर बॉक्स आणि रस्त्याच्या उजव्या बाजूला एक पांढऱ्या रंगाचं घर.

''लाल, पांढरा आणि निळा, अगदी चित्रातल्यासारखं आहे हे! चल टपेन्स, घाबरण्यासारखं काही नाहीये,'' टॉमी म्हणाला.

कारण, त्याच्या आधीच हे लक्षात आलं होतं की, तो पोलीस खराखुरा माणूस होता आणि तो सुरुवातीला धुक्यात जितका भलामोठा वाटला होता, तितका तो मोठा नव्हताच.

पण ते पुढे चालू लागले, तेव्हा मागून पुन्हा पावलांचा आवाज आला. एक माणूस घाईघाईने त्यांच्या पुढे गेला. तो त्या पांढऱ्या घराच्या फाटकातून आत शिरला, पायऱ्या चढून गेला आणि त्याने जोरजोराने दार ठोठावलं. ते दोघं त्या पोलिसापाशी पोहोचले, तेव्हा त्या माणसाला पांढऱ्या घरातल्यांनी आत घेतलं होतं आणि तो पोलीस तिकडेच बघत होता.

''तो माणूस फारच घाईत दिसतोय,'' पोलीस म्हणाला.

तो सावकाश बोलत होता, जणू हळूहळू विचार करून बोलत असावा.

''तो असा माणूस आहे की, जो नेहमीच घाईत असणार,'' टॉमी म्हणाला.

पोलिसाने सावकाश, संशयास्पद नजरेने टॉमीकडे पाहिलं. ''तुझा मित्र आहे?'' त्याने संशयाने विचारलं.

''नाही,'' टॉमी म्हणाला, ''माझा मित्र नाहीये तो; पण मला माहितेय तो कोण आहे ते. त्याचं नाव रायली आहे.''

''अच्छा!'' पोलीस उद्गारला, ''मला जायला हवं आता.''

''व्हाइट हाउस कुठे आहे सांगू शकता का?'' टॉमीने त्याला विचारलं.

पोलिसाने मानेनेच ते घर दाखवलं. ''हेच ते. मिसेस हनीकॉटचं घर.'' मग तो त्यांना जास्तीची माहिती पुरवत म्हणाला, ''फार अस्वस्थ असतात ते लोक. सारखी चोरांची भीती वाटते त्यांना म्हणून नेहमी मला बोलावून इकडे नजर टाकायला सांगतात. या मध्यमवयीन बायका वागतात बऱ्याचदा असं.''

''मध्यमवयीन का? इथे कोणी तरुण बाई राहतीये का?'' टॉमीने विचारलं.

''तरुण बाई? तरुण बाई... नाही. मला तरी माहीत नाही,'' पोलीस विचार करत म्हणाला.

''ती इथे राहत नसेल टॉमी,'' टपेन्स म्हणाली, ''आणि कदाचित ती अजून इथे पोहोचलीही नसेल. आपण निघालो त्याच्या थोडंच आधी ती बाहेर पडली होती ना.''

''हां! आता मला आठवलं... एक तरुण बाई या फाटकातून आत गेली. मी या रस्त्याने येत होतो, तेव्हा मला ती दिसली. तीन-चार मिनिटं झाली असतील,'' तो पोलीस अचानक म्हणाला.

''तिने फरकोट घातला होता?'' टपेन्सने उतावीळपणे विचारलं.

''हं, पांढऱ्या सशासारखं काहीतरी तिच्या गळ्याभोवती होतं खरं,'' पोलीस म्हणाला.

टपेन्स हसली. ते दोघं आले होते, त्या दिशेने तो पोलीस निघून गेला आणि ते दोघं व्हाइट हाउसमध्ये शिरण्याची तयारी करू लागले.

अचानक त्या घरातून एक दबलेली किंकाळी त्यांना ऐकू आली. त्यानंतर लगेचच दार उघडून जेम्स रायली घाईघाईने पायऱ्या उतरून खाली आला. त्याचा चेहरा पांढराफटक पडला होता आणि वेडावाकडा झाला होता. त्याचे डोळे नुसतेच समोर शून्यात बघत होते. दारूच्या नशेत असलेल्या माणसासारखा तो धडपडत चालत होता.

तो टॉमी आणि टपेन्सच्या शेजारून गेला; पण त्याने त्या दोघांना पाहिलंच नाही. तो पूर्ण वेळ स्वतःशीच पुटपुटत होता, ''देवा! अरे देवा! अरे देवा रे!''

त्याने फाटकाच्या खांबाला आधारासाठी पकडलं आणि मग एकदम भीती वाटल्यासारखा तो पळत सुटला. पोलीस ज्या दिशेने गेला होता, त्याच्या विरुद्ध बाजूला रायली पळून गेला.

२

टॉमी आणि टपेन्स थक्क होऊन एकमेकांकडे पाहू लागले.

''त्या घरात असं काहीतरी झालंय, ज्याने रायली फारच घाबरलाय,'' टॉमी म्हणाला.

टपेन्सने फाटकाच्या खांबाकडे बोट दाखवलं. ''त्याच्या हाताला कुठेतरी लाल रंग लागला असणार,'' ती म्हणाली.

''हं. आपण आत जाऊन बघायला पाहिजे. काही कळत नाहीये काय चाल्लंय ते,'' टॉमी म्हणाला.

घराच्या दारात एक नोकर स्त्री संतापाने निःशब्द होऊन उभी होती. ती टॉमीकडे पाहून म्हणाली, ''फादर, तुम्ही कधी असा माणूस पाहिलाय तरी का? तो तरुण इथे आला, त्या तरुण बाई आहेत का विचारलं, परवानगी न घेताच घाईघाईने वरच्या मजल्यावर गेला. त्या जोरात किंचाळल्या. काय झालं काय माहीत त्यांना. बिचाऱ्या! आणि मग हा धावत खाली आला. जणू भूत पाहिलं असावं, असा पांढराफटक चेहरा झाला होता त्याचा. याचा अर्थ काय असेल?''

''एलन, तू कोणाशी बोलतीयेस दारापाशी?'' कोणीतरी हॉलमधून विचारलं.

''बाईसाहेब,'' एलन पुटपुटली आणि मागे सरकली.

टॉमीने पाहिलं तर समोर, पांढरे केस झालेली एक मध्यमवयीन बाई उभी होती. तिचे निळे डोळे चश्म्यामागे झाकले गेले होते. तिची लहानखुरी अंगयष्टी काळ्या कपड्यात पूर्ण झाकलेली होती.

''मिसेस हनीकॉट?'' टॉमीने विचारलं, ''मी मिस ग्लेनला भेटायला आलो आहे.''

मिसेस हनीकॉटने निरखून त्याच्याकडे पाहिलं आणि मग टपेन्सचंही नीट निरीक्षण केलं.

''हो का? आत या ना मग,'' ती शेवटी म्हणाली.

तिने त्यांना हॉलमधून मागच्या बागेच्या बाजूच्या एका खोलीत नेलं. ती खोली तशी मोठी होती; पण त्यात इतक्या खुर्च्या आणि टेबलं ठेवलेली होती की, ती लहान भासत होती. शेकोटी पेटलेली होती आणि त्याच्या शेजारी एक सोफा ठेवलेला होता. वॉलपेपर करड्या रंगाच्या पट्ट्यापट्ट्यांचा होता आणि त्यावर गुलाबाचे गुच्छ होते. वेगवेगळ्या कोरीव शिल्पांनी आणि चित्रांनी भिंती भरलेल्या होत्या.

मिस गिल्डा ग्लेनच्या श्रीमंती व्यक्तिमत्त्वाशी ही खोली सुसंगतच वाटत नव्हती.

''बसा ना,'' मिसेस हनीकॉट म्हणाली, ''पहिल्यांदा मला माफ करा की, मी रोमन कॅथॉलिक धर्म मानत नाही. एका रोमन कॅथॉलिक फादरला मी माझ्या घरात कधी बघेन, असं मला वाटलंच नव्हतं; पण जर गिल्डाला 'स्कार्लेट वुमन'चं सदस्य व्हायचं असेल आणि तिच्यासारख्या आयुष्यात ते अपेक्षितही आहे... तर ठीके; पण जर तिला कोणताच धर्म नसता, तर ते यापेक्षा भयंकर असलं असतं. जर रोमन कॅथॉलिक फादर्सनी लग्न केलं, तर माझं मत त्यांच्याविषयी जरा चांगलं झालं असतं. मी नेहमी माझं सडेतोड मत मांडते आणि त्या कॉन्व्हेंट्स... सुंदर सुंदर तरुण मुली तिथे बंदिवासातच असतात. कोणाला माहीत त्यांचं काय होतं पुढे... मला विचारच नाही करवत.''

असं म्हणून मिसेस हनीकॉटने मोठ्ठा श्वास घेतला.

टॉमीने रोमन कॅथॉलिक फादर्सच्या ब्रह्मचर्याविषयी किंवा इतरही कोणत्या विवादास्पद मुद्द्याविषयी न बोलता थेट कामाचंच बोलणं सुरू केलं.

''मिसेस हनीकॉट, मिस ग्लेन इथेच आहे ना?''

''हो; पण तुम्हाला सांगते, मला आवडत नाही ते. लग्न म्हणजे लग्न आणि तुमचा नवरा हा शेवटी नवराच असतो ना. जर तुम्ही स्वतःचा पलंग तयार केलात, तर त्यावर झोपायलाही हवंच ना!''

''मला समजलं नाही...'' टॉमी चकित होऊन म्हणाला.

''ते मला कळलंच म्हणूनच मी तुम्हाला आधी या खोलीत आणलं. मी माझं मत सांगितल्यानंतर तुम्ही जा गिल्डाच्या खोलीत. इतक्या वर्षांनी ती माझ्याकडे आली, विचार करा! आणि तिने माझी मदत मागितली. तिने मला त्या माणसाला भेटून घटस्फोटासाठी त्याला तयार करायची गळ घातली. मी तिला सरळ सांगितलं की, मी यात पडणार नाही. घटस्फोट हे पाप आहे; पण मी माझ्या सख्ख्या बहिणीला माझ्या घरातून तर नाही ना बाहेर काढू शकत!''

''तुमची बहीण?'' टॉमी उद्गारला.

''हो. गिल्डा माझी बहीण आहे. तिने सांगितलं नाही का तुम्हाला?''

टॉमी आ वासून तिच्याकडे पाहत राहिला. त्या बहिणी असणं अशक्यच वाटत होतं. मग त्याला आठवलं की, गिल्डा ग्लेनचं सौंदर्य तो अनेक वर्षं पाहत आला होता. तो अगदी लहान असतानाही तिचं नाटक बघायला गेला होता म्हणजे त्या बहिणी असणं शक्य तर होतं; पण त्या दोघींत किती फरक होता म्हणजे या निम्न मध्यमवर्गीय वातावरणातून गिल्डा वर आली होती. तिने हे रहस्य कोणालाही कळू दिलं नव्हतं!

''मला अजनूही नीट कळलं नाहीये. तुमच्या बहिणीचं लग्न झालंय?'' त्याने विचारलं.

''सतरा वर्षांची असताना तिने पळून जाऊन लग्न केलं,'' मिसेस हनीकॉट म्हणाली. ''कोणीतरी असाच मुलगा होता. तिच्यापेक्षा फारच खालच्या वर्गातला होता आणि आमचे वडील रेव्हरंड होते. तिने आमची बेअब्रू केली. मग तिने त्या नवऱ्याला सोडलं आणि नाटकांत कामं करू लागली! नाटकं! मी तर एकदाही थिएटरच्या आत पाऊलही टाकलेलं नाहीये. असल्या पापी गोष्टींशी मी मुळीच संबंध ठेवत नाही आणि आता इतक्या वर्षांनंतर तिला त्या नवऱ्याला घटस्फोट द्यायचाय. मला वाटतं कोणत्यातरी बड्या माणसाशी तिला लग्न करायचं आहे; पण तिचा नवरा बधत नाहीये. तो दबावापुढे नमतही नाहीये किंवा लाच घेऊन गप्पही होत नाहीये. या त्याच्या गुणाचं मात्र मला कौतुक वाटतंय.''

''त्याचं नाव काय?'' टॉमीने अचानक विचारलं.

''अरेच्चा! मला आत्ता त्याचं नावच आठवत नाहीये! जवळपास वीस वर्षं झाली मी त्याचं नाव ऐकून. माझ्या वडिलांनी त्याचं नावही उच्चारायचं नाही, अशी ताकीद दिली होती आणि मी गिल्डाशीही त्याबद्दल काही चर्चा करायला नकार दिलाय. तिला माझं मत काये ते माहितेय आणि तिला ते पुरेसं वाटतं.''

''त्याचं नाव रायली तर नव्हतं ना?''

''असू शकेल. मला खरंच नाही सांगता येणार. माझ्या डोक्यातून पारच गेलंय ते.''

''मी जो माणूस म्हणतोय तो आत्ता इथे आला होता.''

''तो माणूस! मला वाटलं तो पळून आलेला कोणीतरी वेडा मनुष्य आहे. मी स्वयंपाकघरात होते, एलनला काहीतरी सांगत होते. मी या खोलीत आले आणि गिल्डा आली का याचा विचारच करत होते, (तिच्याकडे घराची एक किल्ली होती) तेवढ्यात मला तिचा आवाज आला. ती मिनिटभर हॉलमध्ये होती आणि मग सरळ वरच्या मजल्यावर गेली. तीनेक मिनिटांनी मोठमोठे काय काय आवाज यायला लागले. मी हॉलमध्ये गेले, तर हा माणूस धावतच वर जात होता. मग वरून काहीतरी किंकाळी ऐकू आली आणि लगेचच तो वेड्यासारखा धावत घरातून बाहेर गेला. काय चाल्लंय काय माहीत!''

टॉमी उठला.

''मिसेस हनीकॉट, ताबडतोब आपण वर जाऊ या. मला भीती आहे की...''

''कशाची?''

''मला वाटतं तुमच्या घरात कुठेही ओला लाल रंग नाहीये. हो ना?''

''अर्थातच नाहीये.''

''मला तीच भीती होती,'' टॉमी गंभीरपणे म्हणाला, ''प्लीज, आपण ताबडतोब तुमच्या बहिणीच्या खोलीत जाऊ या.''

मिसेस हनीकॉटने त्यांना वर नेलं. हॉलमध्ये त्यांना एलन दिसली. ती घाईघाईने एका खोलीत गेली.

मिसेस हनीकॉटने वर जाऊन अगोदर दार उघडलं. तिच्या पाठोपाठ टॉमी आणि टपेन्सही आत शिरले.

अचानक मिसेस हनीकॉट धक्का बसून ओरडली आणि मागे सरकली.

सोफ्यावर काळ्या कपड्यातली, फरकोट घातलेली आकृती पडलेली होती. तिचा सुंदर चेहरा एखाद्या झोपलेल्या मोठ्या मुलासारखा दिसत होता. चेहऱ्यावर काहीही जखम नव्हती; पण डोक्याच्या बाजूला जड वस्तूने फटका दिल्यासारखी मोठी जखम होती. हळूहळू फरशीवर रक्त ठिबकत होतं; पण त्या जखमेतून मात्र रक्त वाहताना दिसत नव्हतं, ते आधीच वाळलं होतं.

टॉमीने त्या आकृतीला लांबूनच तपासलं. त्याचा चेहरा पांढरा पडला होता.

''म्हणजे त्याने तिचा गळा आवळला नाही तर,'' तो शेवटी म्हणाला.

''काय म्हणायचंय तुम्हाला? कोणी? ती मेलीये का?'' मिसेस हनीकॉट ओरडली.

''हो, मिसेस हनीकॉट. ती मरण पावली आहे. खून झालाय तिचा. प्रश्न हा आहे की, कोणी केलाय? हा प्रश्नसुद्धा फार काही मोठा नाहीये... गंमत आहे, तो तरुण इतका बडबड करत होता; पण तो खरोखरच असं काही करू शकेल, असं मला अजिबात वाटलं नव्हतं.''

तो क्षणभर थांबला. मग टपेन्सकडे वळून म्हणाला, ''तू बाहेर जाऊन त्या मगासच्या पोलिसाला बोलावतेस का? किंवा कुठूनतरी पोलीस स्टेशनला फोन लाव.''

टपेन्सने मान डोलावली. तीही पांढरीफटक पडली होती. टॉमीने मिसेस हनीकॉटला पुन्हा खाली नेलं.

त्याने विचारलं, ''तुमची बहीण नक्की किती वाजता घरी आली तुम्हाला माहीत आहे का? नीट आठवून सांगा, अजिबात चूक होता कामा नये.''

''हो, मला आठवतंय नीट. कारण, मी घड्याळ पाच मिनिटं पुढे करत होते. माझं घड्याळ रोज फक्त पाच मिनिटं मागे पडतं म्हणून मला रोज ते वेळेवर करावं लागतं. माझ्या हातातल्या घड्याळात बरोबर सहा वाजून आठ मिनिटं झाली होती आणि ते अगदी बरोबर वेळ दाखवतं.''

टॉमीने मान डोलावली. तो पोलीस जे म्हणाला होता की, त्याच्याशी मिसेस हनीकॉटचं बोलणं जुळत होतं. टॉमी आणि टपेन्सला तो पोलीस त्याच फाटकापाशी भेटला, त्याच्या साधारण तीन मिनिटं आधी त्याने फरकोट घातलेल्या बाईला आत शिरताना पाहिलं होतं, तेव्हा टॉमीने त्याच्या घड्याळात पाहिलं होतं आणि तेव्हा त्यांच्या ठरलेल्या भेटीची वेळ होऊन एक मिनिट उलटला होता.

एक पुसट शक्यता अशीही होती की, कोणीतरी गिल्डाची वाट पाहत आधीच तिच्या खोलीत थांबलं होतं; पण तसं असेल तर ती व्यक्ती अजूनही घरातच लपलेली असायला हवी. कारण, जेम्स रायली सोडून कोणीच घराबाहेर पडलं नव्हतं.

टॉमी धावतच वर गेला आणि त्याने भराभर घर शोधलं. तिथे कोणीही लपलेलं नव्हतं.

मग तो एलनशी बोलला. तिला काय घडलंय ते सांगितल्यानंतर तिला धक्का बसला. ती अरे देवा म्हणून ओरडू लागली. ती शांत झाल्यावर त्याने तिला काही प्रश्न विचारले.

त्या दिवशी दुपारी मिस ग्लेनला भेटायला दुसरं कोणी आलं होतं का? कोणीच आलं नव्हतं. ती स्वतः संध्याकाळभरात कधीही वरच्या मजल्यावर गेली होती का? हो. ती सहा वाजता नेहमीप्रमाणे पडदे बंद करायला गेली होती किंवा सहानंतर काही मिनिटांनी असेल. तो वेडा मनुष्य घरात घुसला त्याच्या आधीच ती वर जाऊन आलेली होती. तो वेड्यासारखा दार ठोठावत होता, तेव्हा ती दार उघडायला खाली धावली होती आणि तो तर एक वाईट्ट खुनी निघाला होता!

टॉमीने तिला आणखी काही विचारलं नाही; पण का कुणास ठाऊक, त्याला अजूनही रायलीची थोडी दया येत होती! तो इतकं भयंकर कृत्य करेल, असं त्याचं मन अजूनही मानायला तयार नव्हतं आणि तरीही गिल्डा ग्लेनचा खून त्यानेच केलेला असणार होता. दुसरं कोण करू शकत होतं? मिसेस हनीकॉट आणि एलन या दोघीच तर त्या घरात होत्या.

त्याला आवाज ऐकू आले म्हणून तो बाहेर हॉलमध्ये गेला. टपेन्स त्या पोलिसाला घेऊन आली होती. त्या पोलिसाने कुठूनतरी एक वही आणि बोथट पेन्सिल पैदा केली होती आणि तिचं टोक तो सारखा चाटत होता. वर जाऊन त्याने निर्विकारपणे सगळ्याचं निरीक्षण केलं. तो इतकंच म्हणाला की, मी कशालाही हात लावला, तर इन्स्पेक्टर मला फारच ओरडेल. मिसेस हनीकॉट धक्का बसल्यामुळे वेड्यासारखी बडबड करत होती आणि गोंधळून काहीबाही स्पष्टीकरणं देत होती. ते सगळं त्याने शांतपणे ऐकून घेतलं आणि अधूनमधून काहीतरी वहीत नोंदवून ठेवलं. त्याच्या येण्यामुळे सगळेच जरा शांत झाले.

तो पोलीस मुख्यालयाला फोन करायला जाऊ लागला, तेव्हा बाहेरच्या पायऱ्यांवर टॉमीने अखेर त्याला एकट्याला गाठलं.

"तुम्ही म्हणालात की, तुम्ही मिस ग्लेनला फाटकातून आत शिरताना पाहिलं होतं, तेव्हा ती नक्की एकटीच होती का?" त्याने विचारलं.

तो पोलीस उत्तरला, "हो, हो, एकटीच होती. कोणी नव्हतं तिच्यासोबत."

''ती आत शिरली आणि आम्ही तुम्हाला भेटलो त्यादरम्यानच्या वेळात या फाटकातून कोणीही बाहेर पडलं नाही?''

''कोणीच नाही.''

''कोणी आलं असतं, तर तुम्हाला दिसलं असतं?''

''हो अर्थातच. तो वेड्यासारखा वागणारा मनुष्य आला त्याआधी कोणीच आलं नाही.''

मग तो पोलीस पायऱ्या उतरून बाहेर पडला. फाटकापाशी उमटलेली लाल हाताची खूण पाहून तो म्हणाला, ''असं काहीतरी सोडून गेला म्हणजे फारच नवशिका दिसतोय!'' असं म्हणून तो निघून गेला.

३

गुन्हा घडल्यानंतरचा दुसरा दिवस होता. टॉमी आणि टपेन्स अजूनही ग्रँड हॉटेलमध्ये राहत होते; पण टॉमीने आता त्याचा फादरचा वेश काढून टाकला होता.

जेम्स रायली पकडला गेला होता आणि पोलिसांच्या ताब्यात होता. त्याच्या वकिलाने, मिस्टर मार्व्हलने नुकतीच टॉमीशी बराच वेळ गुन्ह्याशी संबंधित चर्चा केली होती.

''जेम्स रायली असं काही करू शकेल असं मला वाटलंच नव्हतं,'' वकील साधेपणाने म्हणाला, ''तो बडबड खूप करायचा; पण ते तेवढ्यापुरतंच असायचं.''

टॉमीने संमती दर्शवली.

''सगळी शक्ती तोंडाची वाफच दवडून संपवली, तर कृती करायला काहीच उरत नाही. मला माहितेय की, मी त्याच्याविरुद्ध मुख्य साक्षीदार असणार आहे. गुन्हा घडायच्या आधी त्याचं माझं जे संभाषण झालं त्याने त्याच्याविरुद्ध आणखीनच पुरावा मिळाल्यासारखं होतंय. हे सगळं घडलं असलं तरी मला तो आवडलाय आणि जर दुसऱ्या कोणावरही संशय घेता आला असता, तर तो निरपराध आहे असं मी मानलं असतं. त्याची स्वतःची बाजू काय आहे?''

वकिलाने ओठ मिटले.

''रायली म्हणतोय की, त्याला ती मृत अवस्थेतच सापडली; पण ते अशक्यच आहे, नाही का? जे पहिलं खोटं डोक्यात येईल ते तो बोलतोय.''

''कारण, जर तो खरं बोलत असेल, तर त्याचा अर्थ असा निघेल की, अत्यंत बडबड्या अशा मिसेस हनीकॉटने तिचा खून केला; पण ते तर खरं नाहीये. हं, त्यानेच खून केला असणार.''

''त्या काम करणाऱ्या मुलीने तिची किंकाळी ऐकली, आठवतंय ना?''

''ती मुलगी... हो...'' टॉमी क्षणभर कसल्याशा विचारात पडला. मग तो म्हणाला, ''आपण खरंच किती आंधळेपणाने विश्वास ठेवतो, नाही! पुरावा हा अंतिम सत्य असल्यागत मानतो आणि खरंतर पुरावे काय असतात? आपल्या पंचेंद्रियांनी आपल्या मनापर्यंत पोहोचवलेले प्रभाव आणि जर ते खरे नसतीलच तर?''

वकिलाने खांदे उडवले. तो म्हणाला, ''हो! आपल्याला सगळ्यांना माहीत आहे की, विश्वासार्ह नसलेले साक्षीदारही असतात. ज्यांना दिवस पुढे जातील तसतसं आणखी आणखी आठवायला लागतं! म्हणजे त्यांना काही मुद्दाम कोणाला फसवायचं नसतं, पण...''

''मला फक्त तसं म्हणायचं नव्हतं. मी म्हणतोय की, आपण सगळेच... आपण खऱ्या नसलेल्या गोष्टीही कितीतरी वेळा बोलत असतो आणि आपण तसं करतोय हेही आपल्याला कळत नसतं. उदाहरणार्थ, आपण किती वेळा असं म्हणालो असू की, पत्रं आली वाटतं; पण खरंतर आपण फक्त पत्रपेटीचा आवाज ऐकलेला असतो. दहापैकी नऊ वेळा खरोखरच पत्र आलेलं असतं; पण कदाचित एखाद्या वेळी एखाद्या खोडकर मुलाने गंमत म्हणून नुसतीच पत्रपेटी वाजवलेली असू शकते. मी काय म्हणतोय कळलं?''

''हं...'' मिस्टर मार्व्हेल सावकाश उत्तरला, ''पण इथे त्याचा काय संबंध जोडायचाय ते नाही कळलं.''

''नाही कळलं? मला वाटतं मलाही पूर्णपणे कळलेलं नाही; पण कळायला सुरुवात झालीये. टपेन्स, हे त्या काठीसारखं आहे. जेव्हा एखादी काठी एकाकडे रोखलेली असते, तेव्हा कायमच तिचं दुसरं टोक दुसऱ्या कोणाकडे तरी रोखलेलं असतं. आपण ती काठी बरोबर पकडतो आहे की नाही यावर ते अवलंबून असतं. दार उघडतं तसंच बंदही होऊ शकतं. लोक जिन्यावरून जसे वर जाऊ शकतात, तसेच खालीही येऊ शकतात. खोके बंद होतात तसे ते उघडतातही.''

''*काय* म्हणायचंय काय तुला?'' टपेन्सने विचारलं.

''हे फारच सोपं आहे खरंतर,'' टॉमी म्हणाला, ''आणि तरी माझ्या ते आत्ताच लक्षात आलंय. एखादा माणूस घरात आला आहे हे तुम्हाला कसं कळतं? तुम्हाला दार उघडल्याचा आणि बंद झाल्याचा आवाज येतो आणि जर कोणी घरी येणार आहे हे तुम्हाला माहीत असेल, तर दार उघडून कोणीतरी आत आलंय हेच तुम्ही गृहीत धरता; पण कोणीतरी *बाहेर* गेलेलंही असू शकतं.''

''पण मिस ग्लेन बाहेर नाही गेली ना?''

''नाही, *ती* बाहेर गेली नाही ते मला माहितेय; पण कोणीतरी बाहेर गेलं. खुनी व्यक्ती.''

‘‘पण मग ती आत कशी आली?’’

‘‘जेव्हा मिसेस हनीकॉट स्वयंपाकघरात एलनशी बोलत होत्या तेव्हा. त्यांना तिचा आवाज आला नाही. मिसेस हनीकॉट बाहेर बैठकीच्या खोलीत आल्या, आपली बहीण आली की नाही असा विचार करत त्या घड्याळ नीट करत होत्या, तेव्हा मिस ग्लेन आत आली आणि वरच्या मजल्यावर गेली हे त्यांना ऐकू आलं.’’

‘‘त्याचं काय पण? आणि जिन्यावरून वर जाणाऱ्या पावलांचा आवाज?’’

‘‘तो एलनच्या पावलांचा होता. ती पडदे बंद करायला गेली होती. तुला आठवतंय, मिसेस हनीकॉट म्हणाल्या की, त्यांची बहीण वर जाण्यापूर्वी थोडी थबकली होती. बरोबर तेवढ्या वेळात एलन स्वयंपाकघरातून हॉलमध्ये आली आणि त्यामुळे तिला खुनी दिसला नाही.’’

‘‘पण टॉमी, ती किंचाळली त्याचं काय?’’ टपेन्सने विचारलं.

‘‘ती किंकाळी जेम्स रायलीची होती. तुला आठवतंय ना त्याचा आवाज मुलीसारखा उच्चारवातला आहे ते? अशा प्रसंगी पुरुषही बायकांसारखे किंचाळू शकतात.’’

‘‘पण आपण *त्या* खुन्याला पाहिलं असतं ना?’’

‘‘आपण त्याला पाहिलंच. आपण त्याच्याशी बोलत थांबलो होतो. तुला आठवतंय, तो पोलीस कसा अचानक अवतरला होता ते? कारण, तो त्याच फाटकातून बाहेर आला होता, तेव्हाच बरोबर धुक्याचा पडदा बाजूला झाला होता. त्याला अचानक पाहून आपण दचकलोही होतो. आपण जरी पोलिसांबद्दल तसा विचार करत नसलो, तरी तेही शेवटी आपल्यासारखी माणसंच तर असतात. तेही प्रेम करतात, तिरस्कार करतात, लग्न करतात...

‘‘मला वाटतं, गिल्डा ग्लेनला फाटकाबाहेर अचानक तिचा नवरा भेटला आणि तिने घटस्फोटाचा सोक्षमोक्ष लावण्यासाठी त्याला आपल्यासोबत नेलं. तो रायलीसारखा हिंसक बडबड करत नव्हता; पण त्याला संताप अनावर झाल्यावर त्याने थेट कृतीच केली आणि त्याच्याकडे त्याचा दंडुका तर हाताशी होताच...’’

श्रीमंत बाईची केस

मिसेस ॲबनर रायमरचं नाव मिस्टर पार्कर पाइनकडे आणण्यात आलं. त्याला ते नाव माहीत असल्याने त्याने भुवया उंचावल्या.

काही क्षणांतच त्यांचा अशील खोलीत शिरला.

मिसेस रायमर उंच आणि धिप्पाड होती. तिचा बांधा बेडौल होता आणि तिच्या मखमलीच्या कपड्यांनी किंवा फरकोटनेही तो बेडौलपणा झाकला जात नव्हता. उलट तिचे मोठमोठे पंजे जास्तच मोठे भासत होते. तिचा चेहराही रुंद, मोठा होता आणि तिने त्यावर भरपूर मेकअप केला होता. तिचे काळे केस फॅशनेबल पद्धतीने बांधलेले होते आणि तिच्या हॅटमध्ये शहामृगाची वळवलेल्या टोकांची भरपूर पिसं खोवलेली होती.

ती एका खुर्चीत ऐसपैस बसली आणि तिने मान डोलावली. ''गुड मॉर्निंग,'' ती म्हणाली. तिचा आवाजही थोडा खर्जातला होता. ''तुम्ही तुमच्या कामात जरा जरी बरे असाल, तर माझे पैसे मी कसे खर्च करायचे ते मला सांगाल!''

''काय विनंती आहे!'' मिस्टर पार्कर पाइन पुटपुटला, ''आजकाल असं कोणीच विचारत नाही म्हणजे मिसेस रायमर, तुम्हाला पैसे खर्च करणं खरोखरच अवघड जातं?''

''हो,'' ती स्पष्टपणे म्हणाली. ''माझ्याकडे तीन फर कोट आहेत. पॅरिस ड्रेसेस भरपूर आहेत. माझ्याकडे गाडी आणि पार्क लेनमध्ये घरही आहे. माझ्याकडे पूर्वी यॉटही होती; पण मला समुद्र आवडत नाही. माझ्या घरी भरपूर नोकरचाकर आहेत, जे मालकाकडे नाकं मुरडून बघतात. मी प्रवासही तसा बराच केलाय आणि परदेशात फिरून आलेय. आता आणखी करण्यासारखं किंवा विकत घेण्यासारखं काही उरलंय असं मला वाटत नाही.'' तिने मोठ्या आशेने मिस्टर पाइनकडे बघितलं.

''हॉस्पिटल्सही असतात...'' तो म्हणाला.

''म्हणजे? माझी संपत्ती हॉस्पिटलला दान करायची? नाही, मी असं करणार नाही. माझ्या कष्टाचे पैसे आहेत हे, सांगून ठेवतेय मी तुम्हाला. मी ते असे कचऱ्यासारखे कुठेही फेकून देईन, असं वाटत असलं तर ते चूक आहे. मला ते

पैसे खर्च करायचेत आणि खर्च करून त्या बदल्यात काहीतरी चांगलं हवं आहे. जर तुमच्याकडे चांगल्या काही कल्पना असतील, तर तुम्ही चांगली फी मिळण्याची अपेक्षा करू शकता.''

''तुमच्या विनंतीने मला यात रस निर्माण झालाय,'' मिस्टर पाइन म्हणाला, ''तुमचा गावाकडे एखादा बंगला वगैरे नाहीये का? मगाशी उल्लेख केला नाहीत...''

''हो, विसरले; पण आहे तसा एक बंगला. मला तिथे अजिबात करमत नाही. प्रचंड कंटाळा येतो.''

''तुम्ही मला तुमच्याबद्दल आणखी जरा सांगा. तुमचा प्रश्न सोडवणं तितकं सोपं नाहीये.''

''सांगते की, स्वतःहून सांगते. माझ्या पार्श्वभूमीची, भूतकाळाची मला मुळीच लाज वाटत नाही. मी लहान होते, तेव्हा एका शेतघरात काम करायचे. खूप कष्टाचं काम असायचं. मग ॲबनरसोबत माझं प्रेम जुळलं. तो जवळच्याच एका गिरणीत कामगार होता. आठ वर्षं आम्ही एकत्र होतो आणि त्यानंतर लग्न केलं.''

''आणि तुम्ही खूश होतात?'' मिस्टर पाइनने विचारलं.

''हो, मी खूश होते. ॲबनर चांगला माणूस होता, माझ्याशी चांगलं वागायचा; पण आम्ही बरेच कष्टात दिवस काढले. दोनदा त्याची नोकरी गेली होती. मुलांना वाढवायचं होतं. आम्हाला चार मुलं झाली. तीन मुलगे आणि एक मुलगी; पण कोणीच मोठं होईपर्यंत जगलं नाही. ते जर आज असते, तर सगळंच वेगळं असतं हे नक्की,'' हे बोलताना तिच्या चेहऱ्यावर मृदू भाव उमटले आणि ती अचानक तरुण दिसू लागली.

''ॲबरनची फुप्फुसं कमजोर होती, त्यामुळे त्यांनी त्याला युद्धात भरती करून घेतलं नाही. त्याने इथेच राहून चांगलं काम केलं. त्यांनी त्याला फोरमन बनवलं. ॲबनर चांगला हुशार होता. त्याने एक प्रक्रिया शोधून काढली. त्यांनीही त्याला न्याय्य प्रकारे वागवलं, त्याला ती प्रक्रिया शोधून काढल्याबद्दल चांगली रक्कम दिली. त्याने ते पैसे आणखी एक कल्पना प्रत्यक्षात उतरवायला वापरले. त्या कल्पनेचे त्याला भरपूर पैसे मिळाले आणि तेही फार झपाट्याने आणि त्याचे पैसे अजूनही मिळतच आहेत.''

ती म्हणाली, ''तुम्हाला खरं सांगते, सुरुवातीला अशी मजा आमच्यासाठी दुर्मीळ होती. स्वतःचं मोठं घर, सुंदर चकाचक न्हाणीघर आणि घरात नोकरचाकर... स्वयंपाक, धुणीभांडी काहीच काम उरलं नाही. नुसतं सिल्कच्या उश्या घेऊन बसून राहायचं आणि घंटी वाजवून चहा मागवायचा! अगदी एखाद्या काउंटेससारखा! खूपच मजा वाटत होती आम्हाला दोघांना. मग आम्ही लंडनला आलो. मी मोठमोठ्या डिझायनर्सकडे माझे कपडे शिवायला जाऊ लागले. आम्ही पॅरिस आणि रिव्हिएरालाही जाऊन आलो. आमच्यासाठी अशी मौजमजा दुर्मीळच म्हणायची.''

''आणि मग?'' मिस्टर पार्कर पाइनने विचारलं.

''मला वाटतं आम्हाला त्या सगळ्याची सवय झाली,'' मिसेस रायमर म्हणाली. ''काही काळानंतर त्यात इतकी मजा वाटेनाशी झाली. खरं सांगू, काही दिवस तर असे उजाडायचे की, आम्हाला जेवायचीही इच्छा व्हायची नाही. आम्ही मनाला येईल ते जेवण मागवू शकत होतो आणि आम्हाला इच्छाच व्हायची नाही! मोठमोठ्या चकाचक न्हाणीघरांचंही तसंच, शेवटी कोणीही दिवसातून एकदाच अंघोळ करणार ना. ॲबनरच्या तब्येतीची त्याला काळजी वाटू लागली. आम्ही डॉक्टरांनाही उपचारांसाठी चांगले पैसे मोजले; पण ते काही करू शकले नाहीत. डॉक्टरांनी सगळं काही करून पाहिलं; पण काही उपयोग झाला नाही. तो गेलाच,'' ती बोलायची थांबली. मग म्हणाली, ''तरुण होता तेव्हा तो. फक्त त्रेचाळीस वर्षांचा.''

मिस्टर पाइनने सहानुभूतीदर्शक मान डोलावली.

''त्याला आता पाच वर्षं झाली. पैसा अजूनही येतोच आहे. त्या पैशाचं काहीच करता आलं नाही, तर तो वाया गेल्यासारखंच आहे असं मला वाटतं; पण मी मगाशी तुम्हाला सांगितलं तसं, त्या पैशाचं काय करायचं तेच मला कळत नाहीये. माझ्याकडे सगळंच आहे, त्यामुळे काय विकत घ्यायचं ते मला समजत नाहीये.''

''दुसऱ्या शब्दांत सांगायचं, तर तुमचं आयुष्य कंटाळवाणं झालं आहे. तुम्हाला आयुष्यात मजा येत नाहीये,'' मिस्टर पाइन म्हणाला.

''मला वीट आलाय,'' मिसेस रायमर उदासपणे म्हणाली, ''माझे कोणीच मित्रमैत्रिणी नाहीत. नव्याने ओळखी झालेल्यांना माझ्याकडून नुसत्या वर्गण्या किंवा देणग्या हव्या असतात. ते सगळे माझ्या मागे माझ्याबद्दल वाईटसाईट बोलतात आणि माझ्या पूर्वीच्या मित्रमैत्रिणींना तर माझ्याशी काहीच संबंध ठेवायचे नसतात. मी गाडीतून वगैरे येते त्यामुळे त्यांना लाज वाटते म्हणे. तुम्ही काही करू शकता का किंवा सुचवू शकता का?''

''मला काहीतरी करणं शक्य आहे,'' मिस्टर पार्कर पाइन सावकाश म्हणाला, ''ते तसं कठीण आहे; पण मला वाटतं आपल्याला यश मिळू शकेल. मला वाटतं तुमचं जे काही हरवलंय ते मी तुम्हाला परत मिळवून देऊ शकतो. ते म्हणजे आयुष्यातला तुमचा रस.''

''कसं?'' मिसेस रायमरने तुटकपणे विचारलं.

''ते माझं व्यवसायातलं गुपित आहे,'' मिस्टर पाइन म्हणाला, ''मी माझ्या कामाच्या पद्धती कधीच कोणासमोर उघड करत नाही. प्रश्न हा आहे की, तुम्ही तसा प्रयत्न करायला तयार आहात का? यश मिळण्याची मी काही शंभर टक्के खात्री देऊ शकत नाही; पण माझ्यामते यश मिळण्याची बरीच शक्यता आहे.

''मला नेहमीपेक्षा वेगळी कामाची पद्धत अवलंबावी लागेल, त्यामुळे ती महागही पडेल. माझी फी एक हजार पौंड असेल आणि ती मला आधीच मिळाली पाहिजे.''

''तोंड बरंच चालतं तुमचं, नाही का!'' मिसेस रायमर उपहासाने पण खूश होत म्हणाली, ''ठीके. मी धोका पत्करायला तयार आहे. मला सगळ्यात महागड्या सेवा घ्यायची सवय आहे. फक्त मी जेव्हा खर्च करते, तेव्हा त्या बदल्यात मला जे मिळणार असेल ते मी मिळवतेच!''

''तुम्हाला हवं ते मिळेल. भीती बाळगू नका,'' मिस्टर पार्कर पाइन म्हणाला.

''मी आज संध्याकाळीच धनादेश पाठवते. तुमच्यावर का विश्वास ठेवायचा हे मला माहीत नाही खरंतर. असं म्हणतात की, मूर्ख लोकांकडे पैसा टिकत नाही. मी तशीच मूर्ख ठरेन कदाचित. तुम्ही सगळ्या वृत्तपत्रांत जाहिरात दिली होतीत की, लोकांना तुम्ही खूश करू शकता! मानलं तुमच्या हिमतीला!''

''त्या जाहिरातींसाठी मला पैसे मोजावे लागलेत. जर मी जाहिरातीतलं वचन पूर्ण करू शकलो नाही, तर ते पैसे वायाच जातील ना. लोक नाखूश कशामुळे असतात ते मला माहीत आहे, त्यामुळे त्यांना खूश कसं करता येईल, त्याबद्दल माझ्या मनात *स्पष्ट* कल्पना आहेत.''

मिसेस रायमरने साशंकपणे मान हलवली आणि ती निघून गेली. तिच्या मागे महागड्या सेंटचा सुगंध दरवळत राहिला.

देखणा क्लॉड ल्युट्रेल मिस्टर पाइनच्या ऑफिसात आला. ''माझ्या क्षेत्रातलं काही काम आहे का?''

मिस्टर पार्कर पाइनने नकारार्थी मान हलवली. ''काही साधंसोपं नाहीये,'' तो म्हणाला, ''ही फार कठीण केस आहे. मला भीती आहे की, आपल्याला काही धोके पत्करावे लागतील. काहीतरी असाधारण करायचा प्रयत्न करावा लागेल.''

''मिसेस ऑलिव्हर?''

जगप्रसिद्ध कादंबरीकार मिसेस ऑलिव्हरचा उल्लेख झाल्यावर मिस्टर पार्कर पाइन हसला. ''खरंच, मिसेस ऑलिव्हर आपल्यापैकी सगळ्यात पारंपरिक मार्गाने चालणारी आहे. एक अत्यंत धाडसी आणि धक्कादायक डाव खेळायचं माझ्या मनात आहे. असो. तू आता डॉक्टर अँट्रोबसला फोन कर.''

''अँट्रोबस?''

''हो. आपल्याला त्याच्या सेवेची गरज पडणारे.''

एक आठवड्यानंतर मिसेस रायमर पुन्हा एकदा मिस्टर पार्कर पाइनच्या ऑफिसात आली. तिच्या स्वागतासाठी तो उठून उभा राहिला.

''हा उशीर आवश्यकच होता, याची खात्री बाळगा,'' मिस्टर पार्कर पाइन म्हणाला. ''मला बऱ्याच गोष्टींची तयारी करायची होती आणि मला एका असामान्य गृहस्थांच्या सेवेसाठी त्यांना अर्धा युरोप दूरवरून इकडे बोलवायला लागलं.''

''अच्छा!'' तिने संशयाने त्याच्याकडे पाहिलं. आपण एक हजार पौंडांचा धनादेश दिलाय आणि तो याने वटवला आहे हे सारखं तिच्या मनात येत होतं.

मिस्टर पार्कर पाइनने एक बझर दाबला. एक गडद वर्णाची, पौर्वात्य देशातली वाटावी अशी मुलगी आत आली. तिने परिचारिकेचे कपडे घातले होते.

''नर्स द सारा, सगळी तयारी झाली आहे?''

''हो. डॉक्टर कॉन्स्टंटाइन वाट बघताहेत.''

''तुम्ही काय करणार आहात?'' मिसेस रायमरने जरा अस्वस्थ होत विचारलं.

''तुम्हाला पौर्वात्य जादूची जरा ओळख करून देणार आहोत, लेडी!'' मिस्टर पाइन म्हणाला.

मिसेस रायमर परिचारिकेच्या मागोमाग वरच्या मजल्यावर गेली. तिथे तिला एका खोलीत नेण्यात आलं. ती खोली घरातल्या बाकी खोल्यांपेक्षा फारच वेगळी होती. भिंतींवर पौर्वात्य देशातल्या पद्धतीचं भरतकाम लावलेलं होतं. मऊ मऊ उश्या ठेवलेले सुंदर दिवाण होते. जमिनीवर सुंदर गालिचे होते. एक गृहस्थ कॉफीपॉटपाशी वाकून काहीतरी करत होता. त्या दोघी खोलीत गेल्या तर त्याने मागे वळून पाहिलं.

''हे डॉक्टर कॉन्स्टंटाइन,'' परिचारिकेने सांगितलं.

डॉक्टर युरोपियन वेशात होता; पण त्याचा चेहरा गडद वर्णाचा होता आणि डोळे काळे होते. त्याच्या नजरेत समोरच्याच्या मनात आरपार बघण्याची शक्ती असल्यागत वाटत होतं.

''या माझ्या रुग्ण आहेत का?'' त्याने खर्जातल्या आवाजात विचारलं.

''मी रुग्ण नाहीये,'' मिसेस रायमर म्हणाली.

''तुमचं शरीर आजारी नाहीये,'' डॉक्टर म्हणाला, ''पण आत्मा आजारी आहे. आम्हा पूर्वेकडच्या लोकांना तो आजार बरा करता येतो. खाली बसा आणि एक कप कॉफी घ्या.''

मिसेस रायमर बसली आणि लहानशा कपात दिलेली सुगंधी कॉफी तिने घेतली. ती कॉफी पीत असताना डॉक्टर बोलत होता.

''इथे, पाश्चिमात्य देशांमध्ये फक्त शरीरावरच उपचार करतात. ते चुकीचं आहे. शरीर हे केवळ साधन आहे. त्यावर धून वाजवली जाते. ती धून उदास असू शकते किंवा मग ती धून आनंददायीसुद्धा असू शकते. आम्ही तुम्हाला आनंदी धून देण्याचं काम करू. तुमच्याकडे पैसे आहेत. तुम्ही ते खर्च करून मजा कराल. आयुष्य पुन्हा एकदा जगण्यालायक होईल. खूप सोपं आहे... सोपं... इतकं सो...''

मिसेस रायमरला गुंगी आली. डॉक्टर आणि परिचारिकेच्या आकृत्या धूसर दिसू लागल्या. तिला आनंदी वाटू लागलं आणि खूप झोपावंसंही. डॉक्टरची आकृती मोठीमोठी होऊ लागली. सगळं जगच मोठं होत गेलं.

डॉक्टर तिच्या डोळ्यांत बघत होता. ''झोपा,'' तो म्हणत होता. ''झोपा. तुमच्या पापण्या मिटतायत. लवकरच तुम्ही झोपलेल्या असाल. तुम्ही झोपाल. तुम्ही झोपाल...''

मिसेस रायमरच्या पापण्या मिटल्या. ती एका अनोख्या, आनंदी, भल्यामोठ्या जगात तरंगत राहिली...

* * *

तिने डोळे उघडले, तेव्हा खूप वेळ झाला असल्यागत तिला वाटलं. तिला अनेक गोष्टी धूसर आठवू लागल्या. विचित्र, अशक्यप्राय स्वप्नं. मग जागं झाल्याची जाणीव; पण पुन्हा आणखी स्वप्नं. तिला अंधारातली कोणतीतरी गाडी आठवली आणि मग एक सुंदर परिचारिका तिच्यावर वाकून काहीतरी करत होती.

आता ती पूर्ण जागी झाली होती आणि स्वतःच्याच पलंगावर होती.

खरंच, तिचाच पलंग होता का? तिला तो वेगळाच वाटत होता. तिच्या पलंगाचा मऊपणाच इथे नव्हता. पूर्वीचे जे कष्टाचे दिवस होते, जे ती विसरूनच गेली होती, त्यांची आठवण तो पलंग करून देत होता. ती हलली तर तो पलंग करकरला. मिसेस रायमरचा पार्क लेनमधल्या घराचा पलंग कधीच करकरायचा नाही.

तिने आजूबाजूला पाहिलं. हे पार्क लेनमधलं घर नक्कीच नव्हतं. हॉस्पिटल होतं का? नाही, नव्हतं. हॉटेलही नव्हतं. ती खोली ओकीबोकी होती. गुलबट जांभळ्या रंगाच्या भिंती होत्या. एक बेसिन आणि पाण्याचा जग होता. एक कपाट होतं आणि एक पत्र्याची ट्रंक होती. खुंट्यांवर अनोळखी कपडे लटकत होते. पलंगावर जुनाट गोधडी होती आणि त्यावर ती झोपलेली होती.

''*मी* कुठे आहे?'' मिसेस रायमरने विचारलं.

दार उघडून एक गुबगुबीत बाई आत आली. तिचे गाल लाल होते आणि ती प्रेमळ दिसत होती. तिने बाह्या वर घेतलेल्या होत्या आणि ॲप्रनही घातला होता.

''ते बघा! ती जागी झालीये. आत या डॉक्टर!'' ती बाई उद्गारली.

मिसेस रायमरला बरंच काही म्हणायचं होतं. तिने तोंडही उघडलं पण ती काहीच बोलली नाही. कारण, त्या बाईच्या मागोमाग जो गृहस्थ आत आला तो मुळीचच डॉक्टर कॉन्स्टंटाइन नव्हता. तो कमरेत वाकलेला, जाड भिंगाचा चष्मा लावलेला एक म्हातारा माणूस होता.

''हं, आता कसं,'' तो म्हणाला. त्याने मिसेस रायमरचं मनगट हातात घेऊन नाडी तपासली, ''तू लवकरच बरी होशील, मुली.''

''काय झालं होतं मला?'' मिसेस रायमरने विचारलं.

''तुला एक प्रकारची फिट आली होती. तू एक-दोन दिवस बेशुद्ध होतीस; पण काळजीचं काहीच कारण नाहीये,'' तो डॉक्टर म्हणाला.

''तू तर आम्हाला घाबरवूनच सोडलं होतंस की, हॅना!'' ती गुबगुबीत बाई म्हणाली. ''तू झोपेत बडबडही करत होतीस. वाट्टेल त्या विचित्र गोष्टी बोलत होतीस.''

''हो, हो, मिसेस गार्डनर,'' डॉक्टर त्या बाईला शांत करत म्हणाला, ''आपण रुग्णाला फार उत्तेजित करायला नको. तू लवकरच हिंडूफिरू लागशील हं.''

''कामाची काही काळजी करूस नकोस, हॅना. मिसेस रॉबर्ट्स माझ्या मदतीसाठी आल्यायत आणि सगळं करतोय आम्ही. तू आराम कर आणि पटकन बरी हो,'' मिसेस गार्डनर म्हणाली.

''तुम्ही मला हॅना का म्हणताय?'' मिसेस रायमर म्हणाली.

''म्हणजे? ते तुझं नाव आहे म्हणून!'' मिसेस गार्डनर चकित होत म्हणाली.

''नाही. माझं नाव ॲमेलिया आहे. ॲमेलिया रायमर. मिसेस ॲबनर रायमर.''

डॉक्टरने आणि त्या बाईने एकमेकांकडे कटाक्ष टाकले.

''तू आराम कर हं,'' ती म्हणाली.

''हो, हो, काही काळजी करू नकोस,'' डॉक्टर म्हणाला.

ते दोघं बाहेर गेले. मिसेस रायमर गोंधळून पडून राहिली. ते तिला 'हॅना' का म्हणत होते आणि तिने स्वतःचं खरं नाव सांगितल्यावर त्यांनी एकमेकांकडे असं का पाहिलं होतं? ती कुठे होती आणि काय घडलं होतं?

ती पलंगावरून उठली. आपला तोल जाईल की काय अशी तिला क्षणभर भीती वाटली; पण ती हळूहळू चालत खिडकीपाशी गेली. बाहेर पाहिलं तर एक शेत होतं! पूर्णपणे गोंधळून जाऊन ती पुन्हा पलंगावर बसली. कधीही न पाहिलेल्या शेतघरात ती कशी काय आली होती?

तेवढ्यात मिसेस गार्डनर एका ट्रेमध्ये सूप घेऊन आली.

मिसेस रायमरने तिच्यावर प्रश्नांची सरबत्ती केली. ''मी या घरात काय करतेय? मला कोणी आणलं इथे?''

''कोणीच नाही आणलं गं. हेच तर तुझं घर आहे. तू गेली *पाच* वर्षं इथेच *राहते* आहेस आणि इतक्या वर्षांत मला एकदाही कळलं नाही की तुला फिट्स येतात ते.''

''इथे राहतीये? पाच वर्षं?!''

''हो म्हणजे हॅना, तुला अजूनही आठवत नाहीये?''

''मी इथे कधीच राहिली नाहीये. मी तुम्हाला पहिल्यांदा पाहतेय.''

''हे बघ, या आजारपणामुळे तुला विसरायला झालंय.''

''मी कधीही इथे राहिलेली नाहीये.''

"नाही, तू राहिली आहेस!" अचानक मिसेस गार्डनर भर्रकन कपाटापाशी गेली आणि तिने एक जुना, धूसर झालेला फ्रेममधला फोटो आणून मिसेस रायमरला दाखवला.

त्या फोटोत चार लोक होते : एक दाढीवाला माणूस, एक गुबगुबीत बाई (मिसेस गार्डनर), एक उंच माणूस ज्याच्या तोंडावर उगीचच हसू होतं आणि एक प्रिंटेड ड्रेसमधली मुलगी... ती स्वतः!

थक्क होऊन मिसेस रायमर त्या फोटोकडे पाहतच राहिली. मिसेस गार्डनरने ते सूप तिच्या शेजारी ठेवलं आणि शांतपणे ती खोलीतून निघून गेली.

मिसेस रायमर यंत्रवतपणे ते सूप पिऊ लागली. ते छान होतं. दाट आणि गरमागरम. तिच्या डोक्यात विचारचक्र फिरत होती. कोणाला वेड लागलं होतं? तिला की मिसेस गार्डनरला? कोणीतरी एक नक्की वेडं असणार! पण तो डॉक्टरही तर होताच.

"मी ॲमेलिया रायमर आहे," ती ठामपणे स्वतःला म्हणाली, "मी ॲमेलिया रायमर आहे हे मला माहीत आहे आणि कोणीही वेगळं काही सांगितलं तर मी ऐकणार नाही."

सूप संपलं होतं. तिने वाडगा पुन्हा ट्रेमध्ये ठेवला. तेवढ्यात तिचं लक्ष तिथे ठेवलेल्या वृत्तपत्राकडे गेलं. त्यावरची तारीख होती १९ ऑक्टोबर. ती मिस्टर पार्कर पाइनच्या ऑफिसात कधी गेली होती? पंधरा किंवा सोळा तारखेला म्हणजे ती साधारण तीन दिवस आजारी होती तर.

"तो दुष्ट, लबाड डॉक्टर!" मिसेस रायमर संतापाने उद्गारली.

पण तरीही तिला जरासं हायसंही वाटलं होतं. तिला असे लोक माहीत होते जे स्वतःची ओळख कितीतरी वर्षं विसरलेले होते आणि असंच काहीतरी आपल्या बाबतीत झालंय की काय अशी तिला आधी भीती वाटत होती.

ती वृत्तपत्राची पानं उलटून पाहू लागली. उगीचच त्यातल्या बातम्यांवरून नजर फिरवताना अचानक एका परिच्छेदाने तिचं लक्ष वेधून घेतलं.

> 'बटण शँक किंग' ॲबनर रायमर यांच्या विधवा पत्नी मिसेस ॲबनर रायमर, यांना काल मनोरुग्णांवर उपचार करणाऱ्या एका खासगी गृहात हलवण्यात आलं. त्याआधी दोन दिवस त्यांची तक्रार होती की, त्यांना नेहमीसारखं वाटत नव्हतं. त्या मिसेस रायमर नसून, हॅना मूरहाउस नामक तरुण नोकराणी असल्याचं त्या ठासून सांगत होत्या.

"हॅना मूरहाउस! म्हणजे असं आहे तर!" मिसेस रायमर उद्गारल्या, "ती मी आहे आणि मी ती आहे. मला वाटतं आम्ही सारख्या दिसणाऱ्या दोघी जणी

असणार; पण काही वेळातच हे पुन्हा नीट करता येईल! पण जर तो लबाड मिस्टर पार्कर पाइन काहीतरी डाव खेळत असेल तर...''

पण त्याच क्षणी तिचं लक्ष वृत्तपत्रातल्या कॉन्स्टंटाइन या नावाकडे गेलं. या वेळी ते नाव एका बातमीच्या हेडलाइनमध्ये होतं.

डॉ. कॉन्स्टंटाइनचा दावा

जपानला परतण्यापूर्वी डॉक्टर क्लॉडियस कॉन्स्टंटाइन यांनी काल रात्री निरोप समारंभात भाषण दिलं. त्यात त्यांनी काही आश्चर्यकारक दावे केले. त्यांनी असं सांगितलं की, आत्म्याचं अस्तित्व सिद्ध करता येऊ शकतं. त्यासाठी एका शरीरातला आत्मा दुसऱ्या शरीरात घालता येऊ शकतो. पूर्वेकडच्या देशांत त्यांनी केलेल्या प्रयोगांवरून आत्म्याची अशी दुहेरी अदलाबदली यशस्वीरीत्या केली असल्याचा दावा त्यांनी केला. संमोहित केलेल्या 'अ' शरीरातला आत्मा संमोहित केलेल्या 'ब' शरीरात घातला आणि 'ब' शरीरातला आत्मा 'अ' शरीरात घातला. संमोहनाच्या झोपेतून बाहेर आल्यानंतर 'अ'ने सांगितलं की, ती 'ब' व्यक्ती आहे आणि 'ब'ला वाटलं की, ती 'अ' व्यक्ती आहे. या प्रयोगासाठी भरपूर शारीरिक साम्य असलेल्या दोन व्यक्ती घेणं गरजेचं होतं. कारण, शारीरिक साम्य असलेल्या दोन व्यक्ती एकमेकींशी कोणत्यातरी प्रकारे *जोडलेल्या* असतात, हे नक्की. जुळ्या व्यक्तींच्या बाबतीत हे लक्षणीयरीत्या दिसून येतं; पण दोन अनोळखी व्यक्तींमध्ये, त्यांचा सामाजिक स्तरही पूर्ण भिन्न असताना, शारीरिक साम्यामुळे त्या रचनात्मकदृष्ट्या एकाच प्रकारच्या असल्याचं दिसून येतं.

मिसेस रायमरने रागाने वृत्तपत्र बाजूला फेकलं. ''लबाड मनुष्य!'' ती ओरडली.

आता तिच्यासमोर सगळं चित्र स्पष्ट झालं होतं! तिची सगळी संपत्ती हडप करण्यासाठी रचलेला हा दुष्ट डाव होता. ही हॅना मूरहाउस पार्कर पाइननेच आणलेलं प्यादं असणार. कदाचित ती निरपराध असेल, तिला काहीच माहीत नसेल. तो पार्कर पाइन आणि तो दुष्ट डॉक्टर कॉन्स्टंटाइन या दोघांनीच हा कुटील डाव खेळला आहे.

पण ती त्यांना उघडं पाडेल! जगाला दाखवून देईल! ती त्याच्यावर कायदेशीर कारवाई करेल! ती सगळ्यांना सांगेल...

अचानक मिसेस रायमर थबकली. तिला तो पहिला परिच्छेद आठवला. हॅना मूरहाउस ही काही गरीब गाय किंवा त्यांनीच पेरलेलं साधन नव्हती तर. तिनेही

विरोध केला होता. ती हॅना आहे, मिसेस रायमर नाही हे तिने जाहीर केलं होतं आणि त्यामुळे काय झालं होतं?

''तिला तर त्यांनी वेड्यांच्या इस्पितळात टाकलंय, बिचारी!'' मिसेस रायमर म्हणाली.

अचानक भीतीने तिच्या अंगावर शहारा आला.

वेड्यांचं इस्पितळ. ते तुम्हाला तिथे टाकतात आणि मग तिथून कधीच बाहेर पडता येत नाही. तुम्ही शहाणे असल्याचं तुम्ही जितकं जास्त सांगाल, तितका त्यांचा तुमच्यावरचा विश्वास उडतो. एकदा का तिथे गेलं की, तिथेच कायम राहावं लागतं. नाही, मिसेस रायमर तो धोका पत्करायला तयार नव्हती.

तेवढ्यात दार उघडून मिसेस गार्डनर आत आली.

''अरे वा, तू सूप संपवलंस. चांगलंय, चांगलंय! तू आता पटकन बरी होशील हं,'' ती म्हणाली.

''मी कधी आजारी पडले?'' मिसेस रायमरने विचारलं.

''अं... तीन दिवस झाले. बुधवार होता. पंधरा तारीख असेल. चारेक वाजता तुला बरं वाटेनासं झालं.''

''अच्छा!!'' मिसेस रायमरच्या त्या उद्गारात भरपूर अर्थ दडलेला होता. तिला बरोबर आठवत होतं की, त्याच दिवशी चार वाजताच ती डॉक्टर कॉन्स्टंटाइनला भेटली होती.

''तू तुझ्या खुर्चीतून एकदम खालीच पडलीस,'' मिसेस गार्डनर तिला सांगू लागली. ''तू अचानक, ओह, ओह इतकंच म्हणू लागलीस आणि मला झोप येतेय असं म्हणालीस. तुझा आवाजही झोपाळू झाला होता आणि मग खरंच तुला झोप लागली. आम्ही तुला पलंगावर नेऊन झोपवलं आणि डॉक्टरला बोलावलं आणि तेव्हापासून तू इथेच आहेस.''

''माझा चेहरा वगळता मी कोण आहे हे तुम्हाला कळण्याचा दुसरा काही मार्ग नाहीये ना?'' मिसेस रायमरने विचारलं.

''अं, काय विचित्रच बोलतीयेस? कोणाही माणसाचा चेहरा हीच तर त्याला ओळखण्याची सगळ्यात चांगली खूण असते ना! हां; पण तुला स्वतःचं समाधान करायचं असेलच, तर तुझी एक जन्मखूण आहे ना,'' मिसेस गार्डनर म्हणाली.

''जन्मखूण?'' मिसेस रायमरचा चेहरा उजळला. कारण, तिला स्वतःला तशी कोणतीही खूणबिण नव्हती.

''हो. उजव्या कोपराखाली स्ट्रॉबेरीच्या आकाराची खूण आहे तुला. बघ की.''

'याने तरी आता सिद्ध होईल,' मिसेस रायमर मनाशीच म्हणाली. कारण, तिच्या कोपराखाली कोणतीही खूण नव्हती हे तिला खात्रीशीर माहीत होतं. तिने आपल्या नाइटड्रेसची बाही वर सरकवली आणि पाहिलं तर ती खूण तिथे होती.

मिसेस रायमर जोरजोरात रडू लागली.

चार दिवसांनी मिसेस रायमर पलंगावरून उठली. तिने त्या दिवसांत पुढे काय करायचं याच्या कितीतरी योजना मनात आखून त्या बाद ठरवल्या होत्या.

ती त्या वृत्तपत्रातली बातमी मिसेस गार्डनरला दाखवून स्पष्टीकरण देऊ शकली असती; पण त्यांनी तिच्यावर विश्वास ठेवला असता का? मिसेस रायमरला खात्री होती की, त्यांनी विश्वास ठेवला नसता.

ती पोलिसांकडे जाऊ शकत होती; पण त्यांनी तरी विश्वास ठेवला असता का? नसता ठेवला, असंच तिला पुन्हा वाटलं.

ती मिस्टर पार्कर पाइनच्या ऑफिसात जाऊ शकत होती. हीच कल्पना तिला सर्वांत जास्त आवडली. कारण, एकतर त्या लबाड माणसाला ती नावं ठेवू शकली असती; पण ही योजना अमलात आणण्यामध्ये एक मोठा अडथळा होता. ती आत्ता कॉर्नवॉलमध्ये होती (असं तिला समजलं होतं) आणि लंडनला जाण्यासाठी तिच्याकडे पैसे नव्हते. एका जुन्या, विटक्या पर्समधले दोन शिलिंग आणि चार पेन्स इतकेच तिच्याकडे पैसे होते.

...आणि म्हणूनच चार दिवसांनी मिसेस रायमरने खिलाडूवृत्तीने एक निर्णय घेतला. सध्यातरी सर्व गोष्टी आहेत तशा स्वीकारायच्या! ती हॅना मूरहाउस होती ना, मग ठीके, हॅना मूरहाउस व्हायचं! तात्पुरती तरी ती भूमिका स्वीकारायची आणि नंतर पुरेसे पैसे साठले की लंडनला जाऊन त्या लबाड इसमाला धडा शिकवायचा!

असं ठरवल्यानंतर, मिसेस रायमरने अगदी खुशीने आपली भूमिका स्वीकारली. तिला तर त्यात गंमतही वाटू लागली. खरोखरच इतिहासाची पुनरावृत्ती होत होती. तिथल्या आयुष्याने तिला आपल्या लहानपणीची आठवण झाली. ते दिवस सरून किती युगं लोटल्यासारखं वाटत होतं!

* * *

अनेक वर्षं ऐषआरामात घालवल्यानंतर तिला इथलं काम करणं जरा जड गेलं; पण आठवड्याभरातच ती शेतावरच्या कामांना सरावली.

मिसेस गार्डनर चांगल्या स्वभावाची, प्रेमळ बाई होती. तिचा धिप्पाड, मितभाषी नवरासुद्धा स्वभावाने प्रेमळ होता. फोटोतला सडपातळ मुलगा आता तिथे कामाला नव्हता. त्याच्याजागी दुसरा एक पंचेचाळीस वर्षांचा, धिप्पाड, आनंदी, मनमिळावू मनुष्य आला होता. तो डोक्याने जरा मंद होता आणि बोलायचाही अगदी सावकाश; पण त्याच्या निळ्या डोळ्यांत एक लाजाळू चमक होती.

कितीतरी आठवडे गेले. शेवटी एकदाचा तो दिवस उगवला आणि मिसेस रायमरकडे लंडनला जाण्यासाठी पुरेसे पैसे साठले; पण ती गेली नाही. तिने लंडनला जाणं पुढे ढकललं. अजून वेळ आहे, तिने विचार केला. अजून तिच्या मनातून वेड्यांच्या इस्पितळाची भीती पूर्णपणे गेलेली नव्हती आणि तो लबाड पार्कर पाइन चांगलाच हुशार होता. ती वेडी आहे असं सांगायला तो कोणत्यातरी डॉक्टरला पुढे आणेल आणि तिला कुठेतरी डांबून टाकतील आणि कोणाला काही कळणारही नाही असं तिला वाटलं.

''शिवाय, थोडा बदल चांगलाच वाटतो ना,'' मिसेस रायमर स्वतःला म्हणाली.

ती रोज सकाळी लवकर उठायची आणि भरपूर कष्ट करायची. त्या हिवाळ्यात शेतावर नवीन आलेला जो वेल्श आजारी पडला आणि तिने मिसेस गार्डनरसोबत त्याची काळजी घेतली. जो त्या दोघींवर जरा जास्तच अवलंबून होता.

मग वसंत ऋतू आला. मेंढ्यांना कोकरं व्हायची वेळ झाली. सगळीकडे रानटी फुलं उमलली. हवा सुखद झाली. जो वेल्श हॅनाला कामात मदत करू लागला. हॅना जोचे फाटलेले कपडेबिपडे शिवून देऊ लागली.

कधी कधी रविवारी ते दोघं चालत चालत फिरायला जाऊ लागले. जोची बायको चार वर्षांपूर्वी वारली होती. त्याने सरळ कबूल केलं की, तिच्या मृत्यूनंतर तो जरा जास्तच पिऊ लागला होता.

तो आता क्राऊनला फारसा जाईनासा झाला होता. त्याने स्वतःसाठी थोडे नवीन कपडे घेतले. ते पाहून मिस्टर आणि मिसेस गार्डनर हसले.

हॅनाही जोची गंमत करायची. त्याच्या वेंधळेपणाची खिल्ली उडवायची. जो राग मानायचा नाही. तो संकोचून जायचा पण खूश असायचा.

वसंत ऋतूनंतर उन्हाळा आला. त्या वर्षीचा उन्हाळा चांगला गेला. सगळ्यांनी भरपूर काम केलं.

कापणी झाली. झाडांची पानं लाल-सोनेरी झाली होती.

ऑक्टोबर महिन्यातल्या आठ तारखेला हॅना कोबी कापत होती आणि तिची नजर वर गेली, तर कुंपणावर रेलून उभा असलेला मिस्टर पार्कर पाइन तिला दिसला.

''तू!'' हॅना ऊर्फ मिसेस रायमर उद्गारली. ''तू...''

तिला इतक्या दिवसांपासून जे काही बोलायचं, ओरडायचं होतं, ते सगळं ती एका दमात बोलली. जेव्हा तिचं सगळं बोलून झालं, तेव्हा तिला धाप लागली होती.

मिस्टर पार्कर पाइन नुसता हसला. ''मला तुमचं म्हणणं मान्य आहे,'' तो म्हणाला.

''तू लबाड आणि खोटारडा आहेस!'' मिसेस रायमर पुन्हा ओरडली, ''काय तो तुझा कॉन्स्टंटाइन आणि ते संमोहन... आणि त्या बिचाऱ्या हॅना मूरहाउसला तुम्ही वेड्यांच्या इस्पितळात टाकलं!''

''नाही,'' पार्कर पाइन म्हणाला, ''इथे तुम्ही मला नीट ओळखण्यात कमी पडलात. हॅना मूरहाउस वेड्यांच्या इस्पितळात नाहीये. कारण, हॅना मूरहाउस ही व्यक्ती अस्तित्वातच नाहीये.''

''काहीही!'' मिसेस रायमर म्हणाली, ''आणि मी माझ्या डोळ्यांनी तिचा फोटो पाहिलाय, त्याचं काय?''

''खोटा आहे. तसा खोटा फोटो बनवणं फार अवघड नसतं,'' पार्कर पाइन म्हणाला.

''आणि वृत्तपत्रात तिच्याविषयी आलेली बातमी?''

''ते संपूर्ण वृत्तपत्रच खोटं बनवलं होतं. त्यात नैसर्गिक आणि खऱ्या वाटाव्या, अशा त्या दोन बातम्या पेरल्या होत्या आणि तसं ते तुम्हाला खरं वाटलंही.''

''आणि तो दुष्ट डॉक्टर कॉन्स्टंटाइन!''

''ते नाव खोटं होतं. चांगला नट असलेल्या माझ्या मित्राने ते नाव धारण केलं होतं.''

मिसेस रायमरने तुच्छतादर्शक आवाज केला, ''आता म्हणशील की, मला खरंखुरं संमोहितही केलं नव्हतंच?''

''खरं सांगायचं तर हो. नव्हतंच केलं. तुमच्या कॉफीमध्ये आम्ही भांग टाकली होती. त्यानंतर इतर काही औषधं दिली तुम्हाला आणि गाडीतून इकडे आणलं. इथे तुम्ही शुद्धीवर आलात.''

''म्हणजे मिसेस गार्डनर इतके दिवस तुम्हाला सगळ्यांना सामील होती?'' मिसेस रायमरने विचारलं.

मिस्टर पार्कर पाइनने मान डोलावली.

''तूच लाच दिली असशील तिला! किंवा काय काय खोटंनाटं भरवलं असशील तिच्या मनात!''

''मिसेस गार्डनरचा माझ्यावर विश्वास आहे. मी एकदा तिच्या मुलाला तुरुंगात जाण्यापासून वाचवलं होतं,'' मिस्टर पाइन म्हणाला.

त्याच्या बोलण्यात असा काहीतरी सच्चेपणा होता की, मिसेस रायमर त्या प्रश्नावर शांत बसली. मग ती जोरात म्हणाली, ''आणि त्या जन्मखुणेचं काय?''

मिस्टर पाइन हसला. ''ती आत्ताही फिकट व्हायला सुरुवात झालीच आहे. अजून सहाएक महिन्यांत दिसेनाशी होईल.''

''पण या सगळ्या वेडेपणाचा काय अर्थय? मला असं फसवलंत, इथे नोकर म्हणून आणून टाकलं... आणि माझे बँकेत किती पैसे होते; पण माझ्या मते ते तर मी विचारायलाच नको आता. तू ते पैसे स्वतःसाठी वापरत असशीलच. या सगळ्यामागे तोच तर हेतू होता ना!''

''हे खरंय की तुम्ही औषधाच्या गुंगीत असताना मी तुमच्याकडून अधिकारपत्र म्हणजे पॉवर ऑफ ॲटर्नी मिळवली आणि तुम्ही लंडनला... अं, उपस्थित नसताना मीच तुमचे आर्थिक व्यवहार हाताळत होतो,'' मिस्टर पाइन म्हणाला, ''पण माझं ऐका तर, प्रिय मॅडम, मी तुम्हाला खात्री देतो की, तुम्ही स्वतः मला सुरुवातीला दिलेल्या हजार पौंडाशिवाय मी एकही जास्तीचा पैसा घेतलेला नाही. उलट, खरं सांगायचं तर मी शहाणपणाने तुमचा पैसा गुंतवल्यामुळे तुमची आर्थिक परिस्थिती आता आणखीनच सुधारली आहे,'' असं म्हणून तो तोंडभरून हसला.

''पण मग का...?'' मिसेस रायमरने बोलायला सुरुवात केली.

''मिसेस रायमर, मला तुम्हाला एक प्रश्न विचारायचाय,'' मिस्टर पार्कर पाइन म्हणाला, ''तुम्ही अत्यंत प्रामाणिक आहात. तुम्ही प्रामाणिकपणेच उत्तर द्याल हे मला माहीत आहे. मला तुम्हाला असं विचारायचंय की, तुम्ही आनंदात आहात का?''

''आनंदात! काय प्रश्न आहे हा! एका बाईचे पैसे चोरलेस आणि वर विचारतोस की ती आनंदात आहे का! वा रे उद्धटपणा!''

''तुम्ही अजूनही रागावलेल्या आहात आणि ते बरोबरच आहे,'' तो म्हणाला. ''पण क्षणभरासाठी मी जे काही चुकीचं वागलो ते बाजूला ठेवा. मिसेस रायमर, एक वर्षापूर्वी बरोबर याच दिवशी तुम्ही माझ्या ऑफिसमध्ये आला होतात, तेव्हा अजिबात खूश नव्हतात. आत्ताही तुम्ही तशाच नाखूश आहात, असं म्हणाल का? जर तुम्ही आताही आनंदात नसाल, तर मी तुमची माफी मागतो. तुम्हाला माझ्याविरुद्ध जी काही पावलं उचलायची असतील ती उचलू शकता. इतकंच नाही, तर ते हजार पौंडसुद्धा मी तुम्हाला परत करेन. सांगा, मिसेस रायमर, तुम्ही आत्ताही आनंदात नाहीच आहात का?''

मिसेस रायमरने मिस्टर पार्कर पाइनकडे रोखून पाहिलं; पण जेव्हा अखेरीस ती बोलू लागली, तेव्हा तिने आपली नजर खाली झुकवली होती.

''नाही,'' ती म्हणाली, ''मी नाखूश नाहीये,'' तिच्याच आवाजात आता एक आश्चर्याचा सूर मिसळलेला होता. ''तुम्ही मला तो आनंद मिळवून दिला. तेवढं मी मान्य करते. ॲबनरच्या मृत्यूनंतर आता पहिल्यांदाच मी इतकी आनंदात आहे. मी... मी इथे काम करणाऱ्या जो वेल्श नावाच्या माणसाशी लग्न करणारे. आमच्या विवाहाची घोषणा पुढच्या रविवारी चर्चमध्ये होणार आहे म्हणजे होणार होती...''

''पण आता सगळंच बदललं आहे, अर्थातच...''

मिसेस रायमरचा चेहरा लालेलाल झाला. ती एक पाऊल पुढे आली.

''बदललंय म्हणजे? काय म्हणायचंय तुला? माझ्याकडे भरपूर पैसा असला, तर मी लगेच एखाद्या श्रीमंत लेडी सारखी वागू लागेन? मला नाही व्हायचंय तशी लेडी. थँक्यू! त्या सगळ्या श्रीमंत बायकांना स्वतःचं स्वतः काहीही करता येत नाही. जो माझ्यासाठी चांगला आहे आणि मी त्याच्यासाठी. आम्ही एकमेकांसाठी सुयोग्य

आहोत आणि सुखाने एकत्र राहू आणि तू रे, नाकखुपशा पार्कर, तू निघून जा इथून आणि आमच्या आयुष्यात नाक खुपसू नकोस!''

मिस्टर पार्कर पाइनने खिशातून एक कागद काढला आणि तिला दिला, ''हेच ते अधिकारपत्र. मी ते फाडून टाकू का? आता तुम्हीच पुन्हा तुमची संपत्ती सांभाळाल ना?''

अचानक मिसेस रायमरच्या चेहऱ्यावर वेगळेच भाव उमटले. तिने तो कागद पुन्हा त्याच्या हातात कोंबला.

''घेऊन जा तो कागद. मी तुला बरंच बोलले आणि त्यातलं काही बरोबरच होतं. तू लबाड आहेसच; पण तरी माझा तुझ्यावर विश्वास आहे. मला सातशे पौंड इथल्या बँकेत हवे आहेत. आम्हाला दोघांना जे शेत आवडलंय, ते त्यातून आम्हाला विकत घेता येईल आणि बाकीचे पैसे... अं, ते हॉस्पिटल्सना घेऊ दे.''

''काय? तुम्ही तुमची सगळीच्या सगळी संपत्ती हॉस्पिटल्सना दान करताय?''

''हो, तेच सांगतेय ना. जो खूप चांगला आहे; पण मनाने तितका कणखर नाही. त्याच्या हाती भरपूर पैसा आला, तर तो बिघडेल. मी आता त्याची दारू सोडवली आहे आणि मला त्याला तसंच ठेवायचंय. देवा, नशीबच म्हणायचं की, मी डोक्याने पूर्ण शाबूत आहे. मी आता माझ्या आणि माझ्या आनंदाच्या मध्ये पैशाला येऊ देणार नाही.''

''तुम्ही फार विलक्षण आहात,'' मिस्टर पार्कर पाइन सावकाश म्हणाला, ''हजारातली एखादीच बाई तुम्ही जे करताय तसं काही करेल.''

''मग हजारातली एखादीच बाई शहाणी आहे असं म्हणावं लागेल!'' मिसेस रायमर म्हणाली.

''मी तुम्हाला सलाम करतो!'' त्याचा आवाज कातर झाला होता. गंभीरपणे हॅट उंचावून तिला अभिवादन करत तो तिथून निघून गेला.

''आणि जोला कधीच कळलं नाही पाहिजे, लक्षात ठेव!'' मिसेस रायमर मागून ओरडली.

सूर्यास्ताच्या पार्श्वभूमीवर ती हातात भलामोठा कोबीचा गड्डा घेऊन उभी होती. तिचे खांदे ताठ होते, डोकं वर उंचावलेलं होतं. सूर्यबिंबाच्या समोर ठाकलेली कणखर शेतकरी स्त्रीची आकृती होती ती...

मॅग्नोलियाचा बहर

व्हिक्टोरिया स्टेशनच्या घड्याळाखाली व्हिन्सेंट ईस्टन थांबला होता. दर काही सेकंदांनी तो अस्वस्थपणे घड्याळाकडे नजर टाकत होता. त्याने स्वतःशीच विचार केला : ''इथे आणखी किती पुरुष माझ्यासारखे मुलीची वाट पाहत थांबले असतील आणि ती मुलगी आलीच नसेल?''

त्याला क्षणभर खूप भीती वाटली. जर थिओ आलीच नाही तर? तिने विचार बदलला असेल तर? बायका करतात असं कधी कधी. त्याला तिच्याविषयी खात्री वाटत होती का? तिच्याबद्दल तशी खात्री त्याला कधीतरी वाटली होती का? त्याला खरंच तिच्याविषयी काय माहिती होती? सुरुवातीपासूनच तिने त्याला गोंधळात पाडलं होतं. असं वाटायचं की, तिच्या आत एक नव्हे, दोन दोन बायका आहेत... एक रिचर्ड डॅरेलची सुंदर, खळखळून हसणारी बायको आणि दुसरी शांत, रहस्यमय मुलगी, जी हायमर्स क्लोजमध्ये त्याच्यासोबत फेरफटका मारायची. त्याला ती नेहमी मॅग्नोलियाच्या फुलासारखी वाटायची. कदाचित, त्यांनी मॅग्नोलियाच्या झाडाखाली पहिल्यांदा अद्‌भुत चुंबन घेतलं होतं म्हणूनही असेल. मॅग्नोलियाच्या बहरामुळे हवेत गोड सुगंध भरला होता आणि त्याच्या एक-दोन मखमली, सुगंधी पाकळ्या तिच्या वर उचललेल्या तितक्याच नितळ, मुलायम आणि फुलांइतक्याच शांत चेहऱ्यावर हलकेच येऊन विसावल्या होत्या. मॅग्नोलियाचं फूल - आकर्षक, सुगंधी, गूढ.

हे पंधरवड्यापूर्वी घडलं होतं... तो तिला भेटला त्याच्या दुसऱ्या दिवशी आणि आता ती कायमची त्याच्याकडे येण्याची तो वाट पाहत उभा होता. त्याचा विश्वास पुन्हा डळमळीत झाला. ती येणारच नाही. ती येईल असं त्याला वाटलंच तरी कसं? त्याच्याकडे यायचं तर तिला कितीतरी गोष्टी सोडाव्या लागल्या असत्या. सुंदर मिसेस डॅरेल असं काहीही गुपचूप करू शकत नाही. कारण, ते केवळ काही दिवसांचं प्रकरण म्हणूनच गाजलं असतं आणि ते कोणी विसरलं नसतं. असं काही करायचं, तर जास्त चलाखीचे, चांगले मार्ग होते... जसं की धोरणीपणे, गवगवा न करता घेतलेला घटस्फोट वगैरे.

पण त्यांनी क्षणभरही या कशाचा विचार केला नव्हता, किमान त्याने तरी केलाच नव्हता. तिने केला होता का? त्याच्या मनात आलं. त्याला कधीच तिचे विचार समजले नव्हते. त्याने तिला भ्याडपणे त्याच्यासोबत येशील का असं विचारलं होतं... कारण, शेवटी तो कोण होता? कोणीच विशेष नाही. ट्रान्सव्हालमधल्या हजारो संत्री पिकवण्याऱ्यांपैकी तो एक होता. लंडनमधल्या झगझगाटाच्या दुनियेतून तो तिला कशा आयुष्यात नेणार होता! आणि तरीही त्याला ती इतकी हवी होती की, त्याने तिला अखेर विचारलंच होतं.

तिने कोणतेही आढेवेढे न घेता शांतपणे होकार दिला होता. जणू काही त्याने तिला जगातली सगळ्यात सोपी गोष्टच विचारली असावी.

''उद्या?'' त्याने थक्क होऊन विचारलं होतं. त्याचाही विश्वास बसत नव्हता.

...आणि तिने तिच्या हळुवार, अशक्त आवाजात उद्या येण्याचं वचन दिलं होतं. सामाजिक कार्यक्रमांत वावरतानाचा तिचा मोठा, खळखळून हसणारा आवाज आणि हा शांत आवाज किती वेगवेगळा होता. त्याने तिला पहिल्यांदा पाहिलं, तेव्हा तिची तुलना हिऱ्याशी केली होती. हिरा कसा शेकडो पैलूंमधून प्रकाश फेकत असतो, तशी ती भासली होती; पण तिचा पहिला स्पर्श झाला, पहिलं चुंबन घेतलं, तेव्हा अचानक त्याला ती मुलायम नितळ मोत्यासारखी वाटू लागली. मॅग्नोलियाच्या फुलासारखा गुलबट पांढरा मोती...

तिने वचन दिलं होतं आणि आता ते वचन पूर्ण करण्याची तो वाट बघत होता.

त्याने पुन्हा घड्याळाकडे पाहिलं. ती आता थोड्याच वेळात आली नाही, तर त्यांची ट्रेन चुकणार होती.

पुन्हा एकदा त्याच्या मनात नकारार्थी विचारांचं वादळ आलं. ती येणारच नाही! नक्कीच ती येणार नाही. तशी अपेक्षा करणंच वेडेपणाचं होतं! शेवटी वचन दिलं तरी त्याला काय अर्थ असतो? तो घरी पोहोचेल, तेव्हा एखादं पत्र आलेलं असेल, त्यात तिने काहीतरी स्पष्टीकरण दिलं असेल तिच्या वागण्याचं. अशा वेळी धाडस गोळा करायला जमलं नाही की बायका जे काही म्हणत असतील, तसंच काहीतरी तिनेही लिहिलं असेल...

त्याला संताप आला, राग आणि निराशेचा कडवटपणा त्याच्या मनात भरला.

मग त्याला अचानक फलाटावर ती दिसली. ती मंद स्मित करत त्याच्याच दिशेने येत होती. ती घाई न करता सावकाश चालत होती. जणू काही तिच्यासमोर युगानुयुगांचा वेळ असावा. तिने मऊ कापडाचा, घट्ट बसणारा काळा झगा घातला होता आणि छोटी काळी हॅट. त्यातून तिचा फिकट चेहरा आणखीच खुलून दिसत होता.

त्याने तिचा हात घट्ट धरला आणि वेड्यासारखा पुटपुटू लागला : ''म्हणजे तू आलीस... तू आलीस! खरंच!''

''अर्थात,'' तिचा आवाज किती शांत होता! किती शांत!

''मला वाटलं तू येणार नाहीस,'' तिचा हात सोडत, तो धापा टाकत उद्गारला.

तिचे सुंदर डोळे विस्फारले. त्या डोळ्यांत लहान मुलांसारखं निरागस आश्चर्य उमटलं.

''का?''

त्याने काहीच उत्तर दिलं नाही. उलट त्याने एका हमालाला बोलावलं. त्यांच्याकडे फार वेळ नव्हता. पुढची काही मिनिटं नुसती धांदल आणि धावपळीत गेली. मग ते त्यांच्या आरक्षित केलेल्या डब्यात बसले आणि ट्रेन सुटली. दक्षिण लंडनची करडी, उदास घरं मागे पडू लागली.

* * *

थिओडोरा डॅरेल त्याच्या समोर बसली होती. शेवटी एकदाची ती त्याची झाली होती आणि त्याला कळलं होतं की, अगदी शेवटच्या क्षणापर्यंत त्याचा यावर विश्वास बसलेला नव्हता. विश्वास ठेवायची त्याची हिंमतच झाली नव्हती. तिच्यातल्या त्या जादूई, रहस्यमय गुणामुळे त्याला भीती वाटत होती. ती कधीतरी त्याची होईल हे त्यामुळेच त्याला अशक्य वाटत होतं.

पण आता सगळी साशंकता संपली होती. मागे फिरण्याचे रस्ते बंद करणारं पाऊल उचलून झालं होतं. त्याने तिच्याकडे पाहिलं. ती एका कोपऱ्यात स्तब्ध बसली होती. तिच्या चेहऱ्यावर किंचित हसू होतं. तिच्या खाली झुकलेल्या लांब काळ्या पापण्या गोऱ्या गालांवर विसावल्या होत्या.

त्याच्या मनात आलं : 'हिच्या मनात आत्ता काय चालू असेल? काय विचार करतेय ती? माझा? की तिच्या नवऱ्याचा? तसंही तिला त्याच्याबद्दल नक्की काय वाटतं? पूर्वी कधीतरी तिच्या मनात त्याच्याविषयी भावना असतील का? की कधीच तिचं त्याच्यावर प्रेम नव्हतं? ती त्याचा तिरस्कार करते की तिला त्याच्याविषयी काहीच वाटत नाही?' आणि मग पुन्हा एकदा त्याच्या मनात भीती दाटून आली : 'मला यातलं काहीच माहीत नाहीये. ते मला कधीच कळणार नाही. माझं तिच्यावर प्रेम आहे; पण मला तिच्याविषयी काहीच माहीत नाहीये. ती काय विचार करते किंवा तिला काय वाटतं...'

त्याच्या मनातले विचार थिओडोरा डॅरेलच्या नवऱ्याभोवती फिरत राहिले. त्याला लग्न झालेल्या बऱ्याच बायका माहीत होत्या, ज्या आपल्या नवऱ्यांविषयीच्या तक्रारी सहजपणे करायच्या. त्यांचे नवरे कसे त्यांना समजून घेत नाहीत, कसं

त्यांच्या भावनांकडे दुर्लक्ष केलं जातं वगैरे. व्हिन्सेंट ईस्टनने कडवटपणे विचार केला की, सहानुभूती मिळवण्यासाठी वापरायची ती एक नेहमीची युक्ती होती.

पण थिओने मात्र उडता उल्लेख वगळता रिचर्ड डॅरेलविषयी कधीच काही सांगितलं नव्हतं. सगळे त्याला ओळखायचे तसाच ईस्टनही ओळखायचा. रिचर्ड डॅरेल देखणा होता, त्याची वृत्ती बेफिकीर, आकर्षक होती. सगळ्यांना तो आवडायचा. त्याचं आणि त्याच्या बायकोचं छान पटतं असंच नेहमी वाटायचं; पण त्याने काहीच सिद्ध होत नव्हतं. व्हिन्सेंट मनाशी म्हणाला की, थिओ चांगल्या घरातली मुलगी आहे. तिच्यावर संस्कारच असे असणार की, ती आपल्या नवऱ्याबद्दल असं कुठंही काही बोलत फिरणार नाही.

त्या दोघांमध्ये याबद्दल एकाही शब्दाचं संभाषण झालं नाही. ते दुसऱ्यांदा भेटले होते, तेव्हा बागेत शांतपणे एकत्र फिरले होते. त्यांचे खांदे एकमेकांना स्पर्शायचे, तेव्हा तिच्या शरीराची सूक्ष्म थरथर झालेली त्याला जाणवायची. त्या दोघांत होतं ते काय होतं त्याचं कोणतंही स्पष्टीकरण दिलं गेलं नाही किंवा त्याला काही नावही दिलं नाही. त्याने चुंबन घेतलं की, तीही त्याला प्रतिसाद द्यायची, तेव्हा ती अगदी साधीसुधी-थरथर कापणारी मुलगी असायची. तिची ती गुलबट गोरी त्वचा, तिचं लखलखतं व्यक्तिमत्त्व, सौंदर्य, ज्यामुळे ती प्रसिद्ध झाली होती, ते त्या वेळी कुठेच दिसायचं नाही. एकदाही ती आपल्या नवऱ्याबद्दल बोलली नव्हती. त्या वेळी व्हिन्सेंटला ते बरंच वाटलं होतं. ज्या बायकांना स्वतःला आणि त्यांच्या प्रियकराला दिलासा द्यायचा असतो की, त्यांचं प्रेमप्रकरण कसं समर्थनीय आहे, तशा उलटसुलट चर्चा व्हिन्सेंटला ऐकायच्या नव्हत्याच.

पण आता मात्र तिच्या गर्भित शांतपणामुळे त्याला चिंता वाटू लागली. समोर बसलेल्या या असामान्य मुलीबद्दल आपल्याला काहीच माहिती नाहीये आणि ती तिचं आयुष्य आपल्यासोबत घालवायला आलेली आहे हे जाणवून त्याला पुन्हा भीती वाटली. तो घाबरलाच होता.

स्वतःलाच खात्री देण्याकरता त्याने पुढे झुकून तिच्या गुडघ्यावर हात ठेवला. पुन्हा त्याला तिच्या शरीराची सूक्ष्म थरथर जाणवली आणि त्याने तिचा हात हातात घेतला. पुढे होत त्याने तिच्या तळहाताचं दीर्घ चुंबन घेतलं. तिने आपली बोटं त्याच्या हातात गुंफल्याचं त्याला जाणवलं आणि वर बघताच दोघांची नजरानजर झाली. तिच्याकडे पाहून त्याच्या मनाचं समाधान झालं.

तो आपल्या सीटवर मागे रेलून बसला. क्षणभरासाठी तो पूर्ण समाधानी होता. त्याला आणखी काहीच नको होतं. ते दोघं एकत्र होते. ती त्याची होती. मग तो हलक्याफुलक्या स्वरात म्हणाला, ''तू फारच गप्प आहेस?''

''हो?''

''हो.'' मग मिनिटभराने तो गंभीरपणे म्हणाला, ''तुला नक्की... पश्चात्ताप होत नाहीये ना?''

तिचे डोळे विस्फारले. ती उद्गारली, ''नाही नाही!''

त्याचा तिच्या उत्तरावर विश्वास होता. तिच्या आवाजात प्रामाणिकपणा होता.

''तू कसला विचार करतीयेस? मला जाणून घ्यायचंय.''

''मला वाटतं मला भीती वाटतीये,'' ती हळू आवाजात म्हणाली.

''भीती?''

''आनंदाची भीती वाटतेय.''

तो उठून तिच्या शेजारी जाऊन बसला, तिला मिठीत घेतलं आणि तिच्या चेहऱ्याची आणि मानेची चुंबनं घेऊ लागला.

''माझं तुझ्यावर खूप प्रेम आहे,'' तो म्हणाला, ''खूप प्रेम!''

तिने स्वतःला त्याच्या मिठीत विरघळू दिलं. तीही आवेगाने त्याची चुंबनं घेऊ लागली आणि त्यातूनच त्याला तिचं उत्तर मिळालं.

मग तो पुन्हा आपल्या सीटवर बसला. त्याने एक मासिक उचललं आणि तिनेही. दर काही मिनिटांनी दोघंही मासिकांवरून एकमेकांकडे बघत होते. नजरानजर झाली की, ते हळूच हसायचे.

पाच वाजल्यानंतर ते डोव्हरला पोहोचले. ते तिथेच रात्र काढणार होते आणि दुसऱ्या दिवशी युरोपला जाणार होते. त्यांच्या हॉटेलच्या खोलीत थिओ आणि पाठोपाठ व्हिन्सेंटही पोहोचला. हातातली एक-दोन संध्याकाळची वृत्तपत्रं त्याने टेबलावर टाकली. हॉटेलच्या दोन सेवकांनी त्यांचं सामान आत आणून ठेवलं.

थिओ खिडकीशी उभी राहून बाहेर पाहत होती. ती वळली आणि काही क्षणांतच दोघं एकमेकांच्या मिठीत होते.

पण दारावर टकटक झाली आणि दोघं एकमेकांपासून दूर झाले.

''काय हे! आपल्याला एकांत कधी मिळणारे कुणास ठाऊक!'' व्हिन्सेंट वैतागून म्हणाला.

थिओ हसली. ''वाटत तरी नाहीये तसं,'' ती हळुवारपणे म्हणाली. सोफ्यावर बसून तिने एक वृत्तपत्र उचललं.

दाराबाहेर चहा घेऊन आलेला वेटर होता. त्याने तो टेबलावर ठेवला आणि आणखी काही हवं आहे का याची चौकशी करून तो निघून गेला.

व्हिन्सेंट दुसऱ्या खोलीत गेला होता, तिथून पुन्हा बाहेरच्या खोलीत आला.

''चल, चहा घेऊ या!'' तो खुशीत म्हणाला; पण अचानक त्याचं लक्ष थिओकडे गेलं. ''काय झालं?'' त्याने विचारलं.

थिओ सोफ्यावर ताठ बसली होती. तिची नजर समोर कुठेतरी शून्यात लागली होती आणि तिचा चेहरा पांढराफटक पडला होता.

व्हिन्सेंट पटकन तिच्याजवळ गेला. ''काय झालं, प्रिये?''

काही न बोलता तिने ते वृत्तपत्र त्याच्या हातात दिलं आणि एका बातमीकडे बोट दाखवलं.

व्हिन्सेंटने तिच्या हातून वृत्तपत्र घेतलं. **'हॉबसन, जेकिल अँड ल्यूकासचं अपयश'** त्याने वाचलं. त्या क्षणी शहरातल्या त्या मोठ्या फर्मचं नाव वाचून त्याला काही कळलं नाही; पण ते नाव आपल्याला माहीत आहे की काय असं त्याला उगाचच वाटू लागलं. त्याने प्रश्नार्थक नजरेने थिओकडे पाहिलं.

''हॉबसन, जेकिल अँड ल्यूकास म्हणजे रिचर्ड,'' तिने सांगितलं.

''तुझा नवरा?''

''हो.''

व्हिन्सेंटने वृत्तपत्रातली ती बातमी पुन्हा नीट वाचली. त्यातल्या काही वाईट वाक्यांनी त्याचं लक्ष वेधून घेतलं : 'अचानक कोसळली', 'गंभीर गोष्टी बाहेर येणार' आणि 'इतरही कंपन्यांवर परिणाम'.

काहीतरी हालचाल जाणवली म्हणून त्याने वर पाहिलं, तर थिओ आरशासमोर उभी राहून तिची हॅट नीट करत होती. तिने त्याच्याकडे पाहिलं. तिचे डोळे त्याच्या नजरेला भिडले.

''व्हिन्सेंट, मला रिचर्डकडे जायला हवं.''

तो झपकन उठला.

''थिओ... काहीही काय!''

तिने यांत्रिकपणे पुन्हा तेच सांगितलं, ''मला रिचर्डकडे जायलाच हवं.''

''पण प्रिये...''

तिने जमिनीवर पडलेल्या वृत्तपत्राकडे बोट दाखवलं.

''याचा अर्थ तो उद्ध्वस्त झालाय. दिवाळखोरी! त्याला मी या अशा आजच्याच दिवशी सोडून नाही जाऊ शकत.''

''तुला ही बातमी समजली त्याच्या आधीच तू त्याला सोडून आली होतीस. नीट विचार कर!''

तिने दुःखाने मान हलवली.

''तुला समजत नाहीये. मला रिचर्डकडे जायला हवं.''

...आणि तो काहीही करून तिचं मन वळवू शकला नाही. इतकी मऊ, कमजोर मुलगी इतकी ठाम कशी झाली होती, याचं त्याला आश्चर्यच वाटलं. पहिल्या वेळेनंतर तिने वाद घातला नाही. त्याला जे काही बोलायचं होतं, ते

तिने त्याला भडाभडा बोलू दिलं. त्याने तिला मिठीत घेतलं, तिच्याशी शारीरिक जवळीक करून त्याने तिचं मन वळवायचा प्रयत्न केला; पण जरी तिच्या मुलायम ओठांनी त्याच्या चुंबनांना प्रतिसाद दिला, तरी ती त्याच्यापासून दूर गेल्यासारखं त्याला जाणवलं. त्याच्या विनवण्यांनंतरही ती कठोर आणि ठामच राहिली.

या प्रयत्नांनी थकून जाऊन आणि त्याचा वीट येऊन शेवटी त्याने तिला जाऊ दिलं. विनवण्यांचं रूपांतर त्याच्या कडवटपणात झालं होतं. तिचं त्याच्यावर कधीच प्रेम नव्हतं असंही तो तिला म्हणू लागला. तेही तिने शांतपणे ऐकून घेतलं, काहीही प्रतिकार केला नाही; पण तिच्या दयनीय चेहऱ्यावरून त्याचं म्हणणं खोटं आहे हे त्याला समजून चुकलं. शेवटी त्याच्या कडवटपणाचं रूपांतर संतापात झालं. मनात येईल ते सगळे शिव्याशाप तो तिला देऊ लागला. तिला दुखवून, घायाळ करून गुडघे टेकायला लावायचे होते त्याला!

अखेर त्याचं बोलणं संपलं. आता आणखी काहीच बोलण्यासारखं नव्हतं. डोकं ओंजळीत खुपसून तो खालच्या लाल गालिच्याकडे एकटक बघत बसून राहिला. दारापाशी थिओडोरा उभी होती. पांढराफटक चेहरा असलेल्या काळ्या सावलीसारखी.

सगळं संपलं होतं.

''गुडबाय, व्हिन्सेंट,'' ती शांतपणे म्हणाली.

त्याने काहीच उत्तर दिलं नाही.

दार उघडलं, पुन्हा बंद झालं.

डॅरेल्स चेल्सीतल्या एका जुन्या पद्धतीच्या घरात राहत. त्याला एक लहानशी बागही होती. घराच्या पुढच्या बाजूला मॅग्नोलियाचं एक झाड होतं. काळसर, घाणेरडं झालेलं होतं; पण तरी होतं मॅग्नोलियाचंच.

तिनेक तासांनी घराच्या पायरीवर उभ्या असलेल्या थिओने त्या मॅग्नोलियाकडे पाहिलं. दुःखभरल्या हास्याने तिचं तोंड वेडंवाकडं झालं.

ती घरात जाऊन थेट मागच्या बाजूच्या अभ्यासिकेत शिरली. तिथे एक तरुण येरझारा घालत होता. त्याचा देखणा चेहरा चिंताक्रांत दिसत होता.

ती आत आली तशी त्याने सुटकेचा निःश्वास सोडला.

''किती बरं झालं तू आलीस, थिओ! ते म्हणाले की, तू सामान घेऊन कुठेतरी बाहेरगावी गेलीयेस.''

''मी बातमी ऐकली आणि परत आले.''

रिचर्ड डॅरेलने तिच्या खांद्यावर हात टाकून तिला सोफ्यावर बसवलं. थिओने अगदी नैसर्गिक वाटेल, अशा पद्धतीने त्याचा हात खांद्यावरून काढून घेतला.

"रिचर्ड, परिस्थिती किती वाईट आहे?" तिने शांतपणे विचारलं.

"जितकी वाईट असू शकते तितकी म्हणजे बरीच."

"सांग मला!"

तो बोलता बोलता पुन्हा येरझारा घालायला लागला. थिओ बसून त्याच्याकडे पाहू लागली. दर काही मिनिटांनी तिला अंधारल्यागत वाटत होतं, त्याचा आवाज ऐकू येईनासा होत होता आणि डोव्हरमधल्या एका हॉटेलची खोली तिच्या डोळ्यांसमोर येत होती..; पण हे त्याला काहीच माहीत नव्हतं.

असं असलं तरीही तिने शक्य तितक्या हुशारीने त्याचं म्हणणं समजून घ्यायचा प्रयत्न केला. तो पुन्हा तिच्या शेजारी येऊन बसला.

"सुदैवाने तुला लग्नात मिळालेल्या संपत्तीला त्यांना हात लावता येणार नाही आणि हे घरही तुझंच आहे," तो म्हणाला.

थिओने विचारपूर्वक मान डोलावली.

"काहीही झालं तरी ते आपल्याकडेच राहील. मग फार वाईट परिस्थिती नसेल का? म्हणजे पुन्हा पहिल्यापासून सगळ्याची सुरुवात करावी लागेल, इतकंच ना?" तिने विचारलं.

"अं? हं, हो साधारण तसंच."

पण त्याच्या आवाजात सच्चेपणा नव्हता. थिओच्या मनात अचानक आलं की, हा आपल्यापासून काहीतरी लपवून ठेवतोय. त्याने सगळं सांगितलेलं नाही.

"रिचर्ड, आणखी काही आहे का? आणखी वाईट काहीतरी?" तिने हळुवारपणे विचारलं.

त्याने अर्धा क्षण विचार केला आणि मग म्हणाला, "आणखी वाईट? आणखी काय वाईट असणारे?"

"मला माहीत नाही," थिओ म्हणाली.

"सगळं ठीक होईल," तो स्वतःलाच समजावत असल्यासारखा म्हणाला, "हो, सगळं ठीक होईल."

मग अचानक त्याने तिच्या खांद्याभोवती हात टाकला.

"तू इथे आहेस त्यामुळे मला फार बरं वाटतंय," तो म्हणाला, "तू आहेस ना, तर सगळं नीट होईल. बाकी काही होऊ दे, तू माझ्या बरोबर आहेस ना?"

"हो, मी आहे तुझ्यासोबत," ती प्रेमळपणे म्हणाली. या वेळी तिने त्याचा हात खांद्यावरून काढून टाकला नाही.

त्याने तिचं चुंबन घेतलं आणि तिला मिठी मारली. जणू काही तिच्या तशा जवळ असण्याने त्याला बरं वाटत असावं.

“तू आहेस माझ्याबरोबर, थिओ,” तो पुन्हा म्हणाला आणि तिनेही पुन्हा त्याला सांगितलं, “हो, मी आहे.”

तो सोफ्यावरून खाली घसरून जमिनीवर तिच्या पायाशी बसला.

“मी फार थकून गेलोय,” तो अस्वस्थपणे म्हणाला. “देवा रे! काय भयंकर दिवस होता! तू इथे नसतीस तर मी काय केलं असतं कुणास ठाऊक! शेवटी बायको ही बायको असते, हो ना?”

तिने काही न बोलता केवळ मान डोलावली.

त्याने तिच्या मांडीत डोकं ठेवलं. एखाद्या दमलेल्या लहान मुलासारखा त्याच्या तोंडून सुस्कारा बाहेर पडला.

थिओच्या पुन्हा मनात आलं, “याने मला काहीतरी सांगितलं नाहीये. काय बरं असेल?”

यांत्रिकपणे तिने आपला हात त्याच्या मऊ, काळ्या केसांवर ठेवला आणि आईने आपल्या मुलाला थोपटावं तसं ती त्याच्या केसांतून हात फिरवू लागली.

रिचर्ड पुटपुटला, “तू इथे आहेस तर आता सगळं नीट होईल. तू माझा शब्द खाली पडू देणार नाहीस.”

त्याचा श्वासोच्छ्वास सावकाश, एका लयीत होऊ लागला. त्याला हळूहळू झोप लागली, तरीही ती त्याच्या डोक्यावरून हात फिरवत राहिली.

पण तिची नजर समोरच्या अंधारात लागली होती. तिला काहीच दिसत नव्हतं.

“रिचर्ड, तुला असं नाही वाटत की, तू मला सगळं सांगून टाकायला हवंस?” थिओडोराने विचारलं.

तीन दिवसांनंतरची गोष्ट होती. रात्री जेवणाआधी ते बैठकीच्या खोलीत बसले होते.

रिचर्ड दचकला आणि त्याचा चेहरा शरमेने लाल झाला.

“तू काय बोलतीयेस, मला कळत नाहीये,” तो उडवाउडवी करत म्हणाला.

“खरंच?”

त्याने पटकन तिच्याकडे कटाक्ष टाकला.

“म्हणजे अर्थातच काही... तपशील आहेत...”

“मला सगळं माहीत असायला हवं, असं नाही तुला वाटत? जर मी तुला मदत करायची असेल तर...?”

त्याने विचित्र नजरेने तिच्याकडे पाहिलं.

''मला तुझी मदत हवी आहे असं का वाटलं तुला?''

तिला आश्चर्यच वाटलं.

''अरे रिचर्ड, मी बायको आहे ना तुझी!''

अचानक तो पूर्वीसारखा बेफिकीर आकर्षकपणे हसला.

''हो, थिओ! आणि खूप सुंदर बायको आहेस. मला कधीच कुरूप बायका सहन झाल्या नाहीत.''

तो खोलीत येरझारा घालू लागला. जेव्हा त्याला कसलीतरी काळजी वाटत असे तेव्हा तो असंच करत असे.

मग तो म्हणाला, ''तुझं बरोबर आहे, हे मी मान्य करतो. आणखी काहीतरी आहे.''

तो बोलायचा थांबला.

''सांग ना?''

''अशा प्रकारच्या गोष्टी बायकांना सांगणं इतकं अवघड असतं ना. बऱ्याचदा त्यांना काहीतरी वेगळंच वाटतं आणि खरं असतं दुसरंच.''

थिओ काहीच बोलली नाही.

रिचर्ड बोलू लागला, ''हे बघ, कायदा ही वेगळी गोष्ट झाली आणि चूक किंवा बरोबर हे वेगळं आहे. समजा मी एखादी बरोबर आणि प्रामाणिक गोष्ट केली, तरी कायद्याच्या दृष्टीने ती तशी असेलच असं नाही. दहांपैकी नऊ वेळा सगळं काही हवं तसं घडतं; पण दहाव्या वेळी मात्र अनपेक्षितपणे काहीतरी अडचण येते.''

थिओच्या लक्षात यायला लागलं. तिने स्वतःशीच विचार केला, ''मला आश्चर्य का वाटत नाहीये? मला आत कुठेतरी आधीपासूनच माहीत होतं का की, रिचर्ड सरळमार्गी नाहीये?''

रिचर्ड बोलत राहिला. त्याने उगाचच स्वतःबद्दल मोठमोठी स्पष्टीकरणं दिली. खूप बडबड करून त्याने त्या प्रकरणाच्या खऱ्याखुऱ्या तपशिलांना झाकायचा प्रयत्न केला आणि त्यामुळे थिओला बरंच वाटलं. ते प्रकरण दक्षिण आफ्रिकेतल्या कोणत्या तरी भल्यामोठ्या मालमत्तेचं होतं. रिचर्डने नक्की काय केलं होतं ते जाणून घेण्यात तिला रस नव्हता. त्याने तिला खात्रीशीरपणे सांगितलं की, नैतिकदृष्ट्या सगळं योग्य होतं; पण कायदेशीरदृष्ट्या पाहिलं, तर त्याच्यावर गुन्हा दाखल होणार होता आणि त्यातून सुटण्याचा काहीच मार्ग नव्हता.

तो बोलता बोलता आपल्या बायकोकडे हळूच कटाक्ष टाकत होता. तो अस्वस्थ आणि चिंतातुर होता. त्याने काय केलंय ते एखाद्या लहान मुलालाही उघडपणे कळलं असतं; पण तरीही तो काहीतरी स्पष्टीकरणं देत स्वतःच्या कृत्याचं समर्थन करत राहिला. मग तसं समर्थन देता देता अचानक तो रडायला लागला.

कदाचित, त्याला थिओच्या डोळ्यांत क्षणभर तिरस्कार दिसला असावा. मग तो शेकोटीजवळच्या खुर्चीत धपकन बसला आणि त्याने डोकं ओंजळीत खुपसून घेतलं.

रडक्या सुरात तो म्हणाला, ''हे असं आहे, थिओ. तू काय करणारेस आता?''

क्षणभराचाही विलंब न करता ती त्याच्या जवळ आली आणि खाली बसत तिने आपला चेहरा त्याच्या चेहऱ्याला टेकवला.

''काय करता येईल, रिचर्ड? काय करू शकतो आपण?''

त्याने तिला पकडलं.

''तू खरंच म्हणतेयस हे? तू माझ्या सोबत आहेस अजूनही?''

''अर्थातच, प्रिय रिचर्ड, अर्थातच!''

अचानक तो प्रामाणिक स्वरात म्हणाला, ''थिओ, मी चोर आहे गं! बाकी सगळं वजा केलं तरी तितकाच शब्द उरतो... चोर!''

''मग मी चोराची बायको आहे रिचर्ड. आपण एकत्रच तरून जाऊ किंवा बुडून जाऊ.''

थोडा वेळ दोघंही काही बोलले नाहीत. मग रिचर्ड काहीसा पूर्वीसारख्या खेळकर आवाजात म्हणाला, ''तुला माहितेय, थिओ, माझ्याकडे एक योजना आहे; पण ते नंतर बोलू. आता जेवायची वेळ झालीये. कपडे बदलायला हवे. तू तो तुझा पांढरा सुंदर झगा घाल ना.''

थिओने प्रश्नार्थकपणे भुवया उंचावल्या.

''घरच्या घरीच जेवताना तो झगा घालू?''

''हो, असू दे, घाल. मला फार आवडतो तो. तू त्यात इतकी सुंदर दिसतेस की, मला फार बरं वाटतं तुला पाहून. घाल ना.''

थिओ तो झगा घालून जेवायला आली. किंचित पिवळट छटा असलेल्या त्या पांढऱ्या झग्यावर फिकट सोनेरी ब्रोकेडचं नक्षीकाम केलेलं होतं आणि त्या झग्यात एक किंचित गुलबट छटाही होती. त्या झग्याची पाठ जवळपास उघडीच ठेवलेली होती आणि त्यातून थिओच्या मानेचा आणि खांद्यांचा गोरापान रंग आणखी खुलून येत होता. ती आता खरोखरच मॅग्नोलियाचं फूल दिसत होती.

रिचर्डची तिच्यावर नजर गेली आणि तो खूश होऊन हसला. ''गुड गर्ल! तू खरंच फार सुंदर दिसतेस यात!''

दोघं जेवायला बसले. संपूर्ण संध्याकाळभर रिचर्ड वेगळाच वागत होता. तो चिंतेत पडलेला होता; पण उगाचच विनोद करून, ओढूनताणून हसत होता. जणू तो त्याच्या चिंता झटकून टाकायचा व्यर्थ प्रयत्न करत असावा. थिओने त्याला पुन्हा पुन्हा आधीच्या विषयावर आणायचा प्रयत्न केला; पण तो त्याबद्दल बोलणं टाळत राहिला.

मग अचानक ती झोपायला जाण्यासाठी उठली, तेव्हा त्याने तो विषय काढला.

''नको, झोपायला जाऊ नकोस अजून. मला काहीतरी सांगायचंय. याच भयंकर प्रकरणाबद्दल काहीतरी.''

ती पुन्हा खाली बसली.

तो भराभरा बोलू लागला. जर नशीब चांगलं असेल, तर हे अख्खं प्रकरण दाबता येणार होतं. त्याने त्याच्या काळ्या कृत्यांचा मागमूसही ठेवला नव्हता. फक्त काही कागदपत्रं होती, जी कोणाच्या हाती पडू द्यायची नव्हती.

तो मुद्दामहून बोलायचा थांबला.

''कागदपत्रं?'' थिओने गोंधळून विचारलं, ''म्हणजे तू ती कागदपत्रं नष्ट करून टाकणार?''

रिचर्डने तोंड वाकडं केलं, ''मला ती कागदपत्रं मिळाली, तर मी लगेचच ती नष्ट करून टाकेन. तीच तर गोम आहे यातली!''

''पण ती आहेत कोणाकडे?''

''आपण दोघंही ओळखतो त्याला... व्हिन्सेंट ईस्टन.''

थिओच्या तोंडून अस्पष्टसा उद्‌गार बाहेर पडला. तिने तो लपवायचा प्रयत्न केला; पण रिचर्डच्या लक्षात आलंच.

''मला शंका होतीच की, त्याला या प्रकरणाबद्दल आधीपासूनच काहीतरी माहीत होतं म्हणूनच मी त्याला नेहमी घरी बोलवायचो. तुला आठवतंय ना, तू त्याच्याशी चांगली वाग असं मी तुला म्हणालो होतो?''

''आठवतंय मला,'' थिओ म्हणाली.

''पण का कुणास ठाऊक, इतकं करूनही माझी आणि त्याची फार मैत्री झालीच नाही; पण त्याला तू आवडतेस. मी तर म्हणेन की, त्याला तू चांगलीच आवडतेस.''

''हो,'' थिओ स्पष्ट आवाजात उत्तरली.

''हां!'' रिचर्ड खूश होत म्हणाला, ''मग चांगलंच आहे. आता तुला कळलं का मी काय म्हणतोय ते... मला खात्री आहे की, जर तू व्हिन्सेंट ईस्टनकडे गेलीस आणि ती कागदपत्रं मागितलीस, तर तो नकार देणार नाही. सुंदर बायका वगैरे वगैरे... कळलं ना?''

''मी नाही हे करू शकत,'' थिओ चटकन म्हणाली.

''काहीही!''

''शक्यच नाही!''

रिचर्डचा चेहरा लालबुंद होऊ लागला. तो संतापला होता हे तिच्या लक्षात आलं.

''प्रिय मुली, तुला परिस्थितीचं गांभीर्य कळतंय का? जर ही कागदपत्रं बाहेर आली तर मला तुरुंगात जावं लागेल. सगळं संपेल... भयंकर मानहानीही होईल.''

''व्हिन्सेंट ईस्टन ती कागदपत्रं तुझ्याविरुद्ध वापरणार नाही. मला खात्री आहे.''

''तो मुद्दाच नाहीये. त्याला माहीतही नसेल की, त्या कागदपत्रांमुळे मी गोत्यात येणार आहे. त्यातले आकडे पाहिले तरच ते कोणालाही समजेल... देवा! मी तपशिलात नाही जाऊ शकत. त्याला कळणारही नाही की, त्याच्या कृतीने मी उद्ध्वस्त होतोय ते. जर कोणीतरी त्याला ते स्पष्टपणे सांगितलं, तरच त्याला ते माहीत होईल.''

''मग तू स्वतःच तसं करू शकतोस ना. त्याला पत्र लिही.''

''त्याने काय फायदा होणारे! नाही, थिओ. आपल्याला एकच आशा आहे आता. तूच माझा हुकमी एक्का आहेस. तू माझी बायको आहेस. तू मला मदत केलीच पाहिजेस. आजच रात्री ईस्टनकडे जा...''

थिओच्या तोंडून किंकाळीच बाहेर पडली.

''आज नको! कदाचित उद्या जाईन!'' ती ओरडली.

''अगं थिओ! तुला कळत नाहीये का? उद्या कदाचित फार उशीर झालेला असेल. तू जर आज म्हणजे आत्ता लगेच जाऊ शकलीस... आत्ताच त्याच्या घरी जा.'' ती कच खाते आहे हे पाहून त्याने तिला धीर दिला, ''मला समजतंय, खरंच. हे भयंकर वाटणं साहजिक आहे; पण जीवन-मरणाचा प्रश्न आहे. थिओ, तू माझं काम नक्की करशील ना? तूच म्हणाली होतीस की, तू मला मदत...''

थिओ कोरड्या आवाजात स्पष्टपणे म्हणाली, ''हे काम नाही करू शकत. त्याला काही कारणं आहेत.''

''थिओ, हा जीवन-मरणाचा प्रश्न आहे. खरंच सांगतोय. हे बघ!''

असं म्हणून त्याने खसकन एक ड्रॉवर उघडला आणि त्यातून एक रिव्हॉल्व्हर काढलं. त्याची ती कृती कदाचित जास्तच नाटकी होती; पण तिच्या ते लक्षात आलं नाही.

''तू ते काम केलं नाहीस, तर मी स्वतःला गोळी घालून घेईन. मी त्या प्रकरणाला तोंड देऊ शकत नाही. मी तुला सांगतोय ते तू केलं नाहीस, तर मी उद्या सकाळच्या आत मेलेला असेन. मी शपथेवर सांगतो की, खरंच असं होईल.''

थिओ दबक्या आवाजात किंचाळली. ''नाही, रिचर्ड! असं करू नकोस!''

''मग मदत कर मला!''

त्याने रिव्हॉल्व्हर टेबलावर ठेवलं आणि तिच्या शेजारी गुडघ्यावर बसला, ''थिओ, माझ्या प्रिये, जर तुझं माझ्यावर प्रेम असेल... जर तू कधीही माझ्यावर प्रेम केलं असशील... तर माझ्यासाठी एवढं कर. तू माझी बायको आहेस थिओ. मी दुसऱ्या कोणाकडे कशी मदत मागू?''

तो असाच पुटपुटत, विनवण्या करत राहिला. शेवटी थिओला स्वतःचाच आवाज ऐकू आला, ''ठीक आहे.''

रिचर्डने तिला हाताला धरून बाहेर नेलं आणि टॅक्सीत बसवलं.

''थिओ!''

व्हिन्सेंट ईस्टन अविश्वसनीय आनंदाने ताडकन उठून ओरडला. ती त्याच्या दारात उभी होती. तिचा पांढरा फरकोट खांद्यांवरून खाली ओघळला होता. ती इतकी सुंदर यापूर्वी कधीच दिसली नव्हती, असं ईस्टनच्या मनात आलं.

''शेवटी तू आलीस तर!''

तो तिच्या दिशेने येऊ लागताच तिने हातानेच त्याला थांबवलं.

''नाही व्हिन्सेंट, तुला वाटतंय तसं काही नाहीये.''

ती हळू आवाजात पण भराभर बोलत होती.

''माझ्या नवऱ्याने मला इथे पाठवलंय. त्याला वाटतंय की, तुझ्याकडे काही कागदपत्रं आहेत, ज्यामुळे तो अडचणीत येऊ शकतो. ते कागद तू मला द्यावेस म्हणून मी आले आहे.''

व्हिन्सेंट स्तब्ध होऊन तिच्याकडे पाहत राहिला. मग काही क्षणांनी तो झटका आल्यागत हसला.

''अच्छा! म्हणजे इतकंच आहे तर! त्या दिवशी मला हॉबसन, जेकिल अँड ल्युकास हे नाव ओळखीचं वाटलं; पण कुठे वाचलंय ते आठवत नव्हतं. मला माहीत नव्हतं तुझ्या नवऱ्याचा या फर्मशी संबंध आहे. बऱ्याच काळापासून ते अफरातफर करतायेत. त्या प्रकरणात लक्ष घालण्याचंच काम मला दिलं गेलं होतं. फर्ममधला कनिष्ठ पातळीवरचा कोणीतरी हे करत असेल असा मला संशय होता; पण मालकच हे करत असेल, असं कधी वाटलं नव्हतं.''

थिओ काहीच बोलली नाही. व्हिन्सेंटने कुतूहलाने तिच्याकडे पाहिलं.

''तुला या सगळ्यामुळे काहीच फरक पडत नाही? स्पष्टच शब्दांत सांगायचं, तर तुझा नवरा फसवणूक करणारा आहे...'' त्याने विचारलं.

तिने मान नकारार्थी हलवली.

''हे तर मला कळूच शकत नाही,'' व्हिन्सेंट म्हणाला. मग तो शांतपणे म्हणाला, ''तू एक-दोन मिनिटं थांबतेस का? मी कागदपत्रं घेऊन येतो.''

थिओ एका खुर्चीत बसली. तो दुसऱ्या खोलीत गेला आणि काही क्षणांतच एक पाकीट घेऊन आला. त्याने ते तिच्या हातात दिलं.

''थँक्यू. तुझ्याकडे काडेपेटी आहे?'' थिओने विचारलं.

त्याने दिलेली काडेपेटी घेऊन ती शेकोटीपाशी वाकून बसली. त्या सगळ्या पाकिटाची राख झाली, तेव्हाच ती उठली.

''थँक्यू,'' ती पुन्हा म्हणाली.

''आभार मानायची काहीच गरज नाही,'' तो औपचारिकपणे म्हणाला, ''मी तुझ्यासाठी टॅक्सी बोलावतो.''

ती टॅक्सीत बसून निघून जाताना तो पाहत राहिला. किती विचित्र, औपचारिक संभाषण घडलं होतं त्यांच्यात. त्यांनी तर पहिल्या वेळेनंतर एकमेकांकडे पाहणंही टाळलं होतं. असो, तर जे काही होतं ते संपलेलं होतं. तो आता परदेशी जाणार होता आणि जमलं तर तिला विसरायचा प्रयत्न करणार होता.

थिओने टॅक्सीच्या खिडकीतून डोकं बाहेर काढलं आणि ती चालकाशी बोलू लागली. तिला चेल्सीमधल्या घरी लगेच परतणं शक्य नव्हतं. तिला जरा मोकळा अवकाश हवा होता. व्हिन्सेंटला पाहून ती भयंकर हादरली होती. तिने जर... तिने जर..; पण तिने स्वतःला सावरलं. तिला आपल्या नवऱ्याविषयी शून्य प्रेम वाटत होतं; पण त्याच्याशी निष्ठावान राहायचं देणं ती लागत होती. त्याचा खराब काळ चालू होता आणि तिने त्याची सोबत करणं गरजेचं होतं. त्याने बाकी काहीही केलेलं असू दे, त्याचं तिच्यावर प्रेम होतं. त्याने समाजाविरुद्ध गुन्हा केला होता, तिच्याविरुद्ध नव्हे.

टॅक्सी हॅम्पस्टीडच्या रुंद रस्त्यांवरून भटकत राहिली. शेवटी ते मोकळ्या माळरानाजवळच्या रस्त्यावर आले आणि गार वाऱ्याची झुळूक थिओच्या गालांना स्पर्श करून गेली. ती आता बरीच सावरली होती. तिने टॅक्सी चेल्सीला घ्यायला सांगितली.

रिचर्ड बाहेर हॉलमध्येच तिला भेटायला आला.

''काय झालं मग? बराच वेळ लागला तुला,'' त्याने आक्रमकपणे विचारलं.

''हो का?''

''हो, खूप वेळ लागला तुला. सगळं ठीके ना?''

तो तिच्या मागे मागे जात राहिला. त्याच्या चेहऱ्यावर लबाडी दिसत होती. त्याचे हात थरथर कापत होते.

''सगळं... नीट आहे ना?'' त्याने पुन्हा विचारलं.

''मी स्वतः ते जाळले.''

''ओह!''

ती अभ्यासिकेत जाऊन एका मोठ्या खुर्चीत कोसळली. तिचा चेहरा पांढराफटक पडला होता आणि दमल्यामुळे अख्खं शरीर झुकलं होतं. तिच्या मनात आलं, 'मला आत्ता झोप लागावी आणि पुन्हा कधीच जाग येऊ नये.'

रिचर्ड तिचं निरीक्षण करत होता. तो सारखे छुपे, अर्थपूर्ण कटाक्ष तिच्याकडे टाकत होता; पण तिच्या काहीच लक्षात आलं नाही. काहीही लक्षात येण्याच्या पलीकडे ती गेली होती.

''सगळं व्यवस्थित झालं ना? काय?''

''मी सांगितलं ना तुला.''

''नक्की बरोबर कागदपत्रं होती ना? तू पाहिलीस का?''

''नाही.''

''पण मग...''

''मला खात्री आहे. मी सांगितलं ना, रिचर्ड, मला त्रास देऊ नकोस. मी आज रात्री आणखी काही सहन करू शकत नाही.''

रिचर्डने अस्वस्थपणे चुळबुळ केली.

''हो, बरोबरे.''

तो अस्वस्थपणे त्या खोलीत फिरत राहिला. मग काही वेळाने तो तिच्याशेजारी येऊन बसला आणि त्याने तिच्या खांद्यावर हात टाकला. तो तिने झटकून टाकला.

''मला हात नको लावूस,'' ती हसायचा प्रयत्न करत म्हणाली, ''सॉरी रिचर्ड; पण माझी मनःस्थिती बरोबर नाहीये. मला आत्ता कोणीही हात लावला तर सहन होणार नाही.''

''मला माहीत आहे, मला समजतंय.''

पुन्हा त्याने इकडेतिकडे येरझारा घातल्या.

मग अचानक तो म्हणाला, ''थिओ, मला माफ कर!''

''काय?'' तिने दचकून, काहीशा आश्चर्याने विचारलं.

''मी तुला रात्रीच्या वेळी असं तिथे पाठवायला नको होतं. मला स्वप्नातही वाटलं नाही की तुझ्या बाबतीत तिथे काहीतरी... वाईट घडेल.''

''वाईट?'' ती हसली. तिला त्या शब्दाचीच गंमत वाटली. ''रिचर्ड, तला काहीच माहीत नाहीये! ओह, रिचर्ड! खरंच तुला माहीत नाही.''

''मला काय माहीत नाहीये?''

ती अत्यंत गंभीरपणे समोर नजर लावून म्हणाली, ''तुला माहीत नाहीये की, या एका रात्रीची मला काय किंमत मोजावी लागली आहे.''

''देवा रे! थिओ! माझा तो उद्देश नव्हता... तू... तू माझ्यासाठी ते केलंस? थिओ... थिओ, मला कसं कळणार होतं गं? माझ्या लक्षातच नाही आलं. अरे बापरे!''

आता तो तिच्या समोर खाली बसला होता आणि अडखळत बोलत होता. त्याच्या हातांचा तिच्याभोवती विळखा होता. तिने काहीशा आश्चर्याने त्याच्याकडे पाहिलं. जणू आत्ता कुठे त्याचे शब्द तिच्या मेंदूपर्यंत पोहोचले असावेत.

''मी... माझा तो उद्देश नव्हता...''

''तुझा काय उद्देश नव्हता, रिचर्ड?''

तिच्या प्रश्नाने तो दचकला.

''सांग मला. काय आहे ते, जो तुझा उद्देश नव्हता?''

''थिओ, त्याबद्दल आपण बोलायला नको. मला काही जाणून घ्यायचं नाहीये. मला त्याचा कधी विचारही करायचा नाहीये.''

आता ती पूर्ण जागृतावस्थेत येऊन त्याच्याकडे एकटक पाहत होती. तिने स्पष्ट आवाजात विचारलं, ''तुझा तो उद्देश नव्हता... म्हणजे काय घडलं असं तुला वाटतंय?''

''नाही घडलं. थिओ, आपण असं म्हणू की काहीच नाही घडलं.''

तरीही ती बघतच बसली. मग हळूहळू तिला सत्य काय ते कळायला लागलं.

''तुला असं वाटतंय की...''

''मला नको...''

तिने त्याचं बोलणं मध्येच तोडत म्हटलं, ''तुला असं वाटतंय की, व्हिन्सेंट ईस्टनने त्या कागदपत्रांची किंमत मागितली? तुला असं वाटतंय की मी... मी ती किंमत चुकवली?''

रिचर्ड अशक्तपणे; पण न पटेल अशा आवाजात म्हणाला, ''तो असा माणूस असेल असं मला कधी... कधी वाटलंच नव्हतं.''

''खरंच वाटलं नव्हतं?'' तिने शोधकपणे त्याच्याकडे बघत विचारलं. तिच्या नजरेसमोर त्याने आपली नजर झुकवली. ''तू आजच संध्याकाळी मला हा झगा घालायला का सांगितलंस? अशा रात्रीच्या वेळी तू मला एकटीला त्याच्याकडे का पाठवलंस? त्याच्या मनात माझ्याविषयी काहीतरी भावना आहेत हे तू ओळखलं होतंस. तुला स्वतःची कातडी वाचवायची होती... कोणत्याही परिस्थितीत, काहीही किंमत मोजून... माझ्या शीलाची किंमत मोजावी लागली तरी!'' ती उठली.

''मला आता सगळं स्पष्ट दिसतंय. तुझा पहिल्यापासून तोच उद्देश होता किंवा ती शक्यता तरी तुला आधीच समजली होती आणि तरीही तू त्यापासून मागे हटला नाहीस.''

''थिओ...''

''तू हे अमान्य करू शकत नाहीस. रिचर्ड, मला वाटत होतं की, कितीतरी वर्षांपूर्वीच मी तुला पूर्ण ओळखलं आहे. मला जवळपास सुरुवातीपासूनच माहीत होतं की, तू सरळमार्गी नाहीस; पण मला वाटलं होतं की, माझ्याशी वागताना तरी तू सच्चा असशील.''

''थिओ...''

''मी आत्ता जे काही म्हणाले ते तू अमान्य करतोस का?''

त्याला काहीतरी म्हणायचं होतं; पण तो काही बोलू शकला नाही.

''ऐक, रिचर्ड. मला तुला काहीतरी सांगायचंय. तीन दिवसांपूर्वी तुझ्यावर हा आघात झाला, तेव्हा नोकरांनी तुला सांगितलं की, मी गावाला गेले आहे. ते पूर्ण सत्य नव्हतं. मी व्हिन्सेंट ईस्टनबरोबर निघून गेले होते...''

रिचर्डने काहीतरी बोलायचा प्रयत्न केला; पण तिने खुणेनेच त्याला थांबवलं.

''थांब. आम्ही डोव्हरला होतो, तेव्हा मी वृत्तपत्र पाहिलं... काय घडलंय ते मला समजलं आणि मग तुला माहितीच आहे की मी परत आले.''

ती बोलायची थांबली.

रिचर्डने तिचं मनगट पकडलं. त्याचे डोळे तिच्या डोळ्यांना जणू नजरेनेच जाळू लागले.

''तू परत आलीस... वेळेत?''

थिओ कडवटपणे हसली, ''हो, रिचर्ड, तू म्हणतोस तशी मी वेळेत परत आले.''

तिच्या नवऱ्याने तिचा हात सोडला आणि तो जरा दूर जाऊन ताठ मानेने उभा राहिला. तो देखणा आणि उदात्त दिसत होता.

''तसं असेल तर, मी तुला माफ करू शकतो,'' तो म्हणाला.

''मी करू शकत नाही.''

तिच्या तोंडून ते शब्द अगदी स्पष्ट आणि कोरडेपणाने बाहेर पडले. एखाद्या शांत खोलीत बॉम्ब पडावा तसे ते शब्द होते. रिचर्डच्या तोंडाचा आ वासला गेला आणि तो पुढे येऊ लागला.

''तू... अं, काय म्हणालीस तू, थिओ?''

''मी म्हणाले की, मी माफ करू शकत नाही! तुला सोडून दुसऱ्या माणसाबरोबर जाऊन मी पाप केलं... म्हणजे तसं खरं घडलं काही नसलं, तरी माझा इरादा तोच होता म्हणजे एकूण एकच झालं; पण जर मी पाप केलं असेल, तर ते प्रेमासाठी केलं. तूही आपल्या लग्नापासून माझ्याशी एकनिष्ठ नाहीस. हो, हो, मला माहीत आहे ते. ती गोष्ट मी माफ करते, कारण, तुझं माझ्यावर प्रेम आहे यावर माझा विश्वास होता; पण तू आज रात्री जे काही केलंयस ते वेगळं आहे. रिचर्ड, तू एक अत्यंत घाणेरडी गोष्ट केलीस... कोणत्याही स्त्रीने अशा कृत्याला माफ करू नये. तू मला विकलंस... स्वतःच्या बायकोला... स्वतःची सुरक्षितता विकत घेण्यासाठी मला विकलंस तू!''

तिने आपला कोट उचलला आणि ती दाराच्या दिशेने निघाली.

''थिओ, कुठे चाललीस तू?'' त्याने अडखळत विचारलं.

तिने मागे वळून त्याच्याकडे पाहिलं.

''आपल्या कृत्यांची किंमत आपल्याला सगळ्यांना याच जन्मात चुकवावी लागते, रिचर्ड. माझ्या पापाची किंमत आहे माझा एकटेपणा. तुझ्या बाबतीत... तुझं ज्यावर प्रेम आहे ते तू पणाला लावलंस... आणि तेच हरलास!''

''तू चालली आहेस?''

तिने मोठा श्वास घेतला.

''मी स्वातंत्र्याकडे चालले आहे. इथे मला बांधून ठेवणारं काहीही उरलं नाहीये.''

त्याला दार बंद झाल्याचा आवाज आला. कितीतरी युगं लोटली की, फक्त काही मिनिटं झाली होती? खिडकीबाहेर काहीतरी तरंगत खाली गेलं... मॅग्नोलियाची शेवटची मुलायम, सुगंधी पाकळी.

प्रेमाचे तपासकर्ते

लहानखुऱ्या मिस्टर सॅटर्थवाइटने आपल्या यजमानाकडे विचारपूर्वक पाहिलं. त्या दोघांमधली मैत्री तशी कोणालाही विचित्रच वाटली असती. कर्नल हा एक साधासुधा गावाकडचा सद्गृहस्थ होता, ज्याला खेळांची फार आवड होती. त्याला लंडनमध्ये जे काही थोडेफार आठवडे व्यतीत करावे लागायचे, ते तो नाखुशीनेच करायचा. याउलट मिस्टर सॅटर्थवाइट अगदी शहरी होता. फ्रेंच पदार्थ, स्त्रियांचे कपडे, नवनवीन सनसनाटी प्रकरणं यांबद्दल त्याला बित्तंबातमी असायची. मानवी स्वभावाचं निरीक्षण करणं ही त्याची अत्यंत आवडीची गोष्ट होती आणि जीवनाच्या पैलूंचं निरीक्षण करण्यात तो तज्ज्ञच होता, असं म्हणावं लागेल.

त्यामुळेच त्याच्यात आणि कर्नल मेलरोजमध्ये समान काय होतं असा प्रश्न कोणालाही पडला असता. कारण, कर्नलला आपल्या शेजाऱ्यांच्या आयुष्यात काय चाललंय यामध्येही शून्य रस असायचा आणि भावनाबिवना म्हटल्या की, त्याला कापरंच भरायचं. ते दोघं मित्र होते याचं एक कारण म्हणजे पूर्वी त्या दोघांचे वडील एकमेकांचे मित्र होते. शिवाय दोघांच्या ओळखीचे लोकही सारखे होते आणि त्या दोघांनाही *नवश्रीमंतांविषयी नावड* होती.

साडेसात वाजले होते. ते दोघं कर्नलच्या आरामशीर अभ्यासिकेत बसले होते. कर्नल मेलरोज गेल्या हिवाळ्यातल्या घोडेस्वारीचा अनुभव उत्साही शिकाऱ्याप्रमाणे कथन करत होता. मिस्टर सॅटर्थवाइटने केवळ रविवारी सकाळी कधीतरी गावातल्या घरांमधल्या तबेल्यांना भेटी दिलेल्या असल्याने त्याचं घोड्यांविषयीचं ज्ञान जेमतेमच होतं, त्यामुळे तो नुसता नम्रपणे त्याचं बोलणं ऐकण्यात रस असल्याचं भासवत होता.

फोनची घंटी जोरदार वाजल्याने मेलरोजचं बोलणं खुंटलं. त्याने टेबलाशी जाऊन फोन घेतला.

‘‘हॅलो, हो, कर्नल मेलरोज बोलतोय. काय?’’ अचानक त्याचा नूरच पालटला. तो ताठ उभा होऊन अधिकाऱ्याप्रमाणे बोलू लागला. आता एखादा खेळाडू बोलत नव्हता, तर एक दंडाधिकारी बोलत होता.

त्याने काही क्षण पलीकडच्या व्यक्तीचं ऐकलं, मग मोजक्याच शब्दांत त्याने उत्तर दिलं, ''ठीके कर्टिस. मी लगेच येतो.'' फोन ठेवून तो त्याच्या मित्राकडे वळला. ''सर जेम्स ड्वायटन त्याच्या वाचनालयात मृतावस्थेत सापडलाय. खून झालाय त्याचा.''

''काय?'' मिस्टर सॅटर्थवाइट चमकून म्हणाला. त्याला ही बातमी थरारक वाटली.

''मला ताबडतोब ॲल्डरवेला जायला हवं. तुला यायचंय माझ्याबरोबर?''

मिस्टर सॅटर्थवाइटला आठवलं की, कर्नल हा देशाचा प्रमुख कॉन्स्टेबल होता.

''मी तुमच्या कामात मध्ये मध्ये तर येणार नाही ना...'' त्याने विचारलं.

''अजिबात नाही. इन्स्पेक्टर कर्टिसचा फोन होता. चांगला आहे, प्रामाणिक आहे; पण हुशार नाही. सॅटर्थवाइट, तू आलास तर मला बरंच वाटेल. हे काही साधंसरळ प्रकरण नसणार असं मला वाटू लागलं आहे.''

''खून कोणी केला त्याला पकडलंय का?''

''नाही,'' मेलरोज तुटकपणे म्हणाला.

मिस्टर सॅटर्थवाइटच्या तिखट कानाला त्याच्या त्या तुटक उत्तरामागे काहीतरी लपलं असल्याचं जाणवलं. त्याला ड्वायटन आणि त्याच्या कुटुंबाबद्दल जे काही माहीत होतं, ते त्याच्या डोक्यात घोळू लागलं.

मृत सर जेम्स हा एक आढ्यताखोर, बोलण्यात आखडू असा म्हातारा होता. असा मनुष्य ज्याचे सहज शत्रू होतील. साठीच्या या मनुष्याचे केस पिकलेले होते आणि चेहरा लालबुंद होता. तो अतिशय कंजूष असल्याचा बोलबाला होता.

सॅटर्थवाइट लेडी ड्वायटनचा विचार करू लागला. तरुण, लालसर-तपकिरी केसांची, बारीक अंगकाठीची लेडी ड्वायटन त्याच्या डोळ्यांसमोर आली. त्याला विविध अफवा, सूचकपणे मारलेले शेरे, वेगवेगळ्या कुचाळक्या असं काहीबाही आठवलं. अच्छा... म्हणून मेलरोज इतका उदास दिसत होता तर. मग सॅटर्थवाइटने स्वतःच्या मनाला आवर घातला. कारण, त्याच्याच कल्पनाशक्तीचे वारू चौखूर उधळायला लागले होते.

पाच मिनिटांनी मेलरोजच्या लहानशा दोन सीटर गाडीत मिस्टर सॅटर्थवाइट बसला आणि दोघं रात्रीच्या अंधारात निघाले.

कर्नल मितभाषी होता. ते दीडेक मैल गेल्यांनतर तो पहिल्यांदा बोलला. अचानक त्याने विचारलं, ''तू त्यांना ओळखत असशीलच?''

''ड्वायटन्सना? अर्थातच, मला त्यांच्याबद्दल सगळं माहिती आहे.'' मिस्टर सॅटर्थवाइटला ज्यांच्याबद्दल माहिती नाही असं कोणीच नव्हतं! ''मी त्याला एकदा भेटलो होतो आणि तिला जास्त वेळा भेटलोय.''

''दिसायला चांगली आहे ती.''

''फारच सुंदर!'' मिस्टर सॅटर्थवाइटने जाहीर केलं.

''असं वाटतं तुला?''

''हो. रेनेसान्स युगातलीच वाटते ती,'' मिस्टर सॅटर्थवाइट रंगात येऊन म्हणाला. ''गेल्या वसंतात ती त्या नाटकांत काम करायची... मला फारच आवडली ती नाटकं. तिच्या बाबतीत आधुनिक असं काहीच नाहीये. ती जुन्या काळातल्या दंडाधिकाऱ्याच्या राजवाड्यात वगैरे राहत असेल किंवा ल्युक्रेझिया बोर्जिया म्हणून राहत असेल असं वाटतं तिच्याकडे पाहून!''

कर्नलने गाडी जरा गर्रकन वळवली आणि मग अचानक थांबवली. मिस्टर सॅटर्थवाइटच्या मनात आलं की, नेमकं या परिस्थितीत मी रहस्यमय खुनांशी जोडल्या गेलेल्या ल्युक्रेझिया बोर्जियाचं नाव कशाला घेतलं आणि आता...

''ड्वायटनला विष देऊन तर नाहीये ना मारलेलं?'' त्याने अचानक विचारलं.

मेलरोजने कुतूहलाने त्याच्याकडे नजर टाकली. ''तू असं का विचारतोयस?'' त्याने विचारलं.

''अं... माहीत नाही... मला... म्हणजे असा विचार आला अचानक माझ्या मनात,'' मिस्टर सॅटर्थवाइट शरमून म्हणाला.

''हं. नाही, विष देऊन नाही मारलेलं त्याला,'' मेलरोज उदासपणे म्हणाला, ''तुला जाणून घ्यायचंच असेल, तर सांगतो... त्याच्या डोक्यावर आघात केला गेलाय.''

''एखाद्या बोथट साधनाने,'' मिस्टर सॅटर्थवाइट शहाणपणाचा आव आणून मान डोलावत पुटपुटला.

''अरे, एखाद्या गुप्तहेर कथेसारखं बोलू नकोस रे! त्याच्या डोक्यात एका कांस्याच्या पुतळ्याने आघात केला गेलाय.''

''अच्छा...'' असं म्हणून सॅटर्थवाइट गप्प बसला.

''तुला पॉल डेलँग्युआ नामक कोणी मनुष्य माहीत आहे का?'' मिनिटभराने मेलरोजने विचारलं.

''हो. एक देखणा तरुण आहे तो.''

''हुं, बायकांना तो देखणा वाटत असेलच!'' कर्नल गुरकावला.

''तुला तो आवडत नाही?''

''नाही.''

''मला वाटलं तुला आवडत असेल तो. तोही घोडेस्वारी फार चांगली करतो.''

''हुं! घोड्यांच्या कार्यक्रमात येणाऱ्या परदेशी माणसांसारखा माकडचाळे करत असतो काहीतरी.''

मिस्टर सॅटर्थवाइटने हसू दाबलं. बिचारा मेलरोज अगदीच ब्रिटिश चश्म्यातून सगळ्यांकडे पाहायचा. मिस्टर सॅटर्थवाइटचा दृष्टिकोन मात्र विशाल बहुसांस्कृतिक होता आणि त्याबद्दल त्याला अभिमानही होता, त्यामुळेच त्याला जीवनाप्रती संकुचित वृत्ती असलेल्यांचा राग यायचा.

''तो या भागात राहतोय का?'' त्याने विचारलं.

''तो ड्वायटन्ससोबत ॲल्डरवेमध्येच राहतोय. अशी बातमी कानावर आली होती की, एक आठवड्याभरापूर्वीच सर जेम्सने त्याला हाकलून दिलं होतं.''

''का?''

''त्याच्या बायकोसोबत शरीरसंबंध ठेवताना पकडलं असेल त्याने, दुसरं काय... अरे!!''

अचानक त्यांची गाडी गर्रकन वळली आणि तिला धडक बसली.

''इंग्लंडमधला हा चौक अगदी भयंकर आहे,'' मेलरोज म्हणाला, ''तरी त्या दुसऱ्याने हॉर्न वाजवायला हवा होता ना! आपण मुख्य रस्त्यावर आहोत. मला वाटतं आपल्याच गाडीने त्यांच्या गाडीचं जास्त नुकसान झालंय.''

असं म्हणून त्याने गाडीतून बाहेर उडीच टाकली. दुसऱ्याही गाडीतून कोणीतरी उतरून त्याच्या दिशेने आलं. सॅटर्थवाइटला त्यांचं बोलणं तुटक तुटक ऐकू येत होतं.

''माझीच चूक होती,'' तो अनोळखी इसम म्हणत होता, ''पण मला या भागाची फार माहिती नाहीये ना आणि मुख्य रस्त्याला तो रस्ता मिळतोय अशी कुठेच काही पाटी दिसली नाही.''

त्याच्या बोलण्याने कर्नलचा राग शांत झाला आणि तोही त्याच्याशी बोलू लागला. मग ते दोघं मिळून त्या इसमाची गाडी तपासू लागले. तिथे आधीच त्याचा चालकही ती तपासत होताच. मग त्यांचं संभाषण अगदी तांत्रिक मुद्द्यांकडे वळलं.

''अर्धा तास तरी लागेल, मला वाटतं,'' तो अनोळखी इसम म्हणाला, ''पण मी तुम्हाला थांबवून ठेवणार नाही. नशीब तुमच्या गाडीला फार काही झालं नाही.''

''खरंतर...'' कर्नल काहीतरी बोलणार होता, तोच मिस्टर सॅटर्थवाइट अचानक उत्तेजित होऊन गाडीबाहेर आला आणि त्याने त्या अनोळखी माणसाचा हात हातात घेतला.

''तूच आहेस तर! मला आवाज ओळखीचा वाटलाच!'' तो उत्तेजित स्वरात म्हणाला. ''काय योगायोग आहे! फारच विलक्षण...''

''अं?'' कर्नल मेलरोजला काही कळेना.

''हा मिस्टर हार्ली क्विन. मेलरोज, मी कितीतरी वेळा मिस्टर क्विनबद्दल तुला सांगितलं असेल, हो ना?''

मेलरोजला काही ते आठवत नव्हतं; पण त्याने नम्रपणे संभाषणात भाग घेतला. मिस्टर सॅटर्थवाइट मात्र उत्साही पक्ष्यासारखी चिवचिव करत होता. ''किती दिवसांत भेटलो नव्हतो आपण... अं...''

''बेल्स अँड मॉट्लीमध्ये त्या रात्री भेटलो ते शेवटचं,'' मिस्टर क्विन शांतपणे म्हणाला.

''बेल्स अँड मॉट्ली?'' कर्नलने विचारलं.

''ते एक लहानसं हॉटेल आहे,'' मिस्टर सॅटर्थवाइटने सांगितलं.

''काय विचित्र नाव आहे.''

''हं, जुनं आहे ते हॉटेल,'' मिस्टर क्विन म्हणाला. ''आठवतंय का, पूर्वी इंग्लंडमध्ये बेल्स अँड मॉट्लीची भरपूर हॉटेलं होती. आता तितकी नाहीत मला वाटतं.''

''हं, असेल. बरोबर असेल तुमचं,'' मेलरोज फारसा रस न दाखवता म्हणाला. त्याने डोळे मिचकावले, पुन्हा नीट पाहिलं. त्याला त्या दोन गाड्यांच्या पिवळ्या–लाल प्रकाशात क्षणभर मिस्टर क्विनने मॉटलीसारखेच कपडे घातल्याचा भास झाला होता; पण तो त्या प्रकाशाचाच खेळ होता.

''आम्ही तुला असं रस्त्याच्या मध्येच सोडून जाऊ शकत नाही,'' मिस्टर सॅटर्थवाइट म्हणाला, ''तू आमच्याबरोबर चल. तीन जण आरामात बसू शकतील ना मेलरोज?''

''अं, हो.'' मेलरोजच्या आवाजात मात्र साशंकता होती, ''फक्त आपण ज्या कामासाठी चाललोय तिथे... काय सॅटर्थवाइट?''

मिस्टर सॅटर्थवाइट अचानक स्तब्ध झाला. त्याच्या डोक्यात वेगवेगळ्या कल्पना फेर धरू लागल्या. तो इतका उत्तेजित झाला की, त्याचं अंग थरथरू लागलं.

''नाही! मला आधीच कळायला हवं होतं! मिस्टर क्विन, तू भेटतोस तो कधीच नुसता योगायोग नसतो! आपण आज चुकून भेटलेलो नाही.''

कर्नल मेलरोज थक्क होऊन आपल्या मित्राकडे पाहू लागला. मिस्टर सॅटर्थवाइटने त्याला हाताला धरून बाजूला नेलं.

''तुला आठवतंय, मी तुला काय म्हणालो होतो? आपला मित्र डेरेक कॅपेलबद्दल? त्याच्या आत्महत्येचं कारण कोणालाच सापडत नव्हतं... तेव्हा मिस्टर क्विननेच ते रहस्य उकललं होतं आणि असं अनेकदा झालंय. तो तुम्हाला जे दाखवतो, त्या गोष्टी तुमच्या समोरच असतात; पण तोवर तुम्हाला दिसलेल्या नसतात. तो फार विलक्षण आहे.''

''अरे मित्रा, सॅटर्थवाइट, तू मला शरमिंदं करतोयस,'' मिस्टर क्विन हसून म्हणाला. ''माझ्या आठवणीप्रमाणे तरी त्या सगळ्या प्रकरणांमध्ये जे शोधलं गेलं ते तू शोधलं होतंस, मी नाही.''

''तू त्या त्या वेळी तिथे होतास म्हणून मला ते शोधता आलं,'' मिस्टर सॅटर्थसाइट पूर्ण खात्री देत म्हणाला.

कर्नल मेलरोज अवघडून घसा खाकरत म्हणाला, ''ते ठीके; पण आपल्याला आणखी वेळ वाया घालवून चालणार नाही. चला, निघू या.''

असं म्हणून तो गाडीत जाऊन बसला. खरंतर मिस्टर सॅटर्थसाइटच्या अतिउत्साहामुळे एका अनोळखी व्यक्तीला सोबत न्यावं लागत होतं, हे त्याला काही फारसं आवडलं नव्हतं; पण त्याच्याकडे नकार द्यायला काही कारणही नव्हतं, शिवाय त्याला अॅल्डरवेला लवकरात लवकर पोहोचायचं होतं.

मिस्टर सॅटर्थवाइटने मिस्टर क्विनला अगोदर बसायचा आग्रह केला आणि मग तो बाहेरच्या सीटवर बसला. ती गाडी तशी मोठी होती, त्यामुळे तिघांनाही आरामात बसता आलं.

''मग, मिस्टर क्विन, तुम्हाला गुन्ह्यांमध्ये रस आहे वाटतं?'' कर्नलने मैत्रीपूर्ण वागण्याचा प्रयत्न करण्यासाठी विचारलं.

''नाही, खरंतर गुन्ह्यांमध्ये नाही म्हणता येणार.''

''मग कशात?''

मिस्टर क्विन हसला, ''ते आपण मिस्टर सॅटर्थवाइटलाच विचारू या. तो फार उत्तम निरीक्षक आहे.''

मिस्टर सॅटर्थवाइट सावकाश उत्तरला, ''मला वाटतं... आणि माझं चूकही असेल हां, मला वाटतं की, मिस्टर क्विनला... प्रेमात असणाऱ्या जोडप्यांमध्ये रस आहे.''

हे बोलता बोलता तो शरमेने लालेलाल झाला. कोणीही इंग्लिश मनुष्य प्रेम आणि प्रेमिकांविषयी बोलताना असा अवघडून जातोच! त्यामुळे काहीसं ओशाळूनच मिस्टर सॅटर्थवाइटने ते सांगितलं.

''काय सांगतोस!'' कर्नल उद्गारला आणि मग गप्प बसला.

त्याच्या मनात आलं की, सॅटर्थवाइटचा हा मित्र चांगलाच विचित्र दिसतोय. त्याने हळूच त्याच्याकडे तिरपा कटाक्ष टाकला. दिसत तर तो सर्वसामान्यच होता. कोणताही मनुष्य असतो तसाच. त्याचा वर्ण जरा गडद होता खरा; पण तो परदेशी नक्कीच वाटत नव्हता.

अचानक मिस्टर सॅटर्थवाइट महत्त्वाचं बोलल्यासारखं म्हणाला, ''आणि आता मी तुला या केसबद्दल सगळं सांगतो.''

तो दहाएक मिनिटं सलग बोलत होता. त्याला जणू आपल्याकडे कसलीतरी शक्ती असल्यागत वाटत होतं. तो केवळ जीवनाचं निरीक्षण करणारा निरीक्षक असला म्हणून काय झालं? शब्द त्याच्यासमोर जणू हात जोडून उभे होते, तो त्यांना हवं तसं वापरू शकत होता... त्याच्या शब्दांतून पुनरुत्थान काळातल्या लॉरा

ड्वायटनच्या सौंदर्याचं चित्र उभं राहत होतं. तिचे शुभ्र गोरे हात, लाल केशसंभार... बायका ज्याला आकर्षक समजायच्या त्या पॉल डेलँग्युआची गडद आकृती...

आणि या सगळ्याच्या पार्श्वभूमीवर ॲल्डरवे... ॲल्डरवे हेन्री सातवा याच्या काळापासून उभं होतं, काहींच्या मते ते त्याहूनही जुनं होतं. ॲल्डरवे संपूर्णपणे इंग्लिश होतं... यूच्या लाकडाचं बांधकाम, जुनं गोदाम, माशांचा तलाव...

चित्रातल्या काही फटकाऱ्यांप्रमाणे, काही वाक्यांतच त्याने सर जेम्सचं व्यक्तिमत्त्व चित्रित केलं. ड्वायटन हे खरंतर जुन्या काळातल्या डी व्हिटन्सचे वंशज कसे होते, त्यांनी जमिनीच्या व्यवहारांतून भरपूर पैसा कमावला होता आणि वाईट दिवसांत कोणीही वाकडी नजर टाकली, तरी ॲल्डरवेचे मालक कधीच गरीब झाले नव्हते, हे सगळं त्याने सांगितलं.

अखेरीस मिस्टर सॅटर्थवाइटचं बोलणं संपलं. आपले श्रोते आपलं कौतुक कधी करतील, याची तो वाट पाहू लागला. कारण, कौतुक होणार याची त्याला खात्रीच होती आणि तसंच झालं.

''मिस्टर सॅटर्थवाइट, तू तर कलाकार आहेस!''

''मी... मी आपलं जमेल तसं...'' अचानक तो लहानखुरा गृहस्थ नम्र झाला.

काही मिनिटांपूर्वी ते लॉज गेटमधून आत शिरले होते. आता त्यांची गाडी दरवाजाजवळ आली आणि एक पोलीस घाईघाईने पायऱ्या उतरून त्यांना भेटायला पुढे आला.

''गुड इव्हनिंग, सर, इन्स्पेक्टर कर्टिस वाचनालयात आहेत.''

''ठीके.''

मेलरोज पायऱ्यांवरून धावतच वर गेला. त्याच्या पाठोपाठ उरलेले दोघंही गेले. ते जेव्हा भल्यामोठ्या हॉलमधून जात होते, तेव्हा एक वयस्कर बटलर एका दारातून चिंतातुर चेहऱ्याने त्यांच्याकडे डोकावून पाहत होता. मेलरोजने मानेच्या इशाऱ्याने त्याला बोलावलं.

''इव्हनिंग माइल्स, फार वाईट झालं,'' तो म्हणाला.

''हो ना,'' तो बटलर कापऱ्या आवाजात म्हणाला. ''सर, माझा तर विश्वासच बसत नाहीये. खरंच. कोणी मालकांना असं मारलं हे खरंच वाटत नाहीये...''

''हो, हो,'' मेलरोजने त्याला गप्प केलं, ''मला तुझ्याशी बोलायचंच आहे; पण जरा वेळाने.''

असं म्हणून तो वाचनालयाच्या दिशेने निघाला. तिथे सैनिकासारख्या दिसणाऱ्या एका धिप्पाड इन्स्पेक्टरने आदरपूर्वक त्याला अभिवादन केलं.

''भयंकर प्रकार आहे सर. मी कोणत्याही वस्तूला हात लावलेला नाही. हत्यारावर कोणतेही ठसे सापडले नाहीयेत. ज्या कोणी हे केलंय त्याला काय करायचं ते बरोबर माहीत होतं.''

मिस्टर सॅटर्थवाइटने मोठ्या टेबलाशी वाकून बसलेल्या त्या आकृतीकडे पाहिलं. मग पटकन त्याला नजर वळवावी लागली. सर जेम्सवर मागून आघात करण्यात आला होता, त्यामुळे त्याची कवटी फुटली होती आणि त्याकडे बघवत नव्हतं.

ज्या पुतळ्याने त्याला मारलं गेलं, तो साधारण दोन फुटी पुतळा जमिनीवर पडला होता. त्याचा खालचा भाग ओलसर आणि डागाळलेला होता. मिस्टर सॅटर्थवाइटने कुतूहलाने तो पुतळा वाकून पाहिला.

''व्हीनसचा पुतळा... म्हणजे त्याला व्हीनसने मारलं,'' तो हळूच म्हणाला. त्याला विचार करायला त्यातून काहीतरी काव्यमय सापडलं.

''सगळ्या खिडक्या बंद होत्या आणि आतून त्यांना कड्या घातलेल्या होत्या,'' इन्स्पेक्टर म्हणाला.

मग तो मुद्दाम त्यातून अर्थ निघावा म्हणून क्षणभर थांबला.

''याचाच अर्थ, घरातल्याच कोणीतरी हे कृत्य केलंय... बघू... बघू आपण...'' मेलरोज नाइलाजाने म्हणाला.

खून झालेल्या मनुष्याने गोल्फ खेळायचे कपडे घातलेले होते. सोफ्यावर गोल्फचं साहित्य असलेली पिशवी कशीतरी फेकलेली दिसत होती.

मेलरोज ते पाहतोय हे बघून इन्स्पेक्टरने सांगितलं, ''तो नुकताच खेळून परत आला होता. सव्वापाच वाजता. बटलरने इथेच चहा आणून दिला. नंतर त्याने मऊ चपला आणून देण्यासाठी त्याच्या व्हॅलेटला घंटा वाजवून बोलावलं. आपल्या माहितीप्रमाणे तरी त्या व्हॅलेटनेच त्याला शेवटचं जिवंत पाहिलं होतं.''

मेलरोजने मान डोलावली आणि तो पुन्हा टेबलाचं निरीक्षण करू लागला.

त्यावरच्या बऱ्याच गोष्टी उलट्यापालट्या होऊन तुटल्या होत्या. त्यात एक मोठं घड्याळही होतं. ते टेबलाच्या मध्यभागी कलंडून पडलं होतं.

इन्स्पेक्टरने घसा खाकरला.

''सर, आपलं नशीबच म्हणायचं की, हे घड्याळ सापडलं,'' तो म्हणाला, ''तुम्ही पाहताच आहात ना की, ते बंद पडलंय. बरोबर *साडेसहा* वाजता म्हणजेच खून त्याच वेळी झाला. फारच सोय झाली आपली यामुळे.''

कर्नल त्या घड्याळाकडे एकटक पाहत होता.

''हं, तू म्हणतोयस तसं हे सोयीस्कर वाटतंय,'' तो म्हणाला. मग मिनिटभराने म्हणाला, ''अतिच जास्त सोयीस्कर आहे हे! मला हे आवडलेलं नाही. काहीतरी गडबड आहे.''

त्याने आपल्या दोन साथीदारांकडे पाहिलं. त्याने क्विनकडे आवाहन केल्यागत नजर टाकली.

''काय हे! फारच नीट नाहीये का हे सगळं? कळतंय ना मी काय म्हणतोय ते? असं आपोआप कधी घडत नाही.''

''म्हणजे तुम्हाला असं म्हणायचंय का की, घड्याळं अशी आपोआप पडत नाहीत?'' मिस्टर क्विन पुटपुटला.

मेलरोज क्षणभर त्याच्याकडे आणि मग घड्याळाकडे बघत राहिला. ते घड्याळ अगदी बिचारं आणि निरपराध दिसत होतं! मेलरोजने ते पुन्हा काळजीपूर्वक सरळ करून ठेवलं. मग त्याने टेबलावर जोरात फटका मारला. ते घड्याळ डगमगलं खरं; पण पडलं नाही. मेलरोजने पुन्हा पुन्हा टेबलावर जोरात मारलं, तेव्हा ते घड्याळ अगदी सावकाशीने मागच्या बाजूवर उलटं पडलं.

''हा खून झाल्याचं कधी उघडकीस आलं?'' मेलरोजने तीक्ष्णपणे विचारलं.

''सात वाजता, सर.''

''कोणाच्या लक्षात आलं?''

''त्या बटलरच्या.''

''घेऊन या त्याला. मला आता बोलायचंय त्याच्याशी आणि हो, लेडी ड्वायटन कुठे आहे?''

''ती झोपली आहे सर. तिची नोकर मुलगी म्हणाली की, तिच्या अंगात त्राणच नसल्याने ती कोणालाही भेटणार नाही.''

मेलरोजने मान डोलावली आणि इन्स्पेक्टर कर्टिस बटलरला बोलवायला गेला. मिस्टर क्विन विचारमग्न अवस्थेत शेकोटीकडे पाहत होता. मिस्टर सॅटर्थवाइटने त्याच्याप्रमाणेच केलं. तो एकदोन मिनिटं धुमसणाऱ्या ओंडक्यांकडे बघत राहिला. मग अचानक त्याला शेकोटीत पडलेलं काहीतरी चमकणारं दिसलं. खाली वाकून त्याने ते उचललं तर तो काचेचा लहानसा तुकडा होता.

''सर, तुम्ही मला बोलावलंत?'' बटलरचा आवाज अजूनही कापत होता. मिस्टर सॅटर्थवाइटने तो काचेचा तुकडा आपल्या कोटाच्या खिशात ठेवला आणि बटलरचं ऐकायला मागे वळला.

तो म्हातारा बटलर दारातच उभा होता.

''बस, ये, तू थरथर कापतो आहेस,'' कर्नल प्रेमळ आवाजात म्हणाला, ''तुला नक्कीच धक्का बसला असणार.''

''हो, सर.''

''मी तुझा फार वेळ घेणार नाही. तुझा मालक पाच वाजल्यानंतर लगेचच घरी परतला?''

''हो, सर. त्यांनी इथेच चहा आणून द्यायला सांगितलं. नंतर मी जेव्हा चहाचा कप न्यायला आलो, तेव्हा त्यांनी जेनिंग्जला पाठवायला सांगितलं... म्हणजे त्यांचा व्हॅलेट, सर.''

''तेव्हा किती वाजले होते?''

''सहा वाजून दहा मिनिटं, सर.''

''हं. मग?''

''सर, मी जेनिंग्जला निरोप पाठवला; पण मी जेव्हा सात वाजता खिडक्या बंद करायला आणि पडदे ओढून घ्यायला आलो, तेव्हा पाहिलं की...''

''हो, ठीके. त्या तपशिलात शिरायची गरज नाही. तू मालकाच्या शरीराला हात लावला नाहीस ना? किंवा कोणत्या वस्तू हलवल्या नाहीस ना?''

''नाही, अजिबात नाही, सर! मी तर धावतच फोनपाशी गेलो आणि पोलिसांना फोन केला.''

''मग काय केलंस?''

''मग मी जेनला म्हणजे बाईसाहेबांच्या नोकराणीला सांगितलं. तिलाच बाईसाहेबांना हे सांगायला सांगितलं.''

''तू आज संध्याकाळभरात एकदाही लेडी ड्वायटनला पाहिलेलं नाहीस?''

कर्नल मेलरोजने सहजपणे विचारल्यासारखं केलं; पण मिस्टर सॅटर्थवाइटच्या तिखट कानांना त्याच्या आवाजातली काळजी जाणवली.

''नाही, सर. ही घटना घडल्यापासून बाईसाहेब त्यांच्याच खोलीत आहेत.''

''घटना घडल्यापासून? म्हणजे त्याआधी तू पाहिलंस का तिला?''

मेलरोजने तीक्ष्णपणे हा प्रश्न विचारला आणि बटलर उत्तर देण्यापूर्वी अडखळला हे खोलीतल्या सगळ्यांनाच जाणवलं.

''मी... मी त्यांना जिना उतरताना ओझरतं पाहिलं होतं, सर.''

''ती या खोलीत आली होती?''

मिस्टर सॅटर्थवाइटने श्वास रोखून धरला.

''मला... मला वाटतं हो.''

''तेव्हा किती वाजले होते?''

खोलीत पूर्ण शांतता पसरली. त्याच्या उत्तरावर किती काय अवलंबून आहे ते त्या म्हाताऱ्या बटलरला माहीत असेल का, असा मिस्टर सॅटर्थवाइटच्या मनात विचार आला.

''तेव्हा साडेसहा वाजले होते, सर.''

कर्नल मेलरोजने खोल श्वास घेतला. ''इतकंच विचारायचं होतं. थँक्यू; पण त्या जेनिंग्जला जरा इथे पाठवशील का?''

जेनिंग्ज लगेचच आला. त्याचा चेहरा निमुळता होता आणि त्याच्या हालचालींत मांजरासारखा दबकेपणा होता. तो जरासा लबाड आणि लपवाछपवी करणारा वाटत होता.

मिस्टर सॅटर्थवाइटच्या मनात आलं की, *जर पकडलं न जाण्याची पूर्ण खात्री असेल तर हा मनुष्य कोणाचाही सहज खून करू शकेल.*

कर्नल मेलरोज त्याला जे प्रश्न विचारत होता, त्याची उत्तरं मिस्टर सॅटर्थवाइट लक्षपूर्वक ऐकू लागला; पण त्याची कहाणी सरळसोट होती. त्याने मालकासाठी मऊ चपला आणून दिल्या होत्या आणि त्याचे बूट काढून दिले होते.

''जेनिंग्ज, तू त्यानंतर काय केलंस?''

''मी नोकरांच्या खोलीत परत गेलो, सर.''

''तू तुझ्या मालकाच्या खोलीतून किती वाजता बाहेर पडलास?''

''सव्वासहा नुकतेच वाजून गेले असतील, सर.''

''जेनिंग्ज, तू साडेसहा वाजता कुठे होतास?''

''नोकरांच्या खोलीत, सर.''

कर्नल मेलरोजने मान डोलावली आणि त्याला बाहेर पाठवून दिलं. त्याने कर्टिसकडे प्रश्नार्थक नजरेने पाहिलं.

''तो बरोबर सांगतोय, सर. मी तपासलं होतं. तो सहा वाजून वीस मिनिटं झाल्यापासून सात वाजेपर्यंत नोकरांच्या खोलीतच होता.''

''म्हणजे तो हे कृत्य करूच शकत नाही,'' पोलीस प्रमुख जरा निराश होत म्हणाला. ''शिवाय त्याला खून करण्यामागे काही कारणही नाहीये.''

त्यांनी एकमेकांकडे पाहिलं. तेवढ्यात दारावर टकटक झाली.

''आत या,'' कर्नल म्हणाला.

लेडीची नोकराणी आत आली. ती घाबरलेली दिसत होती.

''बाईसाहेबांच्या कानावर आलं की, कर्नल मेलरोज आले आहेत, त्यामुळे त्यांना तुम्हाला भेटायचं आहे. चालेल का?''

''हो, अर्थातच. मी लगेच येतो. खोली दाखवता का?'' मेलरोज म्हणाला.

पण तेवढ्यात त्या नोकर मुलीचा हात बाजूला ढकलून कोणीतरी खोलीच्या दारात उभं ठाकलं. लॉरा ड्वायटन ही कोणत्या तरी वेगळ्यात विश्वातून आल्यासारखी दिसत होती.

तिने निळसर करड्या रंगाच्या ब्रोकेडचा घट्ट झगा घातला होता. लालसर तपकिरी केसांचा मधोमध भांग पाडून तिने ते मानेपाशी सैलसर अंबाड्यात बांधले होते. त्यामागे तिचे कान झाकले गेले होते. आपली केशरचना सगळ्यांपेक्षा वेगळीच आहे याची बरोबर जाणीव असलेल्या लेडी ड्वायटनने कधीच केस कापले नव्हते. तिचे हातही ओकेबोकेच होते.

एका हाताने तिने आधारासाठी दाराची कड पकडली होती. दुसऱ्या हातात एक पुस्तक होतं. *जुन्या इटालियन तैलचित्रातल्या मॅडोनासारखी ही दिसतेय,* असं मिस्टर सॅटर्थवाइटला वाटलं.

ती किंचित तोल जात असल्यागत झुलत दारात उभी होती. कर्नल मेलरोज झटकन तिच्यापाशी गेला.

''मी तुम्हाला सांगायला आले... की मी...''

तिचा आवाज खालच्या पट्टीतला होता. मिस्टर सॅटर्थवाइटला समोरचं दृश्य इतकं नाट्यमय वाटत होतं की, ते त्याला वास्तवातलं वाटेचना.

''प्लीज, लेडी ड्वायटन,'' मेलरोजने एका हाताने तिला आधार देत हॉलच्या पलीकडच्या एका लहानशा खोलीत आणलं. तिथल्या भिंतींवर विटलेली रेशमी कापडं लटकत होती. क्विन आणि सॅटर्थवाइटही त्यांच्या मागोमाग त्या खोलीत गेले. तिथे ती एका बुटक्या सेटीवर बसली आणि तिने मागच्या उशीवर डोकं टेकवलं. तिचे डोळे बंद होते. ते तिघंही तिच्याकडे पाहत राहिले. अचानक तिने डोळे उघडले आणि ती ताठ बसली. अगदी शांतपणे ती बोलू लागली.

''मी त्याला मारलंय,'' ती म्हणाली, ''तेच तुम्हाला सांगायला मी आले आहे. *मी मारलं त्याला!''*

एक अस्वस्थ शांतता त्या खोलीत पसरली. मिस्टर सॅटर्थवाइटचं हृदय धडधडू लागलं.

''लेडी ड्वायटन, तुम्हाला मोठा धक्का बसला आहे. तुम्ही काय बोलताय ते तुम्हालाच कळत नाहीये असं मला वाटतं,'' मेलरोज म्हणाला.

ती आपलं म्हणणं मागे घेईल का? अजूनही वेळ गेलेली नसतानाच...?

''मी काय बोलतेय ते मला नीट कळतंय. मीच त्याला गोळी घालून मारलं.''

खोलीतल्या दोघांनी आश्चर्योद्गार काढला आणि तिसरा काहीच बोलला नाही. लॉरा ड्वायटन आणखी पुढे झुकली, ''तुम्हाला समजत नाहीये का? मी खाली येऊन त्याला गोळी घातली. मी कबूल करते आहे.''

तेवढ्यात तिच्या हातातलं पुस्तक खाली पडलं. त्यात एक कागद कापायचा सुरा होता. त्याला खडे जडवलेली मूठ होती. मिस्टर सॅटर्थवाइटने यांत्रिकपणे तो सुरा उचलून टेबलावर ठेवला. तसं करताना त्याच्या मनात आलं, *काय धोकादायक वस्तू आहे ही. कोणालाही मारता येईल या सुऱ्याने.*

आता लेडी ड्वायटनचा धीर संपला. ''मग? तुम्ही काय करणार आहात आता? मला अटक करणार का? घेऊन जाणार मला?''

कर्नल मेलरोज कसाबसा बोलू लागला.

''लेडी ड्वायटन, तुम्ही मला जे सांगितलंत ते फार गंभीर आहे. मी... अं, पुढची व्यवस्था करेपर्यंत तुम्ही तुमच्या खोलीत थांबा असं मी सांगेन.''

तिने मान डोलावली आणि ती उठली. आता ती बरीच सावरल्यासारखी दिसत होती. थंड आणि गंभीर.

ती दाराकडे वळली, तेव्हा मिस्टर क्विनने विचारलं, ''लेडी ड्वायटन, तुम्ही त्या रिव्हॉल्व्हरचं काय केलंत?''

तिच्या चेहऱ्यावर साशंकता पसरली. ''मी... मी... ते मी जमिनीवरच टाकून दिलं. नाही, मला वाटतं की, मी ते खिडकीबाहेर फेकलं. अरे बापरे! मला आता आठवतच नाहीये; पण त्याने काय फरक पडतो? हो ना?''

''नाही, मला वाटतं काहीच फरक पडत नाही,'' मिस्टर क्विन म्हणाला.

तिने त्याच्याकडे गोंधळून आणि काहीसं घाबरून पाहिलं. मग ताठ मानेने ती एखाद्या राणीच्या थाटात बाहेर निघून गेली. मिस्टर सॅटर्थवाइट तिच्या मागे धावला. त्याला वाटलं की, ती कोणत्याही क्षणी खाली कोसळेल; पण तो बाहेर जाईपर्यंत ती अर्धा जिना चढून गेलीही होती. आता ती अजिबातच अशक्त वाटत नव्हती. जिन्याच्या पायथ्याशी ती घाबरलेली नोकर मुलगी उभी होती. मिस्टर सॅटर्थवाइट तिच्याशी अधिकारवाणीने बोलू लागला.

''तुझ्या मालकिणीची काळजी घे,'' तो तिला म्हणाला.

''हो, सर,'' असं म्हणून ती जिना चढायला वळली. तेवढ्यात काळजीने म्हणाली, ''प्लीज सर, त्यांचा त्याच्यावर संशय तर नाही ना?''

''कोणावर संशय?''

''जेनिंग्ज, सर! देवा रे! सर, तो कोणालाही इजा करू शकत नाही! अगदी किड्यामुंगीलाही नाही!''

''जेनिंग्ज? नाही, अजिबात नाही. जा, तुझ्या मालकिणीची काळजी घे.''

''हो, सर.''

ती मुलगी धावतच जिना चढून गेली. मिस्टर सॅटर्थवाइट पुन्हा त्या खोलीत परतला.

मेलरोज थकलेल्या आवाजात म्हणत होता, ''मला तर दमायलाच झालंय. आपल्याला जे दिसतंय, त्यापेक्षा यात जास्त पाणी मुरतंय. हे म्हणजे कादंबऱ्यांमध्ये नायिका जसं वागतात ना तसं झालं आत्ता.''

''हो ना, हे खरं नाहीये. नाटकासारखं वाटतंय,'' मिस्टर सॅटर्थवाइट म्हणाला.

मिस्टर क्विनने मान डोलावली, ''हं... तुला नाटक आवडतं, नाही का? जेव्हा तू एखादी चांगली नटी किंवा नट पाहतोस, तेव्हा तुला कौतुक वाटतं.''

मिस्टर सॅटर्थवाइटने त्याच्याकडे निरखून पाहिलं.

नंतरच्या काही मिनिटांच्या शांततेत त्यांना दुरून कसलातरी आवाज ऐकू आला.

''गोळीबाराचा आवाज वाटतोय,'' कर्नल मेलरोज म्हणाला. ''राखणदारांपैकी कोणीतरी असेल. असाच आवाज तिने ऐकला असणार. कदाचित, तो ऐकून ती

खाली आली असेल. ती काही मृत नवऱ्याच्या जवळ तपासायला जाणार नाही; पण त्यामुळेच तिने लगेचच असा निष्कर्ष काढला की...''

तेवढ्यात तो बटलर दारात आला आणि ओशाळल्यागत म्हणाला, ''मिस्टर डेलॅंग्युआ आलेत, सर.''

''अं? काय?'' मेलरोजने विचारलं.

''सर, मिस्टर डेलॅंग्युआ आलेत. त्यांना तुमच्याशी बोलायचं आहे.''

मेलरोज मागे रेलून बसला. ''ठीके. आत पाठव त्याला,'' तो गंभीरपणे म्हणाला.

क्षणभराने पॉल डेलॅंग्युआ दारात उभा होता. कर्नल मेलरोजने सुचवल्याप्रमाणे तो इंग्लिश वाटत नव्हता खरा. गडद वर्ण, देखणा चेहरा, हालचालीतली सहजता, डोळे एकमेकांच्या जास्तच जवळ असणं... तोही पुनरुत्थान काळातलाच वाटत होता. त्याच्यात आणि लॉरा ड्वायटनमध्ये काहीतरी सारखं होतं.

''गुड इव्हनिंग,'' तो नाटकीपणे अभिवादन करत म्हणाला.

''तुझं काय काम आहे मला माहीत नाही; पण या प्रकरणाशी काही संबंध नसेल तर...'' कर्नल मेलरोज तीक्ष्णपणे म्हणाला.

पण त्याचं बोलणं मध्येच तोडत डेलॅंग्युआ हसला, ''नाही! याच प्रकरणाशी सगळा संबंध आहे.''

''म्हणजे?''

''म्हणजे सर जेम्स ड्वायटनचा खून मी केला आहे आणि मी स्वतःहून पोलिसांकडे आलो आहे,'' तो शांतपणे म्हणाला.

''तू काय बोलतोयस तुला कळतंय?'' मेलरोजने गंभीरपणे विचारलं.

''अगदी नीट.''

तेवढ्यात त्या तरुणाची नजर टेबलावरच्या सुऱ्याकडे गेली.

''मला कळत नाहीये...''

''काय? की मी स्वतःहून का आलो ते? पश्चात्ताप म्हणा किंवा आणखी काहीही म्हणा. मी स्वतः त्याला भोसकून ठार केलंय,'' तो टेबलाकडे इशारा करत म्हणाला. ''तुम्हाला शस्त्रही मिळालेलं दिसतंय. फारच सोयीचं हत्यार होतं. लेडी ड्वायटनने चुकून तो सुरा पुस्तकातच ठेवला होता आणि मी तो घेतला.''

''एक मिनिट...'' कर्नल मेलरोज म्हणाला, ''म्हणजे तू या सुऱ्याने सर जेम्सला भोसकून ठार मारलंस, बरोबर?'' त्याने सुरा उचलून दाखवला.

''हो, बरोबर. मी तो सुरा खिडकीतून चोरला. त्याची माझ्याकडे पाठ होती. फारच सोपं होतं त्याला मारणं. मी तसाच तिथूनच बाहेर पडलो.''

''खिडकीतून?''

''हो, अर्थातच खिडकीतून.''

''आणि तेव्हा किती वाजले होते?''

आता डेलँग्युआ अडखळला, ''अं... मी त्या कीपरशी सव्वासहा वाजता बोलत होतो. मी चर्चच्या टॉवरची घंटा ऐकली. अं... साधारण साडेसहा वाजले असतील.''

कर्नलच्या चेहऱ्यावर कठोर हसू उमटलं.

''बरोबर, साडेसहा वाजताच खून झालाय; पण ते कदाचित तू आधीच ऐकलं असशील; पण हा एक अत्यंत विचित्र खून आहे हे खरं!'' कर्नल मेलरोज म्हणाला.

''का?''

''किती लोकांनी खुनाची कबुली दिलीये!'' कर्नल म्हणाला.

डेलँग्युआने दचकून घेतलेला श्वास त्यांना स्पष्टपणे समजला.

''आणखी कोणी कबुली दिलीये?'' त्याने थरथरत्या आवाजात विचारलं.

''लेडी ड्वायटन.''

डेलँग्युआ बळेबळेच मोठ्याने हसला, ''लेडी ड्वायटनला धक्का बसल्यामुळे ती वेड्यासारखं वागत असेल. मी तुमच्या जागी असतो, तर तिच्या बोलण्याकडे लक्षच दिलं नसतं.''

''मीही तिच्याकडे लक्ष नाहीच देणार आहे,'' मेलरोज म्हणाला, ''पण या खुनाबद्दल आणखी एक विचित्र गोष्ट आहे.''

''काय?''

''लेडी ड्वायनने सर जेम्सला गोळी घालून मारल्याची कबुली दिली आणि तू सुऱ्याने भोसकून मारल्याची; पण तुमच्या दोघांचं नशीब चांगलंय की, सर जेम्स गोळी लागूनही मेले नाहीत की सुऱ्याने भोसकूनही. त्यांना डोक्यावर आघात करून मारण्यात आलंय. कळलं?''

''अरे देवा! पण एखादी बाई असं करूच शकणार नाही –'' अचानक तो जीभ चावत बोलायचा थांबला. मेलरोजने मान डोलावली.

''बऱ्याचदा या प्रकाराबद्दल वाचलं होतं; पण पाहिलं नव्हतं कधीच,'' तो म्हणाला.

''काय?''

''दोन मूर्ख तरुण दुसऱ्याने खून केलाय असं समजून त्याला वाचवण्यासाठी स्वतःवर आळ घेतात,'' मेलरोज म्हणाला, ''आता आपल्याला सुरुवातीपासून सुरुवात केली पाहिजे.''

''तो व्हॅलेट!'' मिस्टर सॅटर्थवाइट ओरडला, ''ती मुलगी... मी मगाशी नीट लक्ष देत नव्हतो.'' तो सगळ्याचा अर्थ लावायचा प्रयत्न करत म्हणाला, ''तिला

भीती वाटत होती की, आपला त्याच्यावर संशय आहे की काय, त्यामुळे मला वाटतं की, त्याच्याकडे खून करण्यासारखं काहीतरी कारण असणार जे आपल्याला माहीत नाहीये; पण तिला माहीत आहे.''

कर्नल मेलरोजने आठ्या घालून घंटा वाजवली. ती ऐकून नोकर आल्यावर त्याने सांगितलं, ''लेडी ड्वायटनला जरा पुन्हा इथे बोलवून आणाल का?''

ती येईपर्यंत ते काही न बोलता थांबले. डेलँग्युआला पाहून ती दचकली आणि तिने पडू नये म्हणून आधारासाठी हात पुढे केला. कर्नल मेलरोजने तिला आधार दिला.

''सगळं ठीके, लेडी ड्वायटन. घाबरू नका.''

''मला काही समजलं नाही. मिस्टर डेलँग्युआ इथे काय करतोय?''

डेलँग्युआ तिच्या जवळ गेला, ''लॉरा... लॉरा... तू असं का केलंस?''

''काय केलं?''

''मला माहीत आहे. माझ्यासाठी तू असं केलंस. कारण, तुला वाटलं की मी... आणि ते बरोबरच होतं; पण बापरे! तू तर देवदूतच निघालीस!''

कर्नल मेलरोजने घसा खाकरला. त्याला असे भावुक प्रसंग मुळीच आवडायचे नाहीत आणि असा तमाशा तर बिलकुल नाही.

''मी सांगतो, लेडी ड्वायटन. मिस्टर डेलँग्युआ कसाबसा वाचलाय. तोही खुनाची कबुली द्यायला आला होता... घाबरू नका, त्याने खून केलेला नाही! पण आम्हाला हे जाणून घ्यायचंय की, खरं काय घडलं. आता काहीही लपवाछपवी चालणार नाही. बटलरने तुम्हाला साडेसहा वाजता वाचनालयात जाताना पाहिलं आहे. खरं आहे ना ते?''

लॉराने डेलँग्युआकडे कटाक्ष टाकला. त्याने मान डोलावली.

''सत्य, लॉरा. तेच आता आपल्याला हवंय,'' तो म्हणाला.

मोठा सुस्कारा सोडत ती म्हणाली, ''ठीके. मी सांगते तुम्हाला.''

मिस्टर सॅटर्थवाइटने घाईघाईने पुढे सरकवलेल्या खुर्चीत ती बसली.

''मी आले होते खाली. मी वाचनालयाचं दार उघडलं आणि मला दिसलं की...''

तिने आवंढा गिळला. मिस्टर सॅटर्थवाइटने पुढे होत तिच्या हातावर हलकेच थोपटलं.

''हं, काय पाहिलं तुम्ही?''

''माझा नवरा टेबलावर पडला होता. मी त्याचं डोकं पाहिलं. बापरे, इतकं रक्त होतं...!''

तिने हातांनी चेहरा झाकून घेतला. पोलिसप्रमुख पुढे झाला, ''एक मिनिट, लेडी ड्वायटन, तुम्हाला वाटलं की, मिस्टर डेलँग्युआने हे केलंय?''

तिने मान डोलावली. ''माफ कर मला, पॉल,'' ती त्याला विनवत म्हणाली, ''पण तू म्हणाला होतास...''

''की मी त्याला कुत्र्यासारखी गोळी घालेन!'' डेलँग्युआ गंभीरपणे म्हणाला, ''मला आठवतंय. त्याच दिवशी मला समजलं होतं की, तो तुला त्रास द्यायचा ते.''

पोलिसप्रमुखाने सूत्र आपल्याच हातात राहतील याची खात्री केली. ''म्हणजे लेडी ड्वायटन, तुम्ही पुन्हा वरच्या मजल्यावर गेलात आणि... काहीच बोलला नाहीत? त्यामागच्या कारणांत आपण शिरायला नको; पण तुम्ही त्याच्या शरीराला स्पर्श केलात किंवा टेबलावरच्या वस्तूंना?''

तिचं अंग शहारलं. ''नाही, नाही, मी सरळ धावतच त्या खोलीतून बाहेर पडले.''

''अच्छा... आणि तेव्हा नक्की किती वाजले होते? तुम्हाला माहीत आहे?''

''मी माझ्या खोलीत पोहोचले, तेव्हा साडेसहा नुकतेच वाजून गेले होते.''

''याचा अर्थ, सर जेम्स सहा वाजून पंचवीस मिनिटांच्या आधीच मृत झालेले होते?'' कर्नलने इतरांकडे पाहत विचारलं.

''ते घड्याळ मुद्दामहून चुकीची वेळ करून बंद पाडण्यात आलं होतं, हं? आम्हाला पहिल्यापासून तीच शंका होती. हव्या त्या वेळेला काटे फिरवणं किती सोपं आहे; पण त्यांनी एक चूक केली. ती म्हणजे ते घड्याळ एका बाजूला कलंडलेलं ठेवलं म्हणजे आता संशयाची सुई बटलर किंवा व्हॅलेट या दोघांपैकी एकावर येते. मला वाटत नाही खून बटलरने केला असेल. लेडी ड्वायटन, मला सांगा, या जेनिंग्जला तुमच्या नवऱ्याविरुद्ध काही राग वगैरे होता का?''

लॉराने ओंजळीत लपवलेला चेहरा वर केला, ''राग असं नाही म्हणता येणार; पण... जेम्सने मला आजच सकाळी सांगितलं की, त्याने जेनिंग्जला नोकरीवरून काढलं आहे. त्याने त्याला किरकोळ चोरी करताना पाहिलं.''

''हां! आता कसं! जेनिंग्जला असे आरोप करून नोकरीवरून काढलं, तर त्याच्यासाठी ते फारच वाईट ठरलं असतं.''

''तुम्ही घड्याळाबद्दल काहीतरी म्हणत होतात,'' लॉरा ड्वायटन म्हणाली, ''तुम्हाला जर खुनाची वेळ नक्की करायची असेल तर... एक शक्यता आहे... जेम्सचं लहान गोल्फचं घड्याळ कायम त्याच्यासोबत असायचं. तो पुढे टेबलावर पडला, तेव्हा कदाचित ते घड्याळही फुटलं असेल तर?''

''कल्पना चांगली आहे,'' कर्नल म्हणाला, ''पण... कर्टिस!''

इन्स्पेक्टरने मान डोलावली आणि तो बाहेर गेला. एक मिनिटभरात तो खोलीत आला. त्याच्या हातात गोल्फच्या चेंडूसारखं बनवलेलं एक चांदीचं घड्याळ होतं. गोल्फ खेळताना चेंडूंबरोबरच खिशात नुसतं ठेवता येईल असं ते घड्याळ होतं.

‘‘हे बघा सर; पण त्याचा कितपत फायदा होईल माहीत नाही. ही घड्याळं चांगली टणक असतात,’’ तो म्हणाला.

कर्नलने ते घेऊन कानाशी लावलं.

‘‘हे बंद झालंय असं वाटतंय,’’ तो म्हणाला.

त्याने ते घड्याळ अंगठ्याने दाबल्यावर त्याचं झाकण उघडलं. आतली काच फुटलेली होती.

‘‘आहा!’’ तो खूश होऊन उद्गारला.

त्या घड्याळाचे काटे बरोबर सव्वासहाची वेळ दाखवत होते.

‘‘कर्नल मेलरोज, ही पोर्ट फारच चांगली आहे,’’ ग्लास हातात घेत मिस्टर क्विन म्हणाला.

साडेनऊ वाजले होते. त्या तिघांनीही नुकतंच मेलरोजच्या घरी जेवण उरकलं होतं. मिस्टर सॅटर्थवाइट खासकरून आनंदात दिसत होता.

‘‘माझं बरोबर होतं!’’ तो हसत म्हणाला, ‘‘कबूल कर, मिस्टर क्विन! आज तू आलास आणि दोन तरुणांना वाचवलंस. नाहीतर दोघंही एकमेकांकरता स्वतःवर आरोप घेणार होते.’’

‘‘मी वाचवलं? नाही नाही. मी काहीच केलं नाही,’’ मिस्टर क्विन म्हणाला.

‘‘झालं असं की, त्याची काही गरजच पडली नाही,’’ मिस्टर सॅटर्थवाइट म्हणाला. ‘‘पण तसं होऊ शकलं असतं. अगदी तिथपर्यंत वेळ आलीच होती. लेडी ड्वायटन म्हणाली की, तिनेच त्याला मारलं, तो क्षण मी विसरणारच नाही. इतकं नाट्यमय तर मी कुठलं नाटकही पाहिलं नाहीये!’’

‘‘हो, खरंय,’’ मिस्टर क्विन म्हणाला.

‘‘अशी एखादी गोष्ट कादंबरीच्या बाहेर प्रत्यक्षात घडू शकते असं मला वाटलंच नव्हतं,’’ कर्नल जवळपास विसाव्यांदा तरी म्हणाला.

‘‘हो?’’ मिस्टर क्विन म्हणाला.

‘‘अरे, म्हणजे काय! आज घडलं की तसं!’’ क्विनकडे विचित्र नजरेने पाहत कर्नल म्हणाला.

‘‘पण लेडी ड्वायटन कितीही चांगली नटी असली तरी तिने एक चूक केली. तिने गृहीत धरलं की, तिच्या नवऱ्याला गोळी घालून मारलंय,’’ मिस्टर सॅटर्थवाइट आरामात रेलून पोर्टचा घोट घेत म्हणाला, ‘‘तसंच फक्त तो सुरा टेबलावर पाहून मिस्टर डेलँग्युआनेही निष्कर्षावर उडी मारली की, त्याचा भोसकून खून झालाय. लेडी ड्वायटनने योगायोगानेच ते पुस्तक आणि त्यातला सुरा खालच्या मजल्यावर आणला...’’

''खरंच तो योगायोग होता?'' मिस्टर क्विनने विचारलं.

''म्हणजे जर त्यांनी नुसतीच खुनाची कबुली दिली असती, खून कसा केलाय हे न सांगताच, तर काय झालं असतं?'' मिस्टर सॅटर्थवाइटने विचारलं.

''तर त्यांच्यावर विश्वास बसला असता,'' मिस्टर क्विनच्या चेहऱ्यावर विचित्र हसू उमटलं होतं.

''सगळ्या गोष्टी कशा अगदी कादंबरीतल्यासारख्या होत्या,'' कर्नल म्हणाला.

''मी म्हणेन की, त्यांना एखाद्या कादंबरीतूनच ही कल्पना सुचली होती,'' मिस्टर क्विन म्हणाला.

''असू शकेल,'' मिस्टर सॅटर्थवाइट म्हणाला, ''आपण कधीतरी काहीतरी वाचलेलं नंतर कधीही अचानक आठवू शकतं.'' मग तो मिस्टर क्विनकडे पाहत म्हणाला, ''अर्थात, ते घड्याळ पहिल्यापासून संशयास्पद वाटत होतं. घड्याळाचे काटे पुढे किंवा मागे करणं किती सोपं असतं हे आपण विसरायला नाही पाहिजे.''

मिस्टर क्विनने मान डोलावली आणि त्याचेच शब्द पुन्हा उच्चारले, ''पुढे... किंवा मागे.''

त्याच्या आवाजात असं काहीतरी होतं की, जणू तो मिस्टर सॅटर्थवाइटला विचार करायला उद्युक्त करत असावा. त्याचे चमकणारे काळे डोळे मिस्टर सॅटर्थवाइटकडे एकटक पाहत होते.

''घड्याळाचे काटे पुढे केलेले होते, ते तर आपल्याला माहीत आहे,'' मिस्टर सॅटर्थवाइट म्हणाला.

''खरंच?'' मिस्टर क्विनने विचारलं.

मिस्टर सॅटर्थवाइट आश्चर्याने त्याच्याकडे पाहत सावकाश म्हणाला, ''तुला असं म्हणायचंय का की, घड्याळाचे काटे मागे केले गेले? पण त्यातून काहीच अर्थ लागत नाहीये. शक्यच नाही!''

''शक्य का नाही?'' मिस्टर क्विन पुटपुटला.

''म्हणजे ते विचित्रच वाटतंय. काटे मागे करणं कोणाच्या फायद्याचं होतं?''

''त्या वेळी *ॲलिबी* असलेल्या कोणासाठी तरी फायद्याचं होतंच.''

''अरे बापरे!'' कर्नल उद्गारला, ''त्याच वेळी मिस्टर डेलँग्युआ म्हणाला की, तो कीपरशी बोलत होता.''

''हो. त्याने खासकरून ती वेळ आणि तो बोलत असल्याचं आपल्याला सांगितलं होतं,'' मिस्टर सॅटर्थवाइट म्हणाला.

त्यांनी एकमेकांकडे पाहिलं. जणू पायाखालची जमीनच सरकतेय की काय असं त्यांना वाटू लागलं. सगळी तथ्यं मोडून पडली होती आणि नव्या, अनपेक्षित

गोष्टी समोर येत होत्या आणि पुन्हा कॅलिडोस्कोपच्या मध्यावर मिस्टर क्विनचा हसरा चेहरा होता.

''पण तसं असेल तर...'' कर्नल बोलू लागला, ''म्हणजे याचा अर्थ...''

मिस्टर सॅटर्थवाइटने पटकन निष्कर्ष काढला, ''याचा अर्थ सगळं बरोबर उलट घडलं. मुद्दामहून केलं गेलं; पण व्हॅलेटच्या विरुद्ध! ओह! पण असं कसं असेल? अशक्यच आहे! मग त्या दोघांनीही स्वतः खून केल्याची कबुली का दिली असावी?''

''हं. कारण, त्या क्षणापर्यंत तुम्ही त्यांनाही संशयित समजत होतात, हो ना?'' मिस्टर क्विन स्वप्नाळू आवाजात बोलत राहिला. ''कर्नल, तुम्ही म्हणालात ना की, हे एखाद्या पुस्तकातल्यासारखंच आहे. त्यांना पुस्तकातच ती कल्पना मिळाली. कारण, पुस्तकात निरपराध असलेले नायक–नायिका तसं करतात, त्यामुळे अर्थातच हे दोघंही निरपराध आहेत असं तुम्हाला वाटलं. कारण, पारंपरिक पद्धतीचा रेटाच तसा आहे. मिस्टर सॅटर्थवाइट कितीतरी वेळा म्हणाला की, हे एखाद्या नाटकासारखं वाटतंय. तुमचं दोघांचंही बरोबर होतं. ते खरं नव्हतंच. तुम्ही दोघंही बरोबर म्हणत होतात; पण तुम्ही काय सांगताय हे तुम्हालाच तेव्हा कळत नव्हतं. जर आपला त्यांच्यावर विश्वास बसावा असं त्यांना खरोखरच वाटत असतं, तर त्यांनी जास्त पटेल अशी चांगली गोष्ट नसती का सांगितली?''

इतर दोघांनी गोंधळून मिस्टर क्विनकडे पाहिलं. तूच आता मदत कर असे त्यांच्या चेहऱ्यावर भाव होते.

मिस्टर सॅटर्थवाइट सावकाश, विचार करत म्हणाला, ''ते फारच हुशारीने वागले आणि मला आता आणखी काहीतरी आठवतंय. तो बटलर म्हणाला की, तो सात वाजता खिडक्या बंद करायला गेला होता. याचा अर्थ त्या वेळी खिडक्या उघड्या असणं त्याला अपेक्षित होतं.''

''मिस्टर डेलॅंग्युआ खिडकीतूनच आत आला,'' मिस्टर क्विन म्हणाला, ''त्याने एकाच फटक्यात सर जेम्सला मारलं आणि मग तिने व त्याने मिळून जे काही गरजेचं होतं ते ते सगळं केलं.''

त्याने खुनाच्या वेळचं दृश्य पुन्हा डोळ्यासमोर उभं करण्यासाठी मिस्टर सॅटर्थवाइटकडे प्रोत्साहनपर नजरेने पाहिलं. मिस्टर सॅटर्थवाइटने अडखळत का होईना, तसं केलं.

''त्यांनी घड्याळ फोडलं आणि एका बाजूला कलंडून ठेवलं. हो. त्यांनी त्याचे काटे फिरवले आणि मग ते फोडलं. मग तो खिडकीतून बाहेर पडला आणि तिने खिडकी आतून लावून घेतली; पण मला एक गोष्ट समजत नाहीये... त्या खिशातल्या लहान घड्याळाचे काटे बदलायची तसदी कशासाठी घ्यायची? नुसते मोठ्या घड्याळाचे काटे मागे फिरवायचे ना?''

''टेबलावरचं घड्याळ मुद्दामहून केल्यासारखं वाटतंच होतं म्हणून,'' मिस्टर क्विन म्हणाला, ''कोणालाही ते लगेच समजून आलं असतं.''

''पण खिशातलं घड्याळ सापडण्याची शक्यताच फार कमी होती ना? योगायोगानेच आपल्याला त्या घड्याळाचा विचार डोक्यात आला.''

''नाही नाही, नीट आठव. लेडी ड्वायटननेच आपल्याला तसं करायला सुचवलं होतं,'' मिस्टर क्विन म्हणाला. मिस्टर सॅटर्थवाइट थक्क होऊन त्याच्याकडे पाहत राहिला.

मिस्टर क्विन आपल्याच तंद्रीत म्हणाला, ''आणि तरी, तुला माहितेय... खिशातल्या घड्याळाकडे एका व्यक्तीचं नक्कीच दुर्लक्ष झालं नसतं. ती व्यक्ती म्हणजे सर जेम्सचा व्हॅलेट. कारण, आपल्या मालकांच्या खिशात काय काय असतं ते त्यांच्या व्हॅलेट्सना बरोब्बर माहीत असतं, त्यामुळे जर व्हॅलेटने खून करून टेबलावरचं घड्याळ बदललं असतं, तर त्याने खिशातल्या घड्याळाचेही काटे बदलले असते. त्या दोघांना मानवी स्वभावाबद्दल काही कळत नाही. मिस्टर सॅटर्थवाइटला कळतं तसं.''

मिस्टर सॅटर्थवाइटने नकारार्थी मान हलवली.

''माझं पूर्ण चुकलं होतं,'' तो नम्रपणे कबूल करत म्हणाला, ''मला वाटलं होतं की, तू त्या दोघांना वाचवायला आला आहेस.''

''मी एका जोडप्याला वाचवायला आलो होतोच; पण ते दोघं नाहीत! दुसरे दोघं! तुझं त्या लेडीच्या नोकराणीकडे लक्ष गेलं का? तिने काही निळ्या ब्रोकेडचा झगा वगैरे घातला नव्हता किंवा ती नाटकही करत नव्हती; पण ती खरोखरच खूप गोड दिसत होती आणि मला वाटतं की, तिचं जेनिंग्जवर खरंच खूप प्रेम असणार. मला वाटतं, तुम्ही दोघं मिळून तिच्या प्रियकराला फाशी जाण्यापासून वाचवू शकता.''

''आपल्याकडे काहीच पुरावा नाहीये,'' कर्नल मेलरोज जड आवाजात म्हणाला.

मिस्टर क्विन हसला. ''मिस्टर सॅटर्थवाइटकडे आहे.''

''माझ्याकडे?'' मिस्टर सॅटर्थवाइटने चकित होऊन विचारलं.

मिस्टर क्विन म्हणाला, ''सर जेम्सचं घड्याळ त्याच्या खिशात असताना फुटलं नाही याचा तुझ्याकडे पुरावा आहे. अशा प्रकारचं घड्याळ त्याचं झाकण उघडल्याशिवाय फोडता येत नाही. करून बघ हवं तर. कोणीतरी ते घड्याळ खिशातून बाहेर काढलं, उघडलं, काटे मागे फिरवले आणि काच फोडून, झाकण बंद करून पुन्हा खिशात ठेवलं; पण त्यांच्या लक्षात आलं नाही की, काचेचा एक तुकडा कुठेतरी पडून गेला होता.''

''अरे हो!'' मिस्टर सॅटर्थवाइट ओरडला. त्याने झपकन कोटाच्या खिशात हात घातला आणि गोल काचेचा एक तुकडा बाहेर काढला.

तो खूप महत्त्वाची व्यक्ती असल्याच्या थाटात ती काच दाखवत म्हणाला, ''या काचेच्या तुकड्याने मी एका माणसाला मृत्यूपासून वाचवेन!''

अफेअर्स ऑफ द हार्ट

ॲगाथाची सुरुवातीच्या काळातली प्रेमप्रकरणं
– ॲगाथा ख्रिस्ती

दोन वेळा मी लग्न होता होता वाचले. मी 'वाचले' असं म्हणतेय कारण, आता मागे वळून पाहताना माझ्या लक्षात येतं की, त्यातलं कोणतंही लग्न झालं असतं, तर अनर्थच झाला असता.

पहिलं प्रकरण म्हणजे अगदी तरुणपणी प्रेमात वाहवत जाण्याचाच प्रकार होता. मी रॉल्सटन पॅट्रिक्स यांच्या घरात राहत होते. कॉन्स्टन्स आणि मी एका थंडगार आणि वारा वाहत असलेल्या दिवशी बाहेर गेलो होतो. तिथे एक मनुष्य एका सुंदर तपकिरी घोड्यावर बसून, कॉन्स्टन्सशी बोलायला आला. तिने माझ्याशी त्याची ओळख करून दिली. मला वाटतं चार्ल्स पस्तिशीचा असावा. तो १७व्या लान्सर्समध्ये मेजर पदावर होता. तो दरवर्षी शिकारीसाठी वॉरविकशायरला येत असे. त्याच संध्याकाळी जेव्हा फॅन्सी ड्रेस नृत्याचा कार्यक्रम होता, तेव्हा मी त्याला दुसऱ्यांदा भेटले. मी त्या नृत्याला एलेन या पात्रासारखे कपडे घालून गेले होते. माझे कपडे फारच छान होते. अजूनही मी ते जपून ठेवलेत (आणि मला तेव्हा तो झगा कसा काय व्हायचा हे मला कोडंच वाटतं!)... मी तिथे असताना मला चार्ल्स अनेकदा भेटला. मग मी घरी परत गेले, तेव्हा आम्ही दोघांनीही पुन्हा कधीतरी भेटायचं ठरवलं. तो काही दिवसांनी डेव्हनशायरला येणार असल्याचं त्याने मला सांगितलं.

घरी गेल्यानंतर तीन–चार दिवसांनी माझ्यासाठी एक पार्सल आलं. चांदीचा मुलामा असलेली ती लहानशी डबी होती. त्याच्या झाकणाच्या आत लिहिलेलं होतं : 'द ॲस्प्स', एक तारीख होती आणि त्याखाली 'एलेनसाठी' असं लिहिलं होतं. मी ज्या दिवशी त्याला भेटले होते, तीच तारीख त्यावर होती. मला त्याचं एक पत्रही आलं. त्यात लिहिलं होतं की, पुढच्या आठवड्यात तो डॅव्हनला येणार आहे, तेव्हा आम्हाला भेटायला येईल.

यानंतर एखाद्या झंझावाताप्रमाणे आमचं प्रियाराधन सुरू झालं. फुलांचे गुच्छ भेट म्हणून येऊ लागले, कधी पुस्तकं तर कधी परदेशी चॉकलेट्सचे मोठमोठे बॉक्स यायचे. एखाद्या तरुण मुलीला सांगू नये असं काहीही मला सांगितलं गेलं नाही; पण मी थरारून गेले होते. तो आम्हाला त्यानंतर आणखी दोनदा भेटायला आला. त्यानंतर तिसऱ्या भेटीच्या वेळी त्याने मला लग्नाची मागणी घातली. मला पहिल्यांदा पाहिलं त्याच क्षणी तो माझ्या प्रेमात पडला होता, असं तो म्हणाला. मला आलेल्या लग्नाच्या मागण्यांची त्या तरुणांच्या गुणवत्तेनुसार यादी केली, तर त्याचा क्रमांक सगळ्यात वरचा लागला असता. त्याच्या प्रेम करण्याच्या पद्धतीमुळे मी मंत्रमुग्ध झाले होते आणि माझा स्वतःवरचा ताबा काहीसा सुटला होता. बायकांचा भरपूर अनुभव असलेला तो मनुष्य होता आणि त्यामुळे समोरच्या मुलीकडून हव्या त्या प्रतिक्रिया मिळवणं त्याला सहज जमत होतं. हेच माझ्या नशिबात लिहिलंय, हाच माझा योग्य जोडीदार आहे असं पहिल्यांदाच मला वाटू लागलं होतं... आणि तरीही... एक 'पण' होता... जेव्हा चार्ल्स माझ्या सोबत असायचा, मी किती चांगली आहे, त्याचं माझ्यावर किती प्रेम आहे, मी किती परिपूर्ण एलेन आहे, किती विलक्षण आहे, तो कसा आयुष्यभर मला सुखी ठेवेल आणि असं बरंच काय काय जेव्हा तो मला कापऱ्या आवाजात सांगत असायचा, तेव्हा मी हुरळून गेलेली असायचे; पण तरीही, जेव्हा तो निघून जायचा आणि त्याच्या अनुपस्थितीत मी त्याचा विचार करायचे. तेव्हा मला काहीच वाटायचं नाही. मला त्याला पुन्हा भेटायची ओढ वाटायची नाही. तो फक्त एक चांगला मनुष्य आहे इतकंच मला वाटायचं. माझ्याच या दोन मूडमधला फरक मलाच गोंधळात पाडायचा. तुम्ही एखाद्या माणसाच्या प्रेमात आहात की नाही हे कसं कळणार? जर त्यांच्या अनुपस्थितीत तुम्हाला त्यांच्याविषयी काहीच वाटत नसेल; पण ते सोबत असताना तुम्हाला खूप आकर्षक वाटत असतील, तर तुमची खरी प्रतिक्रिया कोणती?

* * *

चार्ल्सचं माझ्यावर प्रेम आहे ही गोष्ट वगळता आम्हाला एकमेकांशी बोलायला एकही विषय नसायचा आणि तो विषय बोलण्यापासून तो स्वतःला रोखत असल्याने आमच्यामध्ये अवघडलेली शांतताच जास्तकरून पसरलेली असायची. मग तो निघून गेला की, मी विचार करत राहायचे. मला *नक्की काय करायचं होतं?* मला त्याच्याशी लग्न करायचं होतं का? मग कधीतरी मला त्याचं पत्र मिळायचं. एक नक्की की, तो फारच सुंदर प्रेमपत्रं लिहायचा. अशी पत्रं की, जी प्रत्येक मुलीला हवीशी वाटतील. मी ती पत्रं पुन्हा पुन्हा वाचली, जपून ठेवली आणि हे प्रेमच आहे असं शेवटी ठरवलं. मग चार्ल्स पुन्हा भेटायला यायचा, मी उत्तेजित व्हायचे, हुरळून जायचे आणि तरीही मनाच्या कुठल्यातरी कोपऱ्यात हे

चूक आहे, अशी एक थंडगार बोचरी जाणीव होत राहायची. शेवटी माझ्या आईने असं सुचवलं की, आम्ही एकमेकांना सहा महिने भेटू नये आणि मग मी एकदाचं काय ते पक्कं ठरवावं. आम्ही ते पाळलं आणि त्या कालावधीत त्याने मला पत्रही पाठवलं नाही आणि ते एक प्रकारे बरंच झालं. कारण, पत्रं आली असती तर मी पुन्हा त्यात बुडून गेले असते.

सहा महिने संपले, तेव्हा मला एक टेलिग्राम आला. ''ही अशी लटकती अवस्था आता मी आणखी काळ सहन करू शकत नाही. तू माझ्याशी लग्न करशील की नाही?'' त्या वेळी जरा ताप आल्याने मी झोपून होते. आईने मला तो टेलिग्राम आणून दिला. मी त्याच्याकडे पाहिलं. त्यात उत्तर लिहिण्यासाठी मोकळी जागा दिलेली होती आणि त्याचेही पैसे आधीच भरलेले होते. मी एक पेन्सिल घेतली आणि एकच शब्द लिहिला : नाही. मला क्षणार्धात मोठं ओझं उतरल्यासारखं वाटू लागलं. मला आता पुन्हा या वर-खाली वर-खाली होणाऱ्या भावनांच्या हिंदोळ्यातून जावं लागणार नव्हतं.

* * *

पुढचे चार-पाच महिने माझं आयुष्य फारच उदास होतं. मी जे काही करत होते, त्याचा मला कंटाळाच येत होता. मी फार मोठी चूक केली की काय असं मला वाटू लागलं होतं. मग माझ्या आयुष्यात पुन्हा एकदा विल्फ्रेड पायरी आला.

मार्टिन आणि लिलियन पायरी हे माझ्या वडलांचे खास मित्र होते. आम्ही त्यांना परदेशात, डिनार्ड येथे पुन्हा भेटलो. आम्ही भेटत राहिलो असलो तरी मी त्यांच्या मुलांना पुन्हा भेटले नव्हते. त्या वेळी हॅरॉल्ड एटनला शिकत होता आणि विल्फ्रेड नौदलात मिडशिपमन होता. आता विल्फ्रेड सब-लेफ्टनंट आर.एन. बनला होता. मला वाटतं त्या वेळी तो सबमरीन होता आणि टॉर्कीला येणाऱ्या ताफ्यासोबत बऱ्याचदा यायचा. तो लगेचच माझा खास मित्र झाला. माझ्या आयुष्यातल्या माझ्या आवडत्या व्यक्तींपैकी तो एक आहे. दोनेक महिन्यांतच आम्ही अधिकृतपणे नसला तरी वाङ्‌निश्चय केल्यातच जमा होता.

चार्ल्सनंतर विल्फ्रेडची सोबत किती छान होती. अति उत्तेजितपणा, साशंकता आणि दुःख काहीच नाही! हा माझा फार चांगला मित्र होता, मी त्याला चांगली ओळखत होते. आम्ही पुस्तकं वाचायचो, त्यावर चर्चा करायचो, आम्हाला बोलायला नेहमी विषय मिळायचेच. मला त्याच्यासोबत अगदी सहजपणे वावरता यायचं. मी त्याला माझ्या सख्ख्या भावाप्रमाणे वागवत होते आणि त्याच्याबद्दल तसाच विचार करत होते हे मलाही समजलं नाही... सगळ्यांनाच आमचं लग्न ठरणं योग्य वाटत होतं. विल्फ्रेडचं नौदलाच चांगलं करियर होणार होतं. आमचे

वडील चांगले मित्र होते. आमच्या आयांना एकमेकींविषयी जिव्हाळा होता. आईला विल्फ्रेड आवडत होता, मिसेस पायरींना मी आवडले होते. त्याच्याशी लग्न न केल्याबद्दल अजूनही मला कृतघ्न असल्यासारखं वाटतं.

माझं आयुष्य आता माझ्यापुरतं तरी ठरल्यागत होतं. एकदोन वर्षांत योग्य वेळी आम्ही लग्न करणार होतो (तरुण सबअल्टर्न आणि सब-लेफ्टनंट्सना फार लवकर लग्न करायला नौदलाकडून प्रोत्साहन दिलं जात नाही). मला नौदलातल्या तरुणाशी लग्न करायची कल्पना आवडली होती. मी साउथसी, प्लिमथ किंवा तत्सम ठिकाणी भाड्याने राहिले असते. शिवाय विल्फ्रेड परदेशी गेल्यावर मी घरी ॲशफील्डला परतले असते आणि आईसोबत वेळ घालवला असता. खरंच, सगळं काही चांगलं वाटत होतं.

सगळं काही फार चांगलं, योग्य किंवा अगदी परिपूर्ण वाटू लागलं की, आपला स्वभावच काहीतरी गुंता करून ठेवतो आणि त्या गोष्टीला विरोध करतो. मी बराच काळ ते कबूल केलं नाही; पण विल्फ्रेडशी लग्न करायची कल्पना मला कंटाळवाणी वाटू लागली होती आणि त्यामुळे एक प्रकारची उदासी दाटून आली होती. मला तो आवडत होता, त्याच्या बरोबर एकाच घरात राहायला मी खूश होते; पण का कुणास ठाऊक, काहीच मजा येत नव्हती! उत्तेजित करणारं असं काहीच त्यात वाटत नव्हतं!

* * *

मग एक दिवशी विल्फ्रेडने पोर्ट्समथहून फोन केला आणि त्याला एक फार चांगली संधी चालून आल्याचं सांगितलं. दक्षिण अमेरिकेत खजिना शोधण्यासाठी एका गटाला पाठवण्यात येणार होतं. त्याच्या काही सुट्ट्या शिल्लक होत्या आणि तो या मोहिमेवर जाऊ शकणार होता. जर तो गेला, तर मला आवडणार नाही का, असं त्याने मला विचारलं. असा थरारक अनुभव आणि अशी संधी पुन्हा कधीच मिळणार नव्हती... सुट्टीचे दिवस माझ्यासोबत घालवायचे सोडून तो तिकडे गेला, तर मला राग येईल का, असं त्याने विचारलं.

मला काहीच वाटलं नाही, मी अजिबात न अडखळता त्याला जायला सांगितलं. मी अत्यंत निःस्वार्थीपणे वागले. मी त्याला म्हणाले की, ही फारच उत्तम संधी आहे आणि तू नक्कीच जा... मी किती चांगली आहे हे मला विल्फ्रेडने पुन्हा पुन्हा सांगितलं. हजारातली एखादीही मुलगी अशी नसते असं तो म्हणाला. त्याने मला एक प्रेमपत्र पाठवलं आणि तो त्या मोहिमेवर गेला.

पण मी हजारातली एक मुलगी नव्हतेच. मी फक्त अशी मुलगी होते, जिला स्वतःबद्दल खरं काय ते लक्षात आलं होतं आणि त्यामुळे लाज वाटत होती. जेव्हा

तो जहाजाने निघाला, त्याच्या दुसऱ्या दिवशी मी उठले आणि मला माझ्यावरचं मणभराचं ओझं हलकं झाल्यासारखं वाटू लागलं...

"तू इतकी खूश का दिसते आहेस?" आईने संशयाने पाहत मला विचारलं.

"ऐक ना, आई, मला माहितेय हे भयंकर वाटेल; पण विल्फ्रेड दूर गेलाय म्हणून मी इतकी खूश आहे."

बिचारी आई. तिचा चेहरा पडला. मला तेव्हा फार फार कृतघ्न आणि दुष्ट मुलगी असल्यासारखं वाटलं. विल्फ्रेड आणि माझ्या एकत्र असण्याबद्दल ती किती आनंदी होती. क्षणभर मलाही वाटलं की, ठरल्याप्रमाणे त्याच्याशी लग्न करून निभावून न्यावं म्हणजे निदान आई तरी खूश होईल; पण सुदैवाने मी इतकी भावनाविवश नव्हते.

* * *

तो परतला, तेव्हा मी लिहिलेलं पत्र त्याची वाटच पाहत होतं. मी त्याला खूप सॉरी म्हटलं. मला तो कितीही आवडत असला तरी लग्न करण्यासाठी ज्या भावना असाव्या लागतात, तशा मला वाटत नसल्याचं मी त्याला लिहिलं होतं. अर्थातच त्याला माझं म्हणणं मान्य नव्हतं; पण त्याने माझा निर्णय गांभीर्याने स्वीकारला. तो म्हणाला की, तो मला वारंवार भेटणं सहन करू शकणार नाही; पण आम्ही कायम एकमेकांचे मित्र राहू असंही तो म्हणाला. आता मला वाटतं, त्यानेही सुटकेचा निःश्वास सोडला असावा का? बहुधा नाही; पण मला असंही वाटतं की, त्याच्या हृदयाचे तुकडे तुकडे वगैरे मुळीच झाले नसावेत. मला वाटतं, तो नशीबवान होता. तो एक चांगला नवरा झाला असता, त्याने नेहमी माझ्यावर प्रेम केलं असतं आणि मीही त्याला एक प्रकारे खूश ठेवलं असतं; पण यापेक्षा जास्त चांगलं त्याला मिळू शकणार होतं आणि त्यानंतर तीनच महिन्यांनी तसं घडलंही. तो दुसऱ्या एका मुलीच्या आकंठ प्रेमात बुडला आणि तीही त्याच्या प्रेमात पडली. कालांतराने त्यांचं लग्न झालं आणि त्यांना सहा मुलंही झाली. मला याचं फार समाधान वाटतं.

चार्ल्सबद्दल सांगायचं, तर त्याने तीन वर्षांनी अठरा वर्षांच्या एका सुंदर मुलीशी लग्न केलं.

खरंच, त्या दोघांवर मी उपकारच केले म्हणायचे!

लेखिकेविषयी

ॲगाथा ख्रिस्ती आत्तापर्यंतची सगळ्यात जास्त वाचनीय ठरलेली लेखिका आहे. तिच्या पुस्तकांहून जास्त केवळ बायबल आणि शेक्सपियर वाचलं जातं. तिच्या पुस्तकांच्या इंग्रजीत शंभर कोटींहून अधिक प्रती विकल्या गेल्या असून, इतर शंभर भाषांमध्ये मिळून आणखी १०० कोटी प्रतींची विक्री झाली आहे. सहा दशकांच्या बहुप्रसव अशा कारकिर्दीनंतर ॲगाथा ख्रिस्ती यांचा १९७६ साली मृत्यू झाला.

अनुवादक परिचय

रमा हर्डीकर-सखदेव यांना अनुवाद, चित्रकला आणि लेखन-वाचन या विषयांत रुची आहे. त्यांनी माधुरी पुरंदरे लिखित मराठी पुस्तकांचा इंग्रजीत अनुवाद केला आहे *सिल्व्हर स्टार, ऑन दॅट डे, राधाज फॅमिली*. तसंच रस्किन बाँड यांच्या कथांचा अनुवादही त्यांच्या नावावर जमा आहे. *लोन फॉक्स डान्सिंग* या रस्किन बाँड यांच्या आत्मचरित्राचा *आत्मरंगी* हा त्यांनी केलेला अनुवाद मंजुल पब्लिशिंग हाउसतर्फे प्रकाशित झाला आहे. त्यांना मराठी, इंग्रजी आणि फ्रेंच भाषांत रस असून, त्यातले ललित साहित्य अनुवादित करायला आवडते. याशिवाय त्यांना लहान मुलांसाठी चित्रमय गोष्टींच्या पुस्तकांची निर्मिती करण्यातही रस आहे.